भारतीय गणिका

लेखक
डॉ. सुरेश रघुनाथ देशपांडे

मेहता पब्लिशिंग हाऊस

Please contact us at **Mehta Publishing House,** 1941, Madiwale Colony, Sadashiv Peth, Pune 411030. ✆ +91 020-24476924 / 24460313

Email : info@mehtapublishinghouse.com
production@mehtapublishinghouse.com
sales@mehtapublishinghouse.com

Website : www.mehtapublishinghouse.com

◆ *या पुस्तकातील लेखकाची मते, घटना, वर्णने ही त्या लेखकाची असून त्याच्याशी प्रकाशक सहमत असतीलच असे नाही.*

BHARTIYA GANIKA by Dr. SURESH DESHPANDE

भारतीय गणिका : डॉ. सुरेश देशपांडे / संशोधनात्मक

© डॉ. सुरेश रघुनाथ देशपांडे
विश्वकोश कॉलनी, सिद्धनाथवाडी, पाचगणी रस्ता,
वाई (सातारा) - ४१२ ८०३, ✆ ०२१६७ -२२०१५४

प्रकाशक : सुनील अनिल मेहता, मेहता पब्लिशिंग हाऊस,
१९४१, सदाशिव पेठ, माडीवाले कॉलनी, पुणे - ४११०३०.

अक्षरजुळणी : इफेक्ट्स, २१/६ब, आयडिअल कॉलनी, कोथरूड, पुणे – ३८

मुद्रक : रेप्रो इंडिया लि., मराठे उद्योग भवन, अप्पासाहेब मराठे मार्ग,
प्रभादेवी, मुंबई – ४०००२५.

मुखपृष्ठ : सतीश भावसार

प्रकाशनकाल : एप्रिल, १९९६ / मेहता पब्लिशिंग हाऊसची द्वितीय सुधारित
आवृत्ती : ऑक्टोबर, २०१५

किंमत : ₹ २००

P Book ISBN 9788184988710
E Book ISBN 9788184988727

E Books available on : play.google.com/store/books
www.amazon.in

निवेदन

काही वर्षांपूर्वी 'भारतीय कामशिल्प' या पुस्तकाच्या लेखनात मी व्यग्र होतो. त्या वेळी प्राचीन भारतातील समाजजीवनाविषयी माहिती देणारे अनेक संदर्भग्रंथ माझ्या पाहण्यात आले. या ग्रंथसंभारात तत्कालीन सामाजिक स्थितीचे अचूक विश्लेषण करणारे 'कौटिलीय अर्थशास्त्र' आणि वात्स्यायनाचे 'कामसूत्र' हे दोन बृहद्ग्रंथ वाचायला मिळाले. त्यातील 'प्राचीन भारतीय गणिका' या संस्थेविषयीची काही प्रकरणे मी पुन:पुन्हा वाचली; कारण भारतीय कामशिल्पे ही कदाचित गणिकांचे दैनंदिन जीवन व्यक्त करणारी रूपण कला असावी.

'भारतीय कामशिल्प' हे पुस्तक हातावेगळे झाल्यानंतर साहजिकच मी प्रामुख्याने गणिकांचे उल्लेख असलेली पुस्तके धुंडाळू लागलो आणि क्षेमेंद्राचे 'समयमातृका', दामोदर गुप्ताचे 'कुट्टनीमत', दण्डीचे 'दशकुमारचरित', परमार भोजदेवाचे 'शृंगारमंजरीकथा', 'शृंगारप्रकाश' व 'सरस्वतीकंठाभरण', रुद्रकाचे 'मृच्छकटिक', तसेच 'चतुर्भाणी' इत्यादी ग्रंथांच्या वाचनाकडे आकृष्ट झालो. काही जातककथा आणि लोकसाहित्यही पाहिले आणि या विषयाच्या अभ्यासाकडे विशेषत्वाने वळलो; कारण या विषयावर साक्षेपी सांगोपांग चर्चा करणारा एकही ग्रंथ मराठी भाषेमध्ये नाही, ही उणीव अंशत: तरी या प्रयत्नाने भरून निघेल, या विचाराने मी संस्कृत वाङ्मयातील अनेक मराठी, हिंदी, इंग्रजी अनुवादित ग्रंथांचे गेली पाच-सात वर्षे चिंतन-मनन तसेच परिशीलन करीत होतो. तेव्हा 'गणिका' या संस्थेविषयी आपण अवश्य लिहावे, अशी माझी मनोधारणा होती आणि 'भारतीय गणिका' या पुस्तकाची कल्पना सुचली.

गणिकासदृश शरीरविक्रय करणाऱ्या रमणी वा कलावंतिणी, ही 'वैश्विक दृश्यघटना' (युनिव्हर्सल फिनॉमिनन) आहे. इजिप्त, बॅबिलोनिया, फिनिशिया, ॲसिरिया,

ग्रीक, रोम आदी जगातील सर्व प्राचीन संस्कृतीतून अशा संस्थेचे अस्तित्व कमी-अधिक प्रमाणात आढळते. प्रदेशपरत्वे अशा रमणींना हेटीअरा, आएपरा, अएपी, कोर्टिझन, गैशा इत्यादी नावे असून मध्ययुगाच्या अखेरपर्यंत किंबहुना एकोणिसाव्या शतकाअखेर पाश्चिमात्य देशात ही संस्था तग धरून होती, मात्र तिचे स्वरूप परिस्थितीनुसार बदलत गेले आणि प्रशिक्षित मनोरंजन करणाऱ्या रमणींनी-वारांगनांनी तिची जागा घेतली.

प्राचीन भारतातील गणिका ही जशी शरीरविक्रय करणाऱ्या सामान्य स्त्रीहून (वेश्या) वेगळी होती, तद्वतच ही भारतेतर संस्कृतीमधील विशेषत: ग्रीक-रोमन संस्कृतीतील प्राचीन हेटीअरा, आएपरा, अएपी किंवा मध्ययुगातील इटली, इंग्लंड-फ्रान्समधील कोर्टिझन वा जपानमधील गैशा यांहून अगदी भिन्न होती. कारण 'प्राचीन भारतीय गणिका' या संस्थेला एक विशिष्ट संस्कृती होती, दर्जा होता आणि नीतिनियम होते. महत्त्वाची गोष्ट म्हणजे तिला तत्कालीन समाजात आणि राजदरबारी प्रतिष्ठा व मानमरातब होता. राजाकडून त्यांना काही बिदागी वा अनुदान मिळे आणि नीतिनियमांचे गणिकेकडून उल्लंघन झाल्यास, त्या शिक्षेस पात्र ठरत. राजाचे त्यांना संरक्षण असे आणि त्यांच्यावर नियंत्रणही असे. शासनात ती अनेक कर्तव्ये बजावीत असे. म्हणून प्राचीन-मध्ययुगीन भारतातील गणिका आणि अन्य प्राचीन-मध्ययुगीन देशांतील अशा प्रकारचा व्यवसाय करणाऱ्या रमणी वा वारांगना यांत सामाजिक-सांस्कृतिक दृष्ट्या मूलत: फरक होता.

'प्रास्ताविकात' गणिका या संस्थेचा उदय, विकास आणि ऱ्हास यांचा अगदी थोडक्यात परामर्श घेतला आहे. दुसऱ्या 'विदेशी गणिका' या प्रकरणात प्राचीन संस्कृतींतील अशा प्रकारच्या तत्कालीन रमणींविषयी थोडक्यात माहिती दिली असून युरोपमधील विशेषत: ग्रीक-रोमन संस्कृतींतील काही गणिकासदृश कलावंतिणींची भारतीय गणिकेच्या संदर्भात तौलनिक चर्चा केली आहे आणि पुढे इटली, फ्रान्स, इंग्लंड, जपान आदि पाश्चात्त्य देशांतील मध्ययुगीन काळातील अशा स्त्रियांविषयी लिहिले आहे.

यानंतरच्या 'भारतीय साहित्यातील गणिका', 'गणिकेचे प्रशिक्षण व वर्तन',

‘गणिकांची वेशभूषा-सौंदर्यप्रसाधने’, ‘विट’, ‘गणिकामाता’ आणि ‘प्रियकराचा राग-रंग’ या सहा प्रकरणांत ‘भारतीय गणिका’ या संस्थेची साहित्यसाधनांवरून भारतीय संस्कृतीच्या विकासाचे टप्पे ध्यानी घेऊन तपशीलवार चर्चा करण्याचा प्रयत्न केला आहे. अखेरीस भोजदेव लिखित ‘शृंगारमंजरीकथा’ या संस्कृत ग्रंथातील बारा कथांचा स्वैर भावानुवाद दिला आहे. त्यावरूनही तत्कालीन गणिकाजीवनाची कल्पना येईल. या पुस्तकातील चार लेख पूर्वी अनुक्रमे मेनका (दिवाळी अंक, १९८७, १९९२), साप्ताहिक संगमेश्वर (दिवाळी अंक, १९९४) आणि मालन (दिवाळी अंक, १९९४) यातून प्रसिद्ध झाले आहेत. त्यांत थोडी विशेष भर घालून त्यांचा अंतर्भाव या लेखांत केला आहे. या मासिकांच्या संपादकांचाही मी अत्यंत ऋणी आहे. या पुस्तकाच्या लेखनात मला अनेकांनी बहुमोल सहकार्य दिले. त्या सर्वांचा उल्लेख या छोट्याशा निवेदनात करणे शक्य नाही; तथापि काहींच्याबद्दल कृतज्ञता व्यक्त करणे, हे मी माझे कर्तव्य मानतो. माझे मार्गदर्शक आणि गुरुवर्य डॉ. म. श्री. माटे यांनी आपल्या बहुविध संशोधकीय कामातून वेळ काढून माझे हस्तलिखित अत्यंत काटेकोरपणे पाहिले आणि काही मौलिक व उपयुक्त सूचना दिल्या. त्याबद्दल मी त्यांचा मन:पूर्वक कृतज्ञ आहे, शतश: ऋणी आहे. मराठी विश्वकोश (वाई), शिवाजी विद्यापीठ (कोल्हापूर), प्राज्ञपाठशाळा मंडळ आणि टिळक ग्रंथालय (वाई) यांच्या विद्यमान ग्रंथपालांनी त्यांच्या ग्रंथालयातील अनेक संदर्भग्रंथ मला उपलब्ध करून बहुमोल मदत केली. विशेषत: श्री. न. व. नायगांवकर (मराठी विश्वकोश) आणि सौ. सुशीला नानजकर (प्राज्ञपाठशाळा मंडळ) यांनी अनेक दुर्मीळ ग्रंथ शोधून दिले. त्या सर्वांचा मी मन:पूर्वक आभारी आहे. माझ्या असंख्य, क्लिष्ट व किचकट टिपणांवरून माझ्या निवृत्तीपूर्वीचे मराठी विश्वकोशातील माझे सहकारी श्री. कृ. म. गायकवाड आणि सौ. म. जा. पोळ यांनी प्रस्तुत पुस्तकातील लेखांची रात्रीचा दिवस करून सुवाच्च प्रतिलिपी तयार करून दिली. त्याबद्दल मी त्यांचा अत्यंत आभारी आहे.

केवळ सवंग आणि सनसनाटी असे काहीतरी लिहावे, या उद्देशाने मी या विषयाकडे वळलो नाही. ‘गणिका’ या संस्थेने प्राचीन भारतातील समाजात एक

विशिष्ट स्थान मिळवलेले होते आणि समाजाची ती एक नैसर्गिक गरज बनली होती. म्हणूनच रामायण-महाभारत काळापासून मध्ययुगातील विजयानगर साम्राज्याच्या अस्तापर्यंत व काही वर्षे पुढेही गणिकांचे वास्तव्य भारतातील अनेक नगरांतून होते, याचे लिखित दाखले मिळतात. प्रदीर्घ काळ अस्तित्वात असलेल्या या संस्थेची सुसूत्र माहिती वाचकांना करून देण्याच्या प्रयत्नातून या ग्रंथाची निर्मिती झाली आहे. जिज्ञासू विद्वानांना आणि सूज्ञ वाचकांना हे पुस्तक आवडेल, असा विश्वास आणि आशा करतो.

– डॉ. सुरेश र. देशपांडे

दुसऱ्या सुधारित आवृत्तीचे निवेदन

आपल्या हाती दुसरी सुधारित आवृत्ती देताना मला आज एकप्रकारचे मानसिक समाधान लाभत आहे; कारण पहिल्या आवृत्तीच्या प्रकाशनानंतर (१९९६) एक-दोन वर्षांतच ती संपली आणि मला वाचकांकडून दुसरी आवृत्ती प्रकाशित करण्याविषयी अनेक पत्रे आली. काहींनी प्रत्यक्ष भेटून हा संशोधनात्मक विषय पुन्हा प्रकाशित करण्याची विनंती केली. एवढेच नव्हे, तर काही जिज्ञासू वाचकांनी सदर पुस्तकाच्या झेरॉक्स प्रती काढून त्यांचेही वितरण केल्याच्या वार्ता माझ्या कानी आल्या. परंतु माझ्या या व्यस्त वेळापत्रकातून या गोष्टींकडे तातडीने लक्ष देणे जमले नाही. शिवाय काही अपरिहार्य कारणांमुळे हे काम आपातत: रेंगाळले आणि दुसऱ्या आवृत्तीचा एकूण विषय मागे पडला. अखेर माझे जवळचे मित्र व थोर कादंबरीकार-साहित्यिक डॉ. आनंद यादव यांनी याबाबतीत पुढाकार व रस घेतला आणि 'आपण मेहता पब्लिशिंग हाऊसकडे या संदर्भात चौकशी तरी करू,' असे सांगितले. त्याप्रमाणे आम्ही उभयता मेहता पब्लिशिंग हाऊसचे श्री. सुनील मेहता यांना भेटलो आणि त्यांनी सुधारित आवृत्ती काढण्याचे मनावर घेतले. त्याबद्दल मी त्यांचा अत्यंत आभारी आहे.

या सुधारित आवृत्तीत मी प्रथमच पाकिस्तानातील गणिकासदृश कलावंतिणींच्या व्यवसाय व्यवस्थेविषयी डॉ. फौजी सईद या पाकिस्तानी व्युत्पन्न विदुषीने केलेल्या संशोधनात्मक प्रबंधाच्या आधारे माहिती संकलित केली आहे. तद्वतच अव्वल इंग्रजी अंमलात भारतातील संगीत-नृत्यादी कलांची जोपासना करणाऱ्या वारांगनांच्या कलाविष्काराला कशी ओहोटी लागली आणि या वारांगनांना अखेर चरितार्थासाठी शरीरविक्रयाच्या व्यवसायात नाइलाजाने पाऊल टाकावे लागले, त्याचीही संक्षिप्त चर्चा केली आहे. याशिवाय मध्ययुगातील अलीकडे प्रकाशित झालेल्या कोरीव

लेखांतून गणिकांची कला व वास्तव्य यांविषयीची माहितीही प्रस्तुत पुस्तकात अंतर्भूत केली आहे. तसेच पेशवाईतील विलासी जीवनावरील माहितीत, नव्याने उपलब्ध झालेली काही नाटकशाळांची माहिती घातली आहे.

प्रस्तुत सुधारित आवृत्तीस अनेकांनी बहुमोल सहकार्य दिले आहे. त्या सर्वांचा उल्लेख या छोट्याशा निवेदनात करणे शक्य नाही; तथापि काहींच्या बद्दल कृतज्ञता व्यक्त केलीच पाहिजे. माझे बालपणापासूनचे मित्र व ज्येष्ठ ख्यातकीर्त कादंबरीकार व लेखक डॉ. आनंद यादव यांनी आपला सर्व लेखनप्रपंच अल्पकाळ बाजूला ठेवून विषयाला अनुरूप अशी विचार परिप्लुत प्रस्तावना लिहून दिली. माझे व यादवांचे वर्षांनुवर्षांचे घरगुती मैत्रीपूर्ण संबंध लक्षात घेता, त्यांचे केवळ आभार मानणे फारच औपचारिक आणि कृत्रिम दिसेल! मला त्यांच्या ऋणात राहण्यातच आनंद व धन्यता वाटते. प्रस्तुत पुस्तकाचे डी.टी.पी. सौ. दीपाली हेमंत जाधव-माने यांनी अल्पकाळात करून दिले. त्याबद्दल त्यांचे आभार.

प्राचीन भारतीय समाजात दीर्घकाल अस्तित्वात असलेल्या या संस्थेविषयीची सूक्ष्म माहिती वाचकांना करून देण्याच्या प्रांजल उद्देशाने या ग्रंथाची निर्मिती झाली आहे. जिज्ञासू, अभ्यासू आणि सुज्ञ वाचकांना हे पुस्तक निश्चित आवडेल, असा विश्वास आणि आशा करतो.

३१ मार्च, २०१४ **– डॉ. सुरेश र. देशपांडे**
गुढीपाडवा

चार शब्द

डॉ. सुरेश रघुनाथ देशपांडे हे माझे बालपणापासूनचे मित्र आहेत. हायस्कूलचे शिक्षण होईपर्यंत आम्ही एकत्र शिकत होतो. महाविद्यालयीन पातळीवर मात्र आम्ही दोघांनी वेगवेगळे विषय घेतल्याने आमची काहीशी ताटातूट झाली. ते इतिहास घेऊन पदवीधर झाले आणि मी मराठी वाङ्मय घेऊन पदवीधर झालो. ते वाईच्या विश्वकोशाच्या कार्यालयात सहायक संपादक म्हणून कार्य करू लागले आणि मी महाविद्यालयात मराठीचा प्राध्यापक म्हणून रुजू झालो.

आज घडीला आम्ही दोघेही नोकरीतून निवृत्त झालो असलो, तरी आपआपल्या परीने आपल्या क्षेत्रात यथाशक्य लेखन करीतच असतो.

या पार्श्वभूमीवर डॉ. सुरेश र. देशपांडे यांनी 'भारतीय गणिका' हा त्यांचा संशोधन-सिद्ध ग्रंथ इ.स. १९९६मध्ये प्रथम प्रसिद्ध केला. त्याची प्रस्तुतची दुसरी सुधारित आवृत्ती आता प्रसिद्ध होत आहे.

त्यांच्या या ग्रंथामुळे सामान्य वाचकाला आपल्या प्राचीन संस्कृतीच्या एका महत्त्वाच्या पैलूविषयी सविस्तर आणि साधार माहिती मिळते आहे. विशेषत: भारतीय गणिकेच्या कामविषयक जीवनाचे साद्यन्त आणि साधार ज्ञान होते आहे.

हा ग्रंथ वाचून माझ्यासारख्या जिज्ञासू वाचकाला थक्क व्हायला होते.

भारतीय धर्मशास्त्रात 'धर्म, अर्थ, काम आणि मोक्ष' असे चार पुरुषार्थ मानलेले आहेत. यावरून असे दिसून येते की धर्म, अर्थ आणि मोक्ष यांच्याइतकाच 'काम' या पुरुषार्थालाही मानवी जीवनात महत्त्व आहे. ऐहिक जीवनातील सुखासमाधानासाठी 'अर्थ' आणि 'काम' यांची अत्यंत आवश्यकता आहे. त्याचे योग्य प्रमाणात अवलंबन केल्यास जीवनातील आनंद वृद्धिंगत व संतुलित व्हायला मदत होते.

पूर्वसूरींनी याच दृष्टीने विचार केल्यामुळे प्राचीन काळच्या अनेक शिल्पांत स्त्री-पुरुषांचे जे दर्शन घडते, ते कामोत्तेजक स्वरूपाचे वाटते.

या सर्वांचा ऐतिहासिक दृष्टीने विचार करून प्राचीन काळावर व संस्कृतीवर लिहिलेले अनेक संशोधनयुक्त ग्रंथ अभ्यासून डॉ. देशपांडे यांनी 'भारतीय गणिका' हा ग्रंथ सिद्ध केला आहे. जिज्ञासू मंडळींनी तो अवश्य वाचावा अशा योग्यतेचा वेधक ग्रंथ आहे.

अतिशय दुर्मीळ माहिती या ग्रंथात डॉ. सुरेश देशपांडे यांनी उपलब्ध करून दिलेली आहे. जिज्ञासूंनी या महत्त्वाच्या ग्रंथाचा जरूर अनुभव घ्यावा.

– डॉ. आनंद यादव

अनुक्रमणिका

प्रास्ताविक

कुटुंबसंस्था आणि विवाह संस्कार हे प्रथम केव्हा अस्तित्वात आले आणि समाजात प्रविष्ट झाले, याविषयी समाजशास्त्रज्ञांत एकमत नाही. प्रागैतिहासिक काळात अनियंत्रित व सरमिसळ लैंगिक संबंध होते. स्त्री-पुरुषांतील शरीरसंबंध हे इतर प्राणिमात्रांप्रमाणे नर-मादी अशाच नैसर्गिक स्वरूपाचे होते. वाटेल त्या स्त्रीला वाटेल त्या पुरुषाने रत्यर्थ धरून न्यावे, हा त्या काळी धर्म समजला जात असे. एखाद्या स्त्रीला कोणीच धरून नेले नाही, तर ती निराश होई व रडे की, 'आपणास कोणीच कसे धरून नेत नाही किंवा रतिसुख देत नाही.' अशा अनिर्बंध समागमाच्या काळात नीती आणि नात्यांची भानगड नव्हती. त्या वेळी जनन-फलनाचा गूढ साक्षात्कार आदिमानवाला स्त्रीमध्ये झाला; कारण मानवजन्मास पुरुष कारण आहे की नाही, त्याबाबत आदिमानवामध्ये अज्ञान किंवा शंका होती. त्या काळी स्त्री हीच जननी हे निश्चित माहीत असल्यामुळे मातृभक्तीचे उन्नयन आदिमातेच्या भक्तीत प्रतीत होण्याची प्रक्रिया मातृसत्ताक समाजसंस्थेत झाली. सर्वच जागतिक धर्मांमध्ये, प्रजा, पशू आणि धान्य यांच्या समृद्धीकरिता आवश्यक असलेले सुफलताविधी सापडतात. योनी, स्तन व लिंग ही सुफलता विधीतील पूज्य प्रतीके होती, असे प्राचीन व आदिम संस्कृतींच्या अध्ययनाने सिद्ध झालेले आहे. साहजिकच स्त्रीच्या अपत्यप्राप्तीच्या शक्तीमुळे किंवा स्त्रीयोनीतून विश्वाची निर्मिती होते, या कल्पनेमुळे पुढे स्त्रीला आदराचे स्थान प्राप्त झाले आणि मानवाने प्रथम देवत्व कल्पिले ते स्त्रीरूपात! सर्जनाची गहनगूढ शक्ती धारण करणाऱ्या देवीरूपात म्हणून जननशक्तीचे प्रतीक म्हणजे 'आदिमाता' होय. तिला 'आद्यशक्ती'ही म्हणतात. ही विश्वसर्जनाची देवता म्हणून सर्व जगात प्रसिद्ध आहे. त्यामुळे त्या काळी मातृवंश वैध मानला जाई.

पुढे आदिम समाजात सरमिसळ लैंगिक संबंधावर नियंत्रण येऊन स्त्रिया केवळ टोळीतल्याच पुरुषांशी शरीरसंबंध ठेवू लागल्या. या सुमारास पुरुषाला अनेक बायका असत आणि त्याच वेळी त्या बायकांचेही अनेक पुरुषांशी शरीरसंबंध असत. म्हणून त्यांची सामायिक मुले ही सर्वांचीच समजली जात. या रानटी अवस्थेत पुढे परिवर्तने व स्थित्यंतरे घडून आली आणि टोळीतल्या स्त्री-पुरुषांचे शरीरसंबंध संपुष्टात येऊन

एका टोळीतल्या स्त्री-पुरुषांचे दुसऱ्या टोळीतील स्त्री-पुरुषांशी साटेलोटे पद्धतीने शरीरसंबंध प्रस्थापित झाले. हळूहळू आई-बहीण शरीरसंबंध त्याज्य ठरले. निर्बंध आणि लैंगिक नीतिसंबंध निर्माण होऊ लागले. भौतिक विकासक्रमाबरोबर पुरुष आक्रमक बनत गेला आणि स्त्रीला दुय्यम स्थान प्राप्त झाले. परिणामत: कुटुंबसंस्था अस्तित्वात आली. विशिष्ट स्त्री आणि पुरुष यांमधील शारीरिक संबंधांना नैतिक-सामाजिक अधिष्ठान व वैधता देण्याच्या गरजेतून आणि कामप्रवृत्तीचे व्यवस्थापन करण्यासाठी विवाह संस्कार हा पवित्र विधी अस्तित्वात आला. विवाहविषयक नियम, संकेत, कायदे व धर्मविधी हे समाजशासित बनले. विवाहाला कायद्याचे संरक्षण, समाजमान्यता आणि कौटुंबिक सुरक्षितता लाभली. विवाहाचा प्रमुख उद्देश प्रजोत्पादन हा होता. त्यातून वंशवृद्धीची कल्पना दृढतर झाली. मनुष्य जसा समाजप्रिय व सुसंस्कृत होऊ लागला, तसे नीती, धर्म, सदाचार इत्यादी संकल्पनांना व मूल्यांना अनन्यसाधारण महत्त्व प्राप्त झाले. सामाजिक बंधनांच्या अनुकरणातच त्याचे अंतिम हित सामावलेले आहे, अशी भावना तत्कालीन समाजसुधारक, संतमहंत, पंडित, धर्मोपदेशक, पुरोहितवर्ग यांकडून जोपासली गेली. पुढे एका सद्‍हेतूने निर्माण झालेल्या या विवाहसंस्थेवर वडीलधारी माणसे, समाजधुरीण, पुरोहितवर्ग इत्यादी व्यक्तींचा एवढा प्रभाव वाढला की, वधू-वरांचे व्यक्तिगत मत, इच्छा-आकांक्षा, आवडी-निवडी इत्यादींना गौण स्थान प्राप्त झाले. परिणामत: अनिच्छेने, भिडेपोटी व आदरापोटी झालेली वैवाहिक सोयरिक केवळ विवाह संस्कारांमुळे कशीबशी तग धरून राहिली. त्यातून होणारे संघर्ष, कामवासनेची अतृप्ती, सहजसुखाचा अभाव त्यांच्या प्रक्रियेतून विवाहबाह्य संबंधांची निर्मिती झाली. ही निर्मिती शारीरिक संबंधाची आहे आणि तिचा उगम हा विवाह व्यवस्थेच्या प्रारंभापासूनच झाला आहे, कारण मानवाची 'नैसर्गिक कामेच्छा' हा या संबंधांच्या मागचा प्रमुख मूलस्रोत आहे. किंबहुना हे संबंध विवाहनामक कृत्रिम सामाजिक बंधनाची उत्स्फूर्त प्रतिक्रिया होत किंवा तत्कालीन समाजजीवनाचे ते एक वास्तव अंग होते. या सर्वांचा परिपाक म्हणजे पुरुष हा स्वैर वर्तनाकडे झुकला. हे स्वैर वर्तन बहुपत्नीकत्वातून, विवाहबाह्य संबंधांतून आणि गणिकांशी असलेल्या मैत्रीतून पाहावयास सापडते. स्त्रीकडे तो वर्षानुवर्षे एक 'भोगदासी' म्हणूनच पाहत आला आहे. तत्कालीन पुरुषप्रधान समाजनेही सहज कामप्रवृत्तीच्या शमनार्थ अशा संस्था खपवून घेतल्या नव्हे, त्यांना राजाश्रय लाभला आणि धनिकांचे सहकार्य मिळाले. त्या तत्कालीन समाजाची पुढे गरजच बनून राहिल्या.

आधुनिक समाजशास्त्रज्ञांत 'गणिका' वा 'वारांगना' या संकल्पनेच्या उद्‍गमाविषयी मतभिन्नता आहे. काहींच्या मते ही संकल्पना फार प्राचीन असून ती आदिम समाजात रूढ होती, तर काही समाजशास्त्रज्ञ ही संकल्पना प्रगत संस्कृतीच्या प्रसाराबरोबर,

लोकांच्या वाढत्या गरजांबरोबर समाजात प्रविष्ट झाली असे मानतात. हे तज्ज्ञ तत्कालीन समाजातील अवैध लैंगिक संबंध मान्य करतात; परंतु ते वेश्याव्यवसायाचे प्रकटीकरण असावे, ही गोष्ट गृहीत धरीत नाहीत. कारण आधुनिक वेश्याव्यवसायाचा मूलस्रोत आणि आवश्यक घटक समाजाच्या लाचखोरीत, आर्थिक भ्रष्टाचारात नि दारिद्र्यात आहे; तर प्राचीन काळातील ही संस्था धार्मिक गूढवादातून जन्माला आली असावी. तत्संबंधीचे आणि विशेषत: गणिकासदृश संस्थांबाबतचे उल्लेख प्राचीन साहित्यातून आढळतात. भारतात वैदिक वाङ्मयापासून मराठीतील एकोणिसाव्या शतकातील लावणी वाङ्मयापर्यंतच्या साहित्यात गणिक व गणिकासम रमणींच्या सौंदर्याचे, प्रेम चाळ्यांचे आणि व्यवसायाचे विपुल वर्णन आढळते.

प्राचीन काळातील सत्ताधीशांच्या कारकिर्दीत धार्मिक विधींना अनन्यसाधारण महत्त्व होते आणि या धार्मिक विधीत कामाशी संबद्ध अनेक संस्कार आढळतात. त्यामुळे वरवर पाहता ते स्वैरवर्तन वा व्यभिचार वाटला, तरी त्याच्या मुळाशी पवित्र धार्मिक कल्पना असे. धर्माची त्यास पूर्ण संमती होती. त्यामुळेच काही आधुनिक समाजशास्त्रज्ञ, आधुनिक वेश्याव्यवसाय अशा धार्मिक कल्पनांतून वृद्धिंगत झाला, फोफावला असे मानतात. धर्म आणि लैंगिक प्रबळ इच्छा यांचा अन्योन्य संबंध व प्राचीन काळी प्रजोत्पादनाला असलेले अपूर्व महत्त्व, यांतून अतिमानवी शक्तीवरील दृढविश्वास वाढीला लागला. त्या वेळी सर्व सामाजिक परंपरा, रूढी, चालीरीती या कमी-अधिक प्रमाणात धर्माधिष्ठित होत्या. परिणामत: त्यामुळे ही संस्था वा संकल्पनासुद्धा सहजगत्या त्याचीच एक उपप्रमेय ठरली. या संदर्भात विद्वानांनी काही सिद्धान्त मांडण्याचे प्रयत्न केले आहेत. त्यांपैकी फार्नेल या संदर्भात अनेक उदाहरणे देतो. तो म्हणतो, "पूर्वीच्या काळी समाजात अशी एक रूढी होती की, विवाहपूर्वी ऋतुप्राप्त झालेल्या तरुणीचा कौमार्यभंगाचा विधी करण्यात येई. त्यामुळे तिच्या भावी जोडीदाराचे विनासायास गूढ संकटांपासून संरक्षण होते, अशी भावना होती. एवढेच नव्हे, तर धर्मपरायण वारांगना परदेशस्थ अतिथीचे मनोरंजन करणे, हे एक पवित्र कर्तव्य मानीत. याशिवाय प्रजोत्पादन देवतेच्या मंदिरातील भक्तांनाही त्या आपले शरीर उपभोगार्थ देत. त्या ऊर्ध्वशिश्न असलेल्या देवतेच्या पुतळ्याबरोबरही संभोग करीत. ही चाल परवा-परवापर्यंत साउथ सी आयलंडमधील आदिम समाजात प्रचारात होती. सेंट ऑगस्टिन (इ.स. ३५४-४३०) यानेसुद्धा एकदा रोमन परिचारिका (मेट्रन) स्त्रियांची खरडपट्टी केली होती; कारण त्यांनी वाग्दत्त वधूंना प्रायेपस या ग्रीक प्रजोत्पादन देवतेच्या पुतळ्याच्या ऊर्ध्वशिश्नाशी संभोग करण्याची सक्ती केली होती. प्रायेपस म्हणजे एक बुटका भलेमोठे ताठ शिश्न असलेला पुतळा! हॅवलॉक इलिस या बाबतीत म्हणतात की, "या सर्व धार्मिक विधींच्या मुळाशी अशी एक कल्पना होती की, परमेश्वर वा त्याचे पुजारी किंवा देवाचा पुतळासुद्धा अशा

प्रकारच्या संभोग माध्यमातून आपल्या भक्तांमध्ये उत्पादनक्षमता निर्माण करतो वा बीजारोपण करतो.''

जगातील अशा प्रकारच्या गणिकासदृश रमणींना भिन्न संस्कृतीत प्रदेशपरत्वे भिन्न नावे आढळतात आणि त्यांच्यात ही धर्मप्रवृत्ती प्रकर्षाने जाणवते. हिरॉडोटस या प्रसिद्ध ग्रीक इतिहासकाराने बॅबिलोनियन संस्कृतीमधील एक अत्यंत लाजिरवाणी अशी धार्मिक प्रथा नोंदविली आहे. तो म्हणतो, ''तेथील समाजातील प्रत्येक स्त्रीला जीवनात एकदा तरी अ‍ॅफ्रोडायटी (रतिदेवता) देवतेच्या मंदिरात जाऊन त्रयस्थाबरोबर समागम करावा लागत असे. काही उच्चभ्रू स्त्रिया सर्वांबरोबर जाणे, हे कमी प्रतीचे व अप्रशस्त समजून घोडागाडीतून गुलामांच्या ताफ्यांसह जात. अशा प्रकारे दररोज तेथे स्त्रियांचा ताफा जात असे व त्या रांग लावून हा सोपस्कर पार पाडीत. पुरुष रपेट करण्यासाठी आनंदाने तिथे येत आणि या स्त्रियांमधील आवडीची विशिष्ट सुस्वरूप स्त्री निवडीत. एकदा प्रवेश केलेली स्त्री निर्धन परत येत नसे. तसा दंडक होता आणि हे धन वा नाणे मिलिट्टा (बॅबिलोनियन लोकांनी अ‍ॅफ्रोडायटी देवतेस दिलेले नाव!) देवतेच्या नावाने देण्यात येई व समागमानंतरच ते प्राप्त होई. शिवाय ते अत्यंत पवित्र मानण्यात येई. यामुळे ज्या सुस्वरूप तरुणी असत, त्या हा धार्मिक विधी तत्काळ आटपून घरी परत जात. त्यानंतर त्यांच्यावर असा प्रसंग पुन्हा येत नसे; मात्र कुरूप स्त्रियांना या पवित्र संकेताचे पालन करण्यास कित्येक दिवस वाट पाहावी लागे. हिरॉडोटस पुढे म्हणतो, ''की ही प्रथा सायप्रस बेटावरील काही भागातसुद्धा प्रचलित होती.'' पुढे-पुढे अनेक मंदिरांतून या प्रथेस ऊत आला आणि बॅबिलन हे नैतिक कर्मकृत्यांचे अग्रस्थान बनले. नंतर-नंतर पूर्वेकडे ही प्रथा हळूहळू सरकली आणि बॅबिलोनिनांनी पादाक्रांत केलेल्या भूप्रदेशांतही ती प्रसृत झाली. अशाच प्रकारच्या उत्पादनक्षमतेच्या कथा व कल्पना इजिप्त, कार्ताजीना, फिनिशिया या प्राचीन संस्कृतींतून आढळतात. यातून लोकांचे रंजन करणाऱ्या व शय्यासोबत देणाऱ्या स्त्रियांचा एक वर्ग जन्माला आला. ग्रीको-रोमन संस्कृतीमधील हेटीअरा, आएपरा किंवा कोर्टिझन या गणिकासदृश तरुणींच्या संकल्पनेमागेसुद्धा अशाच प्रकारच्या धार्मिक कल्पना होत्या. बॅबिलनमध्ये जी गोष्ट मिलिट्टा या देवतेसाठी होत असे, तीच गोष्ट ग्रीकांमध्ये अ‍ॅफ्रोडायटीसाठी करण्यात येई. एवढेच नव्हे, तर ग्रीकांच्या देवता समूहात डायोनिअस, प्रायेपस इत्यादी काही लिंगपूजक देवता होत्या आणि हेटीअरांनी अशा मंदिरांच्या सान्निध्यातच वास्तव्य करावे, असा किमान सुरुवातीस तरी शासनाचा दंडक असे. सोलोन (इ.स.पू. सहावे शतक) राजाने अशा प्रकारच्या रमणींची वा वारांगनांची एक यादी केली होती. त्याने या वारांगनांवर वचक बसावा म्हणून 'डायक्टेरिऑन' नावाचे एक एकांत स्थळ अशा प्रकारच्या अनैतिक उद्योगांसाठी निर्माण केले होते आणि राजा अशा वारांगनांकडून एक विशिष्ट

प्रकारचा कर वसूल करीत असे. या करातून त्याने ॲफ्रोडायटी देवतेचे भव्य मंदिर बांधले, मात्र त्या वेळी कॉरिंथ व स्पार्टा या नगरांतून अशा वारांगनांवर कोणताही कर नव्हता.

भारतात हिंदू धर्मावरील शास्त्रीय ग्रंथांतून स्त्रीच्या पातिव्रत्याच्या अनेक कथा पाहावयास मिळतात. धर्मपत्नीसंबंधी मनू म्हणतो, "तिने आपल्या पतीची देव म्हणून नित्यनैमित्तिक पूजा केली पाहिजे, मग पती जरी दुर्वर्तनी किंवा निष्काम असला, तरी चालेल!" व्यभिचार विशेषत: स्त्रियांच्या बाबतीत तिरस्करणीय कृत्य मानण्यात येई आणि तो घडल्यास महापातक समजण्यात येई. एवढेच नव्हेतर सतीची चालही भारतातील काही भागात विसाव्या शतकातही रूढ असल्याचे काही दाखले आढळतात. एवढा विश्वास पतीविषयी प्राचीन भारतीय स्त्रीच्या मनात वास करीत असे; तथापि एवढे असूनसुद्धा येथील समाजात भारतातील धर्मांनी गणिका व्यवसाय आणि स्त्रीचे भाडोत्री प्रेम याबाबत सहिष्णू भूमिका घेतलेली दिसते. त्या काळी राजे लोक हे अशा गणिकांचे पोशिंदे असत. त्यांनी अनेक गणिकांना आश्रय दिलेला होता आणि पवित्र अशा मंदिरांतूनही हा व्यवसाय चालत असे. त्यातून सेवा करणाऱ्या तरुणींना 'देवदासी' म्हणत. त्यामुळे हे चित्र पाहिल्यावर सामान्य माणूस या विरोधाभासामुळे क्षणभर बुचकळ्यात पडतो; परंतु नीती-अनीतीच्या कल्पनांचे चित्र स्पष्ट होण्यास मदत होते.

शरीरविक्रय करणाऱ्या स्त्रियांच्या व्यवसायाकडे हिंदू तिरस्काराच्या नजरेने पाहात, पण गणिकांकडे नव्हे! गणिकांना काही खास अधिकार असत आणि राजेलोकही गणिकांना काही खास सवलती देत, त्यांचा मानसन्मान करीत. मध्ययुगीन काळातील नगरीतील गणिकांचा वसाहतीचा भाग हा नगरीच्या प्रतिष्ठेचा भाग मानला जाई. त्यांच्याबद्दल सहानुभूती, आदर तर होताच, पण शहराच्या त्या भूषण मानल्या जात! त्यांचा उल्लेख नगराचा अलंकार, नगरीचे रत्न अशा शब्दांत साहित्यातून आढळतो. राजे लोक प्रसंगोपात त्यांचा सल्ला घेत. गणिका बहुश्रुत असून चौसष्ट कलांत पारंगत असत. त्यांची चालण्याची ढब, बोलण्यातील विनय आणि अनुपम सौंदर्य यांविषयी अनेक उल्लेख आढळतात. अनेक लेखक-तत्त्वज्ञ यांनाही त्यांचा आश्रय असे. त्या बहुविध विषयांवर चर्चा करीत. त्या संभाषणात चतुर असत, हुशार आणि समंजस म्हणून त्यांची ख्याती होती. गरिबांबद्दल उदार अंत:करणाच्या आणि वरिष्ठांना आदर दर्शविणाऱ्या त्या होत्या. राजपुत्र, सरदार, धनिक, कवी, तत्त्वज्ञ, उच्च अधिकारी असे सर्व उच्चभ्रू स्तरांतील लोक त्यांच्या सहवासाची अभिलाषा धरीत. प्रसिद्ध गणिकेमुळे शहराची प्रसिद्धी वाढत असे. म्हणून राजे लोक शेजारच्या देशातील परकीय नगरीतील विख्यात गणिकांना आमिषे दाखवून विशेष सवलत देऊन आपल्या राज्याची कीर्ती वाढावी म्हणून मुद्दाम

पाचारण करीत, असे काही उल्लेख साहित्यातून सापडतात. त्या नगरीच्या सर्व उत्सव-समारंभांतून भाग घेत. धार्मिक मिरवणुकीत सहभागी होत. शहरातील कोंबड्यांच्या झुंजी, पक्षिणींच्या झुंजी, बकऱ्यांच्या झुंजी, भिन्न प्राण्यांच्या शर्यती, कंदूक क्रीडा, जलक्रीडा, उद्यानविहार, वनभोजन अशा विविध करमणुकीच्या कार्यक्रमात त्या आघाडीवर असत. नाट्यमंचावर नृत्य-नाट्यात नटी म्हणूनही त्या संवाद म्हणत आणि अभिनय करीत. त्या नाटकाच्या रोमांचकारी कथानकाच्या नायिका म्हणूनही साहित्यातून वावरताना दिसतात. राजा सिंहासनाधिष्ठित, रथात, पालखीत वा शिकारीला जात असता किंवा अन्यस्थळी विराजमान झाला असता, त्याच्यावर छत्र धरणे, त्याला पंख्याने वारा घालणे, चवरी वारणे इत्यादी कामे त्यांनी करावीत, असा संकेत आणि दंडक होता. ही परंपरा भारतात मध्ययुगापर्यंत राजरोजसपणे समाजात चालू असल्याची अनेक उदाहरणे मिळतात. गणिकांशी असलेल्या संबंधाविषयी समाजात त्या वेळी फारशी नाराजी तर नव्हतीच; पण गणिकांशी आणि वेश्यांशी संबंध ठेवणे, हे समाजमान्य होते. प्राचीन काळापासून आजपर्यंतच्या लोकवाङ्मयातील स्त्री-पुरुष संबंधविषयक कथांचा मोठा भाग गणिका-संबंधातील कथांचा आहे. त्यातून राजे लोक, त्यांचे मांडलिक, जहागीरदार, सरदार आणि धनिकवर्ग यांचा गणिकांकडे पाहण्याचा दृष्टिकोन प्रेमळ, अगत्यशील व सहानुभूतीचा दिसत असला, तरी त्यांच्या व्यवसायावर, वस्ती-वर्तनावर शासनाचे अनेक निर्बंध असत. त्यांना व्यवसाय कर भरावा लागे आणि त्यांची कधीकधी देखभालही स्वतंत्र अधिकाऱ्यामार्फत केली जाई. कायदेकानूंचे त्यांच्याकडून उल्लंघन झाल्यास प्रशासन (राजसत्ता) त्यांना दंड ठोठावी किंवा गुन्ह्याच्या स्वरूपानुसार शारीरिक शिक्षाही देण्यात येई. याविषयीची तपशीलवार माहिती 'कौटिलीय अर्थशास्त्र' आणि गणिकाव्यवसायावरील काही स्वतंत्र ग्रंथांतून मिळते. त्यांतूनच गणिका या आपला व्यवसाय किती सावधगिरीने व एकनिष्ठेने करीत असत किंबहुना धनसंचयासाठी त्यांनी तसे वागावे, अशी गणिकामातेची (कुट्टनीची) तीव्र इच्छा असे.

गणिका या यौवनमय शय्यासखी आहेत. त्यामुळे पुरुषाशी कोणतीही भावनिक गुंतवणूक न करणारा, मुक्त उपभोक्ता स्वतंत्र असा हा स्त्री-वर्ग आहे. आपली कला, अनुपम सौंदर्य, देह आणि त्याला आवश्यक असे प्रेमाचे लटके भांडवल, हा त्यांच्या धंद्याचा भाग आहे. त्यांच्या 'विक्रय' वस्तूंचा बाजार तेजीत चालावा, इतकाच त्यांचा हेतू असतो. हा व्यापार असल्याने फसवणूक आहेच, पण ही गोड फसवणूक आहे. फसणारी व फसणारा दोघे जाणूनबुजूनच हा व्यवहार करीत असल्याने यात फसवणुकीचे, वंचनेचे दुःख नाही. कारण गणिका आणि तिचे गिऱ्हाईक यांतील संबंध हे पूर्णतः बाजारी व क्षणिक असतात. येथे कोणीच दीर्घकाळ व कायमचे निष्ठेने गुंतणार नाही, याची खबरदारी गणिकामाता किंवा

कुट्टिणी व गणिकाही घेत असते. आणि तसे गुंतणे तिच्या धंद्याला परवडणारे आणि व्यावहारिकदृष्ट्या झेपणारेही नाही, हे गणिकेला पक्के माहीत असूनसुद्धा प्रत्येक गणिका-नायिका 'गरती'चा आव आणताना दिसते. कारण आपण 'गरती' असावे, ही कदाचित तिच्या सुप्त मनाची ओढ असेल, पण तिने 'गरती' असावे, असे त्या पुरुषालाही मनातून वाटत असावे. तिने 'गरती' असावे याचा नेमका अर्थ काय? तर फक्त आपल्याशीच तिने एकनिष्ठ आणि मर्यादाशील राहावे. त्यामुळे 'ती' त्याच्या मनाचा कल ओळखूनच गरतीचे नाटक करीत राहते, पण हे करीत असताना किंवा नाटक वठवीत असताना, ती त्याच्या संपत्तीवर पूर्ण डोळा ठेवून असते. त्या पुरुषाला एकीकडे विवाहबाह्य संबंधांसाठी लीलासहचरी हवी असते आणि दुसरीकडे तिने विवाहित पत्नीसारखे एकनिष्ठ असावे, अशी अपेक्षाही असते. असा हा व्यवहार इतिहास काळाच्या प्रारंभापासून मध्ययुगापर्यंतच्या अगदी उत्तर पेशवाईपर्यंतच्या काळापर्यंत व्यापारी, श्रेष्ठीपुत्र, वणिकपुत्र, युवराज, सरदार इत्यादी धनिकवर्गातील मंडळी आणि गणिका यांत अलिखित संकेतानुसार चालू असल्याचे विविध दाखले वाङ्मयातून मिळतात.

या काळात गणिकेकडे जाणे हे अनैतिक वा निंद्य व्यसन आहे, असे समाज मानीत नव्हता आणि हे नैतिक शिथिलतेचे लक्षण तिरस्करणीयही समजले जात नसे. उच्चवर्गीय समाज संपन्न होता, त्याला त्या वेळी हात-पाय हलवून पोटाला मिळविण्याची गरज निर्माण झाली नव्हती. त्यामुळे मनोरंजन व करमणुकीसाठी त्या निमित्ताने ऐषोआराम करण्यास मुबलक वेळ होता. एका पारंपरिक अशा संरंजामशाहीत तो वावरत होता. गणिका ठेवणे, हा या सरंजामशाहीचा केवळ शौकच नव्हता, तर तो प्रतिष्ठेचा मानबिंदू होता, आर्थिक सुस्थितीचे ते चिन्ह समजले जाई.

गणिका ही संस्था विकसित स्वरूपात मध्ययुगापर्यंत भारतात असल्याचे लिखित व पुरातत्त्वीय दाखले मिळतात. विजयानगर साम्राज्याच्या अस्तानंतर पेशवाईच्या अवनतीपर्यंत म्हणजे इ.स. १५६५ ते १८१८ या अडीचशे वर्षांच्या काळात – म्हणजे मोगल काळात मराठी अमलात ब्रिटिशांच्या आगमनाने वसाहतवादाच्या प्रसाराबरोबर आणि पाश्चात्त्य संस्कृतीच्या प्रभावाखाली भारतातील पारंपरिक समाजव्यवस्थेत लक्षणीय बदल घडले. त्याचा एक दृश्य परिणाम म्हणजे गणिका संस्थेला ओहोटी लागली आणि पुढे अव्वल इंग्रजी अमलात ती जवळ-जवळ नष्ट होऊन तिची जागा वेश्या व्यवसायाने घेतली. याला मुख्य कारण औद्योगिक क्रांती होय! या क्रांतीमुळे सरंजामशाही आर्थिक व्यवस्थेचा पायाच डळमळीत झाला. सरंजामदारांचे आणि जमीनदारांचे अर्थव्यवस्थेवरील वर्चस्व नष्ट झाले. १८४९मध्ये विविध देशांत ज्या क्रांत्या झाल्या, त्यांनीच सरंजामशाहीला शेवटचा मोठा धक्का युरोपमध्ये दिला. त्याचे परिणाम भारतीय समाजव्यवस्थेवरही

झाले. शेतकरी दास्यातून मुक्त झाला आणि कामगारवर्ग वाढला, उद्योगक्षेत्रे फोफावली. कारखान्यात मोठ्या प्रमाणावर कामगारांनी एकत्र येऊन यंत्राच्या साहाय्याने केलेले उत्पादन, हे स्वरूप औद्योगिक क्रांतीने धारण केले. वाहतूक-दळणवळण व्यवस्था यांत आमूलाग्र बदल झाले. शहरांची झपाट्याने वाढ झाली. खेड्यात राहणारा, शेती करणारा वा घरात उत्पादन करणारा श्रमिक क्रांतीनंतर शहराकडे ओढला गेला आणि कामगारवर्ग मोठ्या संख्येने शहरात स्थायिक झाला. सामाजिकदृष्ट्या नागरीकरण हा औद्योगिक क्रांतीचा सर्वांत मोठा परिणाम होता. त्यामुळे परंपरागत समाज-व्यवस्था हळूहळू लोप पावली आणि त्यांना आश्रय दिलेल्या संस्थाही संपुष्टात येऊन राजेशाहीची जागा वसाहतवादाने, क्वचित लोकसत्ताक पद्धतीने घेतली. राष्ट्रीय संपत्ती वाढली, सुबत्ता आली आणि मनुष्याच्या वाट्याला अधिक सुखसोयी आल्या.

या क्रांतीमुळे व वसाहतवादाच्या आगमनाने सामाजिक-राजकीय-धार्मिक परिस्थितीत आमूलाग्र परिवर्तने घडली आणि अनेक सामाजिक स्थित्यंतरे झाली, तसे परंपरागत व्यवसाय, प्रामुख्याने गणिका-कलावंतिणींसारख्या मनोरंजन करणाऱ्या संस्था यांना हळूहळू अधोगती लागली. शिवाय मोठ्या वाड्यांतील सरंजामदारांना बसून खाण्याइतकी जी सुविधा होती, ती बदलत्या परिस्थितीनुसार आणि कुटुंबाच्या वाढत्या विस्ताराबरोबर हळूहळू कमी होऊ लागली आणि लोकांना व्यवसाय-धंद्यानिमित्त घर सोडून गावाबाहेर इतरत्र जावे लागले. त्यांना आधुनिक शिक्षण घेण्याची संधी उपलब्ध झाली. नवी पिढी नव्या विचारांनी भारून जाऊ लागली आणि गणिका-कलावंतिणीकडे जाणे म्हणजे वेश्यागमन ही प्रथा निंद्य असल्याची भावना पांढरपेशा वर्गात विशेषत: उच्चवर्गीय समाजातील सुशिक्षित तरुण पिढीत उदित झाली. स्वास्थ्याच्या संसर्गाने येणाऱ्या या शौकाची आसक्ती कमी झाली; तथापि अंगवस्त्रे बाळगण्याची किंवा कामासाठी शहरात सतत एकटे राहावे लागल्यामुळे प्रासंगिक वेश्यागमन करण्याची वृत्ती समाजातून पूर्णपणे नष्ट झाली असे नव्हे. त्याचे केंद्र व स्वरूप ही दोन्ही बदललेली आहेत. आता हा व्यवसाय औद्योगिक शहरांकडे अधिकतर सरकला गेला. जगातील प्रत्येक देशातील महत्त्वाची बंदरे ही याची जवळ-जवळ माहेरघरे बनली आहेत. यांत परदेशी मुलींचीही भर पडत आहे. कामगार-मजूर यांबरोबरच काही लष्करी वा उच्चपदस्थ अधिकारी, व्यापारी इत्यादींची शारीरिक भूक भागविण्याचे काम करण्यासाठी वेश्यांचे आणि कॉलगर्लसचे आगमन या नगरांतून होते. या वेश्या एक तर पोट भरण्यासाठी हा व्यवसाय पत्करतात किंवा हौसेपोटी-चैन व छानछोकी राहणीमानाच्या अभिलाषेने समाजात वावरत असतात. सर्व देशांतून यास वैधता प्राप्त झालेली नसली, तरीसुद्धा पाश्चात्त्य देशांत या व्यवसायाकडे पाहण्याचा दृष्टिकोन बदलत चालला आहे. अलीकडे १९९१मध्ये चरितार्थाकरिता पैसा

मिळविण्याच्या इतर अनेक आर्थिक व्यवसायांप्रमाणे वेश्याव्यवसाय हाही एक विश्वसनीय आर्थिक व्यवसायच मानण्यात यावा, असा महत्त्वपूर्ण निकाल युरोपियन न्यायालयाने दिला असून डॅनिली रोक्स या विद्यमान फ्रेंच सौंदर्यवतीला बेल्जियममध्ये आपला व्यवसाय सुरू करण्यास परवानगी देण्यात आली. हा निर्णय 'रोम येथील करारानंतर १९५७पासून एका देशातील नागरिकाला सदस्य राष्ट्राच्या इतर कुठल्याही देशात जाऊन राहण्यास व प्रपंचासाठी आर्थिक व्यवहार-व्यवसाय करण्यात अनुमती देण्यात यावी,' यावर आधारित आहे.

विदेशी गणिका

बहुतेक सर्व प्राचीन संस्कृतींतून गणिकासदृश वारांगनांची संस्था अस्तित्वात असल्याचे अनेक लिखित पुरावे मिळतात. ईजिप्शियन, बॅबिलोनियन, सिरियन, फिनिशियन इत्यादी संस्कृतींत ही संस्था धर्माश्रयाने वाढीस लागली आणि तिचे रूपांतर पुढे वेश्याव्यवसायात झाले, पण ग्रीस, इटली, भारत अशा काही देशांत या संस्थेस एक विशिष्ट दर्जा प्राप्त झाला आणि या वारांगना म्हणजे तत्कालीन समाजातील महत्त्वाच्या व्यक्ती बनल्या. ग्रीक संस्कृतीचे अनुकरण पुढे रोमन संस्कृतीने केले आणि युरोपमधील अनेक देशांत ही संस्था प्रविष्ट झाली. एकोणिसाव्या शतकाच्याअखेरपर्यंत ही संस्था कार्यरत असल्याचे उल्लेख वाङ्मयातून आढळतात. तत्संबंधीच्या मनोरंजक कथांवर पुढे कादंबऱ्या लिहिल्या गेल्या आणि काही चित्रपटही काढण्यात आले. प्राचीन ग्रीसमधील अथेन्स, स्पार्टा, कॉरिंथ, थिब्झ वगैरे नगरराज्यांतून तरुण-तरुणींवर विवाहापूर्वी विवक्षित अशी लैंगिक समागमाच्या बाबतीत कोणतीच बंधने नव्हती. त्यांना स्वैर प्रेमाची मुभा होती. युद्धकला आणि योद्धे यांनाच त्या वेळी समाजात अतिशय महत्त्व होते. किंबहुना सततच्या संघर्षामुळे ती तत्कालीन समाजाची निकड समजली जाई. त्यामुळे साहजिकच प्रणय किंवा लैंगिक आकर्षण ही प्रजननाच्या दृष्टीने जरी आवश्यक बाब असली, तरी तिच्याकडे उत्तम योद्धे जन्माला घालण्याच्या एका विशिष्ट हेतूनेच पाहिले जाई. त्यामुळे लैंगिक आसक्तीकडे समाज फार काटेकोरपणे पाहत नसे.

ग्रीक वारांगनांचे तीन प्रमुख वर्ग होते. त्यांना अनुक्रमे हेटीअरा, अलेट्रायडी आणि टिक्टेरीडी अशी नावे असून त्यांचा दर्जा बुद्धिमत्ता, विशेष कौशल्य, हजरजबाबीपणा, शिक्षण आणि अंगकाठी वा सौंदर्य यावरून ठरविण्यात येई. यांतील डिक्टेरीडी या जवळ-जवळ सामान्य वेश्या असून कोळी, मच्छीमार, जहाजावरील कामगार यांची लैंगिक भूक वा कामेच्छा त्या तृप्त करीत. त्यांचा वावर मुख्यत: अथेन्स शहराबाहेर समुद्रकाठी असे. त्यांच्या वसाहतीला 'पायरीअस' म्हणत. पुढे या वेश्या प्रमुख नगरांच्या उपनगरांत राहू लागल्या आणि पारदर्शक झिरझिरीत कपडे घालून आपल्या नाजूक अवयवांचे प्रदर्शन करू लागल्या. त्यांपैकी

काही पुरुषांना विशेषत: गिऱ्हाईक पटले किंवा त्याने विशिष्ट स्त्रीची निवड केली की, तो पुरुष तेथील भिंतीवर त्या मुलीचे नाव नोंदवी. पुढे ती दोघे देण्याघेण्याचा व्यवहार ठरवीत. अशाप्रकारे 'डिक्टेरीडी' हा वर्ग म्हणजे शरीरविक्रय करणाऱ्या सामान्य मुलींचा-वेश्यांचा होता.

या वर्गापेक्षा उच्च आणि नृत्यगायनादी कलांत निपुण असलेल्या तरुणींच्या वर्गाला 'अलेट्रायडी' म्हणत. त्यांचे एका रात्रीच्या शय्यासोबतीचे दरही डिक्टेरीडी तरुणींपेक्षा तुलनात्मक दृष्ट्या जास्त होते आणि त्यांच्याकडे श्रीमंत-सधन लोक विशेषत: उच्चभ्रू वर्गातील नागरिक जात. सुरुवातीस या तरुणी-वारांगना आपल्याकडे आलेल्या पाहुण्याची व त्याच्या मित्रमंडळींची नृत्य-गायनादी कार्यक्रमांनी करमणूक करीत व नंतर त्यास शय्यासोबत देत. या तरुणी कलांत पारंगत असत आणि त्यांच्या माता लहानपणीच त्यांना नृत्य-गायनादी कलांचे प्रशिक्षण देत आणि या विशिष्ट व्यवसायासाठी त्यांना तयार करीत.

या दोन्ही वारांगनांच्या वर्गांपेक्षा ग्रीक संस्कृतीत हेटीअरा या वर्गास विशेष स्थान होते. या वर्गातील तरुणी देखण्या, हजरजबाबी, चाणाक्ष आणि एकूण सर्वच बाबतीत सुसंस्कृत व उच्च दर्जाच्या असत. यांतील काही निवडक हेटीअरा या तत्कालीन राजकीय मुत्सद्यांच्या रखेल्या म्हणूनही राहिलेल्या होत्या; तर काहींनी प्रत्यक्षात धनवान व प्रतिष्ठित अशा व्यक्तींशी विवाह करून संसारही थाटला होता. ग्रीसमधील उच्चभ्रू समाजाच्या मनोरंजनासाठी व ऐहिक सुखासाठी हेटीअरा ही संस्था कार्यरत होती; पण या संस्थेवर सामान्यत: शासनाचे कडक निर्बंध असत. हेटीअरा किंवा हेटाइरा या शब्दाचा अर्थ 'सोबती' असा आहे. सुरुवातीस या तरुण स्त्रिया सामान्य वर्गातील व समाजातून किरकोळ कारणांसाठी बहिष्कृत केलेल्या वा टाकलेल्या अशा असत. त्या हीन चारित्र्यामुळे समाजाच्या अनादरास पात्र ठरलेल्या किंवा पोक्त विवाहित स्त्रीच्या कर्तव्य-बंधनांतून, घरकुलाच्या किंवा संसाराच्या एकांतवासातून-विविक्तवृत्तीतून पळून जाऊन स्वैराचाराकडे आकर्षित झालेल्या अशा आढळतात. त्या स्वतंत्रपणे राहत असत आणि आसपास हव्या असलेल्या तरुण पुरुषास आमिष वा लालूच दाखवून आपल्या जाळ्यात अडकवीत असत आणि त्या प्रेमिकाचे मनोरंजन व करमणूक आपल्या घरी करीत, त्याला शय्यासोबत देत. अशा या वारांगनांना शासनाने सामान्यत: नागरी हक्कांपासून वंचित ठेवलेले होते. त्यांनी कसे राहावे, कोणते कपडे परिधान करावेत, कोणत्या मंदिरात प्रवेश करावा, इत्यांदीविषयी अत्यंत कडक बंधने वा निर्बंध होते. ॲफ्रोडायटी पॅन्डेमॉस या ग्रीक रतिदेवतेच्या मंदिराव्यतिरिक्त इतर अन्य धार्मिक स्थळांत त्यांना सहसा प्रवेश नसे. आपण हेटीअरा आहोत हे समाजाला कळावे किंवा ते दर्शविण्यासाठी शासकीय नियमांनुसार त्यांना फुलांनी सजविलेले कपडे, विशेषत: उत्तरीय – फ्रॉक्स

सक्तीने घालावे लागत. सुरुवातीच्या हेटीअरा या तरुणी सडपातळ व काळ्या-सावळ्या वर्णाच्या चुणचुणीत मुली होत्या. आयोनियनांना पिंगट-तपकिरी रंगाच्या सुंदरी आवडतात, म्हणून या वारांगना केसांना रंग वा मेंदी लावीत असत. काही निवडक बहुश्रुत, कलानिपुण व शिक्षित हेटीअरा वगळता अन्य तरुणींचे शिक्षण बेताचेच झालेले असे. प्रसंगोपात् त्या वाचन-लेखन करीत आणि चौकातील व्याख्यानांना जात वा एखाद्या चर्चासत्रात सहभागी होत. ज्या काही अतिशय चाणाक्ष, हुशार, बहुश्रुत आणि वक्तृत्वशास्त्रात तरबेज होत्या, त्या आपल्या सुसंस्कृत आश्रयदात्यांचे आपल्या लाघवी, विनोदप्रचुर, गोड संभाषणाने मनोरंजन करीत आणि त्यास शय्यासोबत देत. थेईस, डायओटिमा, थर्जिलिया, लिआँटियम, ॲस्पेशिया या काही तत्कालीन प्रसिद्ध हेटीअरा तत्त्वज्ञानविषयक चर्चेतील नामांकित विवादपटू म्हणून प्रसिद्ध पावल्या होत्या आणि त्यांनी ग्रीक वाङ्मयही समृद्ध व विकसित करण्याला हातभार लावलेला दिसतो. त्यांच्यापैकी काही अतिशय बुद्धिमान व हजरजबाबी असून अयोनियन ग्रीक साहित्यात हेटीअरांच्या चटकदार कवितांची 'स्तबके' (काव्यसंग्रह) आहेत. ग्रीक साहित्यात हेटीअरांच्या या साहित्यिक गुणांशिवाय त्यांच्या संगीतप्रेमाविषयी तसेच वादविवादपटुत्वाबद्दल आणि संगीत-वाद्यांतील कुशलतेबद्दल इत्यंभूत माहिती मिळते. या हेटीअरा तत्कालीन उच्चभ्रू ग्रीक समाजातील पुरुषांच्या संगतीत मजा मारीत आणि कोणत्याही पुरुषाला, विवाहित वा अविवाहित, गरीब वा श्रीमंत त्यांच्या सहवासात राहण्यास शरम वाटत नव्हती. मोठमोठे तत्त्वज्ञ, मुत्सद्दी, राजकारणी पुरुष, सेनापती, योद्धे अशा बहुश्रुत लावण्यसुंदरी हेटीअरांची मर्जी संपादण्यासाठी प्रयत्नांची पराकाष्ठा करताना दिसतात. तद्वतच धनाच्या राशी त्यांच्या पायाशी ओतताना आढळतात. प्लुटार्कप्रमाणे तत्कालीन इतिहाकारही धार्मिकतेने अशा गोष्टींची इमानेइतबारे नोंद करण्यात गढलेले दिसतात. अशा प्रकारे अनेक ग्रीक हेटीअरांनी समाजात त्या वेळी आपल्या पांडित्याने नि तार्किक वादविवादपटुत्वामुळे एक शाश्वत स्थान मिळविले होते.

पेरिक्लीज (इ.स.पू. ४९५-४२९) हा अथेन्सचा राज्यकर्ता-मुत्सद्दी. त्याने केलेल्या सुधारणा आणि अथेन्सचे वाढविलेले महत्त्व यामुळे त्याच्या काळाचा उल्लेख 'सुवर्णयुग' या शब्दांत करतात. पेरिक्लीजच्या जीवनात ॲस्पेशिया या हेटीअराला विशेष स्थान व महत्त्व होते. ॲस्पेशिया ही मूळची आयोनियामधील एक सुंदर, देखणी, चाणाक्ष व बुद्धिमान हेटीअरा. ती मेगारामध्ये हेटीअरांचा एक अवैध क्लब ऐषारामात चालवीत असे. पुढे तिने त्यातील काही निवडक बुद्धिमान हेटीअरांना अथेन्समध्ये आणले आणि तिथे इ.स.पू. ४५०मध्ये तत्त्वज्ञान व वक्तृत्वकला यांचे शिक्षण देणारे विद्यालय काढले. या विद्यालयातून ती मुख्यत्वे स्त्री-शिक्षणाला उत्तेजन देत असे. त्यामुळे अनेक सधन मुली आणि विवाहित स्त्रिया तिच्या

विद्यालयात येऊ लागल्या. या विद्यालयात काय चालले आहे, हे पाहण्यासाठी काही तत्कालीन थोर विचारवंत, तत्त्वज्ञ, कवी, नाटककार व मुत्सद्दीही येत असत. त्यांत तत्त्वज्ञ सॉक्रेटिस, ॲनेक्झॅगोरस, शिल्पी फिडियस, नाटककार युरिपिडीझ आणि ॲरिस्टोफेनीस आणि राज्यकर्ता-सेनापती पेरिक्लीज हाही होता. यांपैकी बहुतेकांनी ॲस्पेशियाकडून आपण वक्तृत्वकला आत्मसात केली, असे तिच्याबद्दल गौरवोद्‌गार काढले आहेत. पेरिक्लीज तिच्या सौंदर्यामुळे नि वाक्चातुर्यामुळे तिच्यात अधिक गुंतला. त्याला ती शय्यासोबतही देत असे. पेरिक्लीजच्या पत्नीने अन्य दुसऱ्या एका पुरुषाशी त्या वेळी संबंध जोडले होते. त्यामुळे तो तिला अधिकच चिकटला आणि प्रणयाराधना करू लागला. तत्कालीन कायद्यांमुळे या सुंदर, बुद्धिवान व वाक्चतुर अयोनियन स्त्रीशी त्याला सरळ विवाह करता आला नाही; तथापि अथेन्समधील लेखक, कवी, कलावंत, राजकीय नेते, तत्त्वज्ञ इत्यादी मंडळींना पेरिक्लीजभोवती गुंतवून ठेवण्यात ॲस्पेशियाचा फार मोठा वाटा होता. प्लेटो आणि प्लुटार्क यांच्या मते ती एक थोर अलंकारशास्त्रज्ञ व वक्तृत्वाची शिरोमणी होती.

'क्लेप्सिड्रा' नावाची एक प्रसिद्ध हेटीअरा होती. ती आपल्या प्रियकरांना घड्याळाच्या काट्यांनुसार नियोजित वेळी शय्यासोबत करून त्यांचे विविध प्रकारे मनोरंजन करीत असे. त्यामुळे तत्कालीन जलघटिकापात्रानुसार किंवा वाळूच्या घड्याळानुसार तिचा हा दिनक्रम चालत असे. तिचे हे काटेकोर वक्तशीर वर्तन पाहून लोकांनीच तिला क्लेप्सिड्रा म्हणून 'जलघटिकापात्र' हे नाव दिले होते. तिची समकालीन थर्जिनिया ही हेटीअरा तिच्या अनुपम सौंदर्यामुळे आणि नृत्यामुळे प्रसिद्ध होती. ही दुसऱ्या महायुद्धकाळातील माताहारीसारखी देखणी असून उत्तम नृत्यांगना होती आणि त्या वेळी ती ग्रीक नगरराज्यांचा कट्टर शत्रू इराण याची गुप्तहेर म्हणून काम करीत असे. मिळेल ती सर्व महत्त्वाची माहिती व कागदपत्रे ती जमा करी आणि इराणला पाठवून देई. थोर नाटककार आणि पेरिक्लीजच्या आर्थिक व्यवहारातील सल्लागार व कवी सॉफोक्लीझ आणि तत्त्वज्ञ आर्किपी यांच्याशी तिचे घनिष्ट संबंध होते. उतारवयात तिने त्यांना जवळजवळ वेडेच केले होते. याशिवाय अथेन्समधील सर्व बड्या राजकीय मुत्सद्यांना शय्यासोबत देऊन, त्यांना आपल्या ताटाखालील मांजरेच बनविली होती. याच सुमारास थिऑरिस नावाची एक दुसरी हेटीअरा याच सॉफोक्लीझला आपलासा करून बसली होती. म्हातारपणी सॉफोक्लीझ जणू तिच्या घरचाच झाला होता. तिच्यापासून सॉफोक्लीझला एक मुलगा झाला. त्यामुळे त्याचा औरस मुलगा आयओफॉन अस्वस्थ झाला. आपला पिता सर्व संपत्ती मृत्युपत्राद्वारे थिऑरिसच्या मुलास देईल, या भीतीने त्याने न्यायालयात धाव घेतली आणि पित्याच्या मूर्खपणावर टीका केली. त्याला भ्रम झाला आहे, असेही न्यायाधीशांना सांगितले, पण न्यायालयाने सॉफोक्लीझ ठीक असल्याचा निर्वाळा दिला.

आर्किअॅनॅसा, डेनेई आणि लिआँटियम या नंतरच्या काळातील आणखी काही प्रसिद्ध हेटीअरा. त्या अनुपम सौंदर्यामुळे आणि या व्यवसायातील चाणाक्षपणामुळे ग्रीक नगरराज्यांत प्रसिद्धीस आल्या होत्या. त्या दिसायला सुंदर तर होत्याच, पण त्यावेळच्या तथाकथित उच्चभ्रू समाजात त्यांची विद्वान, व्यासंगी, वाक्चतुर तरुणी म्हणून गणना होत असे. आर्किअॅनॅसाने प्रसिद्ध तत्त्वज्ञ एपिक्यूरस (इ.स.पू. ३४२-२७०) याला आनंदविषयक सुखवादी तत्त्वज्ञान उपभोगण्याची गुरुकिल्ली नि कला शिकवली, अशी त्या वेळी दाट वदंता प्रसृत झाली होती. लिआँटियम ही एपिक्यूरसची जवळजवळ पुढे रखेलच बनली होती; पण तिची विद्वत्ता आणि व्यासंग हा तत्कालीन विचारवंतांचा एक चर्चेचा विषय झाला होता. थिऑफ्रॅटस (इ.स.पू. ३७२-२८७) हा तत्कालीन थोर लेखक. त्याने प्रणयापासून युद्धापर्यंतच्या बहुविध विषयांवर लेखन केले आहे. त्याने जवळजवळ चारशे लहान-मोठे ग्रंथ लिहिल्याची नोंद आहे. त्यांपैकी 'ऑन मॅरेज' या पुस्तिकेत त्याने तरुणी आणि स्त्री-जीवन यांविषयी सविस्तर विवेचन केले आहे. त्याचा सखोल अभ्यास लिआँटियम या हेटीअराने करून त्यावर अत्यंत प्रगल्भ व विलक्षण अशी टीका लिहिली आहे.

थेमिस्टोनो आणि नॅथिना या हेटीअरा त्यांच्या चढेल स्वभावासाठी व अरेरावीकरिता प्रसिद्ध होत्या. त्यांना आपल्या सौंदर्याबद्दल गर्व होता आणि या व्यवसायाबद्दल अभिमान होता. त्या कुणाच्या मायापाशात अडकून कायमच्या रखेल्या बनल्या नाहीत. थेमिस्टोनोने आपल्या हेटीअरा-कलावंतिणीचा व्यवसाय दीर्घकाळ चालविला आणि शेवटचा दात पडेपर्यंत तिने लोकांचे मनोरंजन केले. नॅथियाने आपला व्यवसाय दीर्घकाळ करून आपल्या अनुपम मुलीला हेटीअरा-कलावंतिणी व्यवसायाचे शास्त्रशुद्ध प्रशिक्षण अथक प्रयत्न करून दिले आणि या व्यवसायातील व्यावहारिक दृष्टिकोन विशद केला. त्यामुळे ही रूपमती कोणत्याही श्रीमंत तरुणाच्या मोहपाशात अडकली नाही. तिने समकालीन धनाढ्य तसेच प्रतिष्ठित व्यक्तींना अक्षरशः मंत्रमुग्ध केले होते. तिची एका रात्रीची शय्यासोबत नि सहवास यांचा दर एक हजार द्रकम (एक हजार रुपये!) असा अवाढव्य होता, तरीसुद्धा तिच्याकडे प्रियकरांच्या रांगा लागलेल्या असत आणि नॅथिना तेवढ्या पैशाची बिनदिक्कत मागणी करीत असे.

इ.स.पूर्व चौथ्या शतकातील हेटीअरांमध्ये फ्रायनी या लावण्यवती कलावंतिणीने एक विशेष स्थान मिळविले होते. तिची अंगकाठी, उत्तान स्तनाग्रे आणि चालण्याची ढब हे अथेन्सनगरीतील लोकांचे चर्चेचे विषय होते आणि प्रतिष्ठित मुत्सद्यांना तिची शय्यासोबत हा भाग्याचा क्षण वाटत असे; तथापि ती सार्वजनिक ठिकाणी क्वचितच जात असे. परंतु प्रसंगोपात् म्हणजे वर्षांतून दोन वेळा – एकदा सुगीच्या समारंभाच्या प्रसंगी आणि त्यानंतर वसंतऋतूत – विशेषतः एल्युसिनीअन समारंभाच्या (जत्रेच्या) वेळी ती अथेन्समधून बाहेर पडत असे. हा 'एल्युसिनीअन' समारंभ लोक अथेन्सजवळील

इलूसिस या लहान खेड्यात साजरा करीत. तेव्हा पॉसायडन या समुद्र व प्रजनन देवतेच्या स्मरणार्थ एक मोठा भोजनसमारंभ आयोजित करण्यात येई. या दोन प्रसंगी ती आपले काळेभोर केस मोकळे सोडून सर्वांसमोर अंगावरील कपडे उतरवून नग्न होत असे आणि समुद्रात उघड्यावर येथेच्छ स्नान करीत असे. त्या वेळी तिची ही सुकुमार, अनुपम अंगकाठी पाहण्यासाठी लोकांची आणि तिच्या प्रियकरांची अफाट गर्दी होत असे. अथेन्समधील थोर शिल्पकार प्रॅक्सिटेलीझ याला तिने आपल्या लावण्याने अन् गोड संभाषणाने नादी लावले होते. त्याच्यावर आपण खरोखरीच प्रेम करतो, असे ती वारंवार भासवीत असे आणि तो आपल्यावर खरोखरीच प्रेम करतो का, हे पाहण्यासाठी त्याची अधूनमधून सत्त्वपरीक्षा घेत असे. त्याच रतिदेवतांच्या (अॅफ्रोडायटी) पुतळ्यांसाठी प्रतिरूप आदर्श (मॉडेल) म्हणून नग्नावस्थेतील भिन्न पोझेस तिने अनेक वेळा दिल्या होत्या. तिची प्रतिमा डोळ्यांसमोर ठेवूनच तत्कालीन प्रसिद्ध चित्रकार अपेलीझ याने 'अॅफ्रोडायटी अॅनड्योमेनी' हा मूल्यवान चित्रसंग्रह तयार केला होता. तिने अनेक थोरामोठ्यांना, विशेषत: कलाकार-तत्त्वज्ञ-मुत्सद्दी यांना शय्यासोबत देऊन आपल्या मोहपाशात अडकविले होते आणि अनेकांच्या गळ्यातील ती ताईत बनली होती.

हायपरायडीझ हा आयोनियन राजनीतिज्ञ आणि ख्यातनाम वक्ता तसेच प्रॅक्सिटेलीझ हा प्रसिद्ध शिल्पी हे फ्रायनीचे पुढे जीवनभराचे निष्ठावान साथीदार बनले. ते अधूनमधून तिच्या घरीच राहत. बिओशिया हे फ्रायनीचे जन्मग्राम. प्रॅक्सिटेलीझने बनविलेली कामदेवता इरॉस हिची एक उत्तम मूर्ती फ्रायनीने आपल्या गावाला अर्पण केली होती आणि त्या देवतेसाठी एक मंदिरही बांधले होते. ही अभिजात कलाकृती पाहण्यासाठी पर्यटकांची गर्दी होत असे. ही मूर्ती तिने प्रॅक्सिटेलीझला आपल्या प्रेमाचे प्रतीक म्हणून सर्व कौशल्य पणाला लावून बनविण्यास सांगितली होती. त्यामुळे त्याच्या स्टुडिओमधील ती एक अप्रतिम कलाकृती होती. प्रॅक्सिटेलीझने कामदेवतांच्या आपल्या स्टुडिओमधील मूर्तींतील निवडीबद्दलचा हक्कसुद्धा तिलाच दिला होता. फ्रायनीने त्याच्या प्रेमाची परीक्षा घ्यायचे ठरवून एक दिवशी 'तुझा स्टुडिओ पेटला आहे' अशी अफवा उठवली. तेव्हा फ्रायनीसाठी बनविलेली ती आपली कामदेवता जळून भस्मसात होईल, याची त्याला चिंता वाटू लागली आणि तो म्हणाला, "जर माझी कामदेवता इरॉस आणि सॅटर (प्रबळ कामेच्छू पुरुष!) या दोन मूर्ती नष्ट झाल्या, तर मी जीवनातून उठेन!" त्याच्या या उद्गारानंतरच फ्रायनीने ती इरॉसची अप्रतिम मूर्ती निवडली आणि बिओशिया या स्वग्रामी पाठविली.

फ्रायनीच्या नजरेतून तत्कालीन ग्रीक तत्त्ववेत्ता आणि शिक्षणतज्ज्ञ झिनॉक्रटीझ (इ.स. ३३९-३१४) हाही सुटला नाही. त्यालाही आपल्या नादी लावावे, असा तिचा मानस होता. झिनॉक्रटीझने अकादमीचा दीर्घकाळ प्रशासक व मुख्याध्यापक

म्हणून नावलौकिक मिळवला होता. तो अविवाहित होता आणि निवृत्तीनंतर विद्यार्थ्यांना शिकवीत असे, पण त्यांच्याकडून काहीच मेहनताना घेत नसे. त्याच्याकडे सामान्य कर भरण्याएवढेसुद्धा पैसे नसत. मॅसेडॉनचा राजा फिलिप याने त्याचे चारित्र्य व सद्‌गुण पाहून त्यास परराष्ट्र वकील नेमले. त्याच्या या गुणांमुळे फ्रायनी अधिक चेतावली गेली आणि या माणसाबरोबर आपण एकदा तरी समागम केला पाहिजे आणि त्याला भ्रष्ट करून आपल्या चाहत्यांच्या मालिकेत गोवले पाहिजे, म्हणून तिची धडपड सुरू होती. एका रम्य संध्याकाळी, गुंड आपला पाठलाग करीत आहेत असे निमित्त करून, ती या दरिद्री माणसाच्या घरी आश्रयार्थ घुसली आणि त्याला विनवणी करू लागली की, 'मी एवढी रात्र तुमच्या खोलीवर राहू का?' रात्र, अंधार आणि बेसुमार गारठा यांचा मानवतेच्या दृष्टिकोनातून विचार करून झिनॉक्रटीझने तिला आपल्या खोलीत आसरा देण्याचे ठरविले आणि खोलीत झोपण्यास संमती दर्शविली; तथापि त्याच्याकडे एकच पलंग होता. तो पाहून तिने 'मी तुमच्या बिछान्यात झोपू का?' असा सरळ प्रश्न केला. निर्विकार चेहऱ्याने त्याने याही गोष्टीस अनुमती दिली. तिने त्या प्रहरात आपल्या शरीराचे प्रदर्शन करून त्यास कामविव्हल करण्याचा आटोकाट प्रयत्न केला. मात्र तो तिच्या सौंदर्याला, संभोगसुखाच्या वासनेला, विनंत्यांना तिळमात्रही बळी पडला नाही. त्याचा तो थंड प्रतिसाद पाहून अखेर ती मध्यरात्री त्याच्या खोलीतून निराश होऊन बाहेर पडली आणि नंतर आपल्या सखींना म्हणाली, "तो पुरुष नाही, पुतळा आहे, पुतळा!" झिनॉक्रटीझच्या जीवनात तत्त्वज्ञान हेच सर्वस्व होते.

फ्रायनीने या व्यवसायात अनेक तत्त्ववेत्त्यांबरोबरच धनिकांना नादी लावून अमाप धनदौलत मिळवली आणि नावलौकिकही मिळविला व दानधर्मही केला. त्या वेळी थीब्झ शहराच्या तटबंदीची पुनर्बांधणी सुरू होती. ती सर्व भिंत बांधून देण्याचे अभिवचन तिने दिले, पण एक अट घातली. ती म्हणजे थीब्झमधील नागरिकांनी त्या भिंतीवर तिचे नाव कोरावे; तथापि तिची ही मागणी दुराग्रही नागरिकांनी अमान्य केली. त्या वेळी 'यूथिअस' नावाचा एक थोर मुत्सद्दी व श्रीमंत गृहस्थ होता. त्याने तिच्याकडे लैंगिक समागमाची इच्छा प्रदर्शित केली. तेव्हा त्याच्याकडे तिने मोठ्या रकमेची मागणी केली. म्हणून यूथिअसने ती अश्रद्ध व उद्दाम आहे, असा आरोप करून तिचा सूड घेण्याचे ठरविले आणि तिला न्यायालयात खेचले. परंतु न्यायमंडळातील एक न्यायाधीश तिचा चाहता व आश्रित कूळ होता आणि तिचा वकील हायपरायडीझ वक्ता व कायदेपंडित असून तिचा आसक्त प्रियकर होता. हायपरायडीझने अत्यंत कौशल्याने तिची कैफियत मांडली आणि अस्खलित शब्दांत तिचा बचाव केला. एवढेच नव्हे, तर तिच्या सौंदर्याची निशाणी म्हणून तिचे उत्तरीय उतरून न्यायाधीशांना तिचे उन्नत उरोज आणि सौंदर्य दाखविले. न्यायमंडळ अवाक् होऊन ती पृथुल

स्तनाग्रे आणि अनुपम सौंदर्य न्याहाळीत होते. अखेर तिची धर्मनिष्ठा मान्य करून न्यायाधीशांनी तिला निर्दोष सोडले.

फ्रायनीप्रमाणे लेईस ही हेटीअरा-कलावंतीण तत्कालीन लेखक-तत्त्ववेत्त्यांत बहुश्रुतता आणि संभाषणचातुर्य याबद्दल प्रसिद्ध होती. तिच्या सौंदर्याबद्दल तर अनेकांना कुतूहल वाटे. ॲथिनिअस हा ग्रीक लेखक व व्याकरणकर्ता. त्याने ग्रीसमधील सामाजिक चालीरीती, रूढी, संकेत, संगीत, नृत्य इत्यादींवर विपुल लेखन केले आहे. तो तिच्याबद्दल म्हणत असे, 'कॉरिंथ नगरीत लेईसएवढी सुंदर स्त्री माझ्यातरी पाहण्यात नाही.' तत्कालीन शिल्पकार-चित्रकार तिने आपला पुतळा व छबी बनविण्यासाठी डौलदार बैठक द्यावी, अशी याचना करीत; परंतु ती मूलत: अतिशय लाजरी मुलगी होती. मायरन हा त्यावेळचा प्रसिद्ध शिल्पकार. तिच्या उत्फुल्ल यौवनाने नि प्रसन्न लावण्याने तो जवळजवळ भ्रमिष्ट झाला होता. म्हातारपणी त्याने तिला पुतळा बनवण्याचा घाट घातला आणि तशी तिच्याकडे इच्छा व्यक्त केली. तेव्हा त्याच्या कलामंदिरात स्टुडिओत तिने सर्व कपडे उतरवले आणि ती पूर्णत: नग्न झाली. तिचे डौलदार वर्तुळाकार शरीर, घन उन्नत उरोज आणि नितळ कांती पाहून त्याला आपल्या सुरकुतलेल्या शरीराचे, पिकलेल्या केसांचे भान राहिले नाही. त्याने तिला सरळ प्रश्न केला, 'मी माझी सर्व संपत्ती तुझ्या पायाशी ठेवतो. तू मला फक्त एक रात्र शय्यासोबत दे.' त्यावर तिने छद्मी स्मितहास्य केले आणि वर्तुळाकार, गुबगुबीत कामासक्त खांदे उडवीत त्याला तशाच कामविव्हल अवस्थेत ठेवून ती ताडकन तिथून बाहेर पडली. दुसऱ्या दिवशी सकाळी कामदग्ध मायरन केस कापून, व्यवस्थित दाढी घोटून, शेंदरी रंगाचा कोट, हातात सोन्याचे कडे, गळ्यात सोन्याची माळ व सर्व बोटांत अंगठ्या घालून तिच्या घरी आला. त्याने आपल्या शरीरावर सर्वत्र सुगंधी अत्तर शिंपडले होते आणि तांबूस रंगाने गालाला लाली आणली होती. त्याने लेईसला घरात सर्वत्र शोधले. जेव्हा ती शयनघरात आढळली, तेव्हा तो म्हणाला, "मी तुझ्यावर खरोखरी प्रेम करतो." त्याचे ते बदललेले रूप पाहून ती उपहासाने म्हणाली, "हे क्षुद्र माणसा, आज तू माझी मागणी करीत आहेस. कालच मी तुझ्या पिताजींना नकार दिला होता." अशाप्रकारे हिणवून तिने मायरनला परत फिरवले. तिने या व्यवसायात अमाप पैसा मिळविला आणि अनेकांचे मनोरंजन केले; तथापि एखाद्या गरीब पण देखण्या पुरुषाला – प्रियकराला, कधी शय्यासोबतीच्या बाबतीत ती नकार देत नसे. अशा पैशांची भरपाई ती मूर्ख, श्रीमंत व राजकारणी गिऱ्हाइकांकडून करीत असे. तिने मुत्सद्दी व प्रसिद्ध वक्ता कुरूप डिमॉस्थिनीज (इ.स.पू. ३८२-३२२) यास केवळ एका संध्याकाळसाठी दहा हजार द्रकमांना कापले होते. ॲरिस्पिटस (इ.स.पू. ४३५-३५६) या सधन ग्रीक तत्त्वेत्त्याकडून तिने भरपूर माया जमविली होती. ॲरिस्पिटस दिसायला देखणा,

रुबाबदार, आदबशीर, संभाषणात चतुर आणि कुणावरही तत्काळ छाप पडेल, अशा गोंडस व्यक्तिमत्त्वाचा होता. तो सॉक्रेटिसच्या हाताखाली शिकला. अत्यानंद किंवा सुख हेच जीवनाचे अंतिम साध्य आहे आणि दूरदर्शित्वाने त्याचा पाठपुरावा करावा, हे तत्त्वज्ञान त्याने मांडले. लेईस त्याच्याबरोबर कित्येक दिवस कॉरिंथ नगरीत वास्तव्य करून होती. त्याच्या नोकरांतही तिच्याविषयी अनेक कंड्या उठल्या होत्या. याउलट डॉयॉजिनीझ (इ.स.पू.४१२-३२३) हा अत्यंत गरीब व कफल्लक उपेक्षतावादी तत्त्ववेत्ता. त्याच्याकडे आपल्याला द्यायला एक कपर्दिकाही नाही, याची जाणीव असूनसुद्धा तिने अत्यंत अल्प पैशांत त्याला संभोगसुख दिले. या सर्वांमागे तिचा एकच हेतू होता की, ग्रीसमधील सर्व लहान-थोर तत्त्ववेत्ते आणि लेखक माझ्या पायाशी कसे लोटांगण घालतात, हे समाजाला हेतुपुरस्सर दाखवायचे आणि ही सर्व पुरुषमंडळी माझ्या शब्दाबाहेर नाहीत, हे सांगायचे. ती आपली संपत्ती उदार अंत:करणाने मंदिरवास्तू, सार्वजनिक इमारती यांच्या बांधकामासाठी आणि दानधर्मात खर्च करीत असे. मित्रपरिवारावरही तिचा पैसा खर्च होई. वाढत्या वयाबरोबर तिच्या व्यवसायावर परिणाम झाला आणि अखेर ती आपल्या मूळ धर्माप्रमाणे दरिद्री झाली. तरीसुद्धा लोकांचे मनोरंजन करण्याचा आपला धंदा तिने अखेरपर्यंत धीमेपणाने आणि नेटाने रेटला. जेव्हा ती निवर्तली, तेव्हा एखाद्या मोठ्या ग्रीक मुत्सद्याप्रमाणे तिचे आम जनतेने सन्मानपूर्वक दफन केले.

ग्रीक संस्कृतीप्रमाणेच प्राचीन काळी रोमन समाजात वारांगनांची – कोर्टिझनांची संस्था अस्तित्वात होती. ती मुख्यत्वे रोम शहरात, त्याच्या उपनगरांत आणि रोमन साम्राज्यांतर्गत मांडलिक संस्थानांत धर्माधिष्ठित तत्त्वांवर कार्यरत होती. बॅकस्, व्हीनस आणि प्रायेपस या कामदेवतांची पूजा-अर्चा आणि त्यांच्याशी निगडित उत्सव-समारंभ प्रचारात होते. यातीलच एका वारांगनेने रोमच्या संस्थापकांना – रोम्युलस आणि रेमस यांना – लहानाचे मोठे केले, वाढविले. त्यामुळे पूर्वापार चालत आलेली कथा यांना लांडग्याच्या मादीने (लूपा) वाढविले, आता दंतकथा ठरली असून 'लूपा' या लॅटिन शब्दाचा अर्थ वारांगना (कोर्टिझन) असा असून 'लूपनगर' म्हणजे अनैतिक व्यवसाय करावयाचे स्थान किंवा कुंटणखाना होय.

लॅटिन साहित्यातील ऑव्हिड (इ.स.पू. पहिले शतक), सेक्स्टस प्रॉपर्शस (इ.स.पू. पहिले शतक) आणि ल्युसियन (इ.स.पू. पहिले शतक) या तीन साहित्यिकांनी अनुक्रमे आपल्या 'अर्स ॲमोटोरिया', 'सिंथिया मोनोबिब्लोसा' आणि 'डाइलॉग्ज ऑफ कोर्टिझन्स' या तीन ग्रंथात गणिकासदृश वारांगनांविषयी लिहिले आहे. त्यांत प्रामुख्याने गणिकांनी प्रणयाराधन कसे करावे, प्रियकर कसे मिळवावेत आणि त्यांना कसे जखडून ठेवावे, याविषयी तपशीलवार सूचना आहेत. प्रियकर आपल्या ताब्यात राहावा, त्याचे सर्वतोपरी मनोरंजन करता यावे, म्हणून त्यांनी 'आवश्यक

त्या सर्व कलांचे – संभाषण कलेचे, चातुर्याचे, कामकलेचे – अध्ययन करून, त्या आत्मसात करून, अत्यंत चाणाक्षपणे त्यांच्या स्वभावातील दुर्बल स्थाने शोधून, त्यांना रतिसुख देऊन पूर्णत: अंकित करावे आणि नंतर त्यांना निर्धन करून बाजूला व्हावे.' या तीन लेखकांपैकी सेक्स्टस प्रॉपर्शस रोममध्ये असताना हेस्टिआ नावाच्या एका देखण्या, मदमस्त, अभिरुचिसंपन्न वारांगनेच्या प्रेमपाशात सापडला होता. तिच्या सहवासात तो पाच-सात वर्षे राहिला, पण पुढे काय बिनसले ते ज्ञात नाही; तथापि त्याने तिच्याबद्दल वाटणारी आसक्ती आणि प्रेम आपल्या काव्यातून व्यक्त केली आहे. 'सिंथिआ' ही त्याच्या काव्यातील स्वरूपसुंदर नायिका दुसरी-तिसरी कोण नसून हेस्टिआ ही गणिका वा वारांगनाच होय, असे समीक्षक मानतात.

रोम व पॉम्पेई येथे इ.स. १७४८पासून विसाव्या शतकाच्या पूर्वार्धापर्यंतच्या काळात अनेक विस्तृत उत्खनने झाली. यांत अनेक अवशेष आढळले. त्यात काही गणित्र टेबले, वास्तू, मूर्ती, नाणी आणि भित्तिचित्रे असलेल्या अवशिष्ट वास्तू सापडल्या. या भित्तिचित्रांत कामचित्रे (इरॉटिक पेंटिंग्ज) असून वास्तूत शयनमंदिरांचे अवशेष आहेत. त्यांत येणाऱ्या गिऱ्हाइकांना-प्रियकरांना-देणगीदाखल तिकिटे देण्यात येत असावीत, असा पुरातत्त्ववेत्त्यांचा काही अवशेषांवरून कयास आहे. पॉम्पेईत 'व्हिकोली बाल्कोन पन्सिली' नावाचे शेकडो रमणी वास्तव्य करू शकतील, असे भव्य आनंदधाम (हाउस ऑफ जॉय) त्या काळी होते. त्याच्या दर्शनी भागावरच 'इथे आनंद वास करतो,' अशी पाटी होती. त्या वेश्यागृहात लठ्ठ, सडपातळ, उंच, मध्यम, ठेंगू, वाटोळ्या आकाराच्या, तरुण, वृद्ध, प्रौढ अशा सर्व प्रकारच्या अंगकाठीच्या आणि वयोगटातील तसेच सुडौल, रूपाने अत्यंत देखण्या आणि आकर्षक स्त्रिया वास करीत होत्या. ज्याला जशी संभोगाची वासना होईल, तशी ती पूर्ण करण्याची व्यवस्था होती. अशा या शयनमंदिरातील भिंतीवर रतिक्रीडेची वैविध्यपूर्ण आसनांतील अनेक चित्रे काढलेली होती. ती सर्व उपलब्ध झाली असून सांप्रत इटलीच्या वस्तुसंग्रहालयात सुरक्षित ठेवली आहेत. त्या चित्रांना 'पॉम्पेईन भित्तिचित्रे' किंवा 'पॉम्पेईन वॉलपेंटिंग्ज' म्हणतात. यावरून रोममध्ये वा रोमन संस्कृतीत वारांगनांचा व्यवसाय जोरात असावा. अर्थात या वारांगनांतील बहुसंख्य स्त्रिया या युद्धात पकडलेल्या गुलाम वा दासी असत किंवा परदेशातून आणलेल्या असत. त्यामुळे त्या अनेक जातींच्या, वंशांच्या व धर्मांच्याही असत. त्यांचे राष्ट्रीयत्वही भिन्न असे. प्रामुख्याने त्या सिरिया, ज्यूडिया, ग्रीस आणि पश्चिम आशियातील भूप्रदेशांतून आणलेल्या असत. त्यामुळे विशिष्ट वारांगनांकडे अधिक गर्दी वा गिऱ्हाइके असत, तर काहींना प्रतीक्षा करावी लागे. सुरुवातीस या वारांगना शहरातील गुप्त ठिकाणी वास्तव्य करीत. पुढे-पुढे या व्यवसायास लोकप्रियता लाभताच, त्या बिनदिक्कत रस्त्यावरूनही फिरताना दिसू लागल्या. तेव्हा साहजिकच

त्यांच्यासाठी काही खास कायदेकानू आणि शासकीय व्यवस्था करण्यात आली आणि एका दंडाधिकाऱ्याच्या वर्चस्वाखाली या वारांगनांचा – कोर्टिझनचा धंदा नियंत्रित करण्यात आला. त्यांच्याकडून लेखी अनुमती घेऊन नावनोंदणी झाल्यावरच त्यांना लोकांचे मनोरंजन वा शय्यासोबत हे उद्योग करता येत असत. रोमन कायद्यानुसार कोणत्याही स्त्रीस व्यभिचार करावयाचा झाल्यास दंड भरावा लागे आणि शासनाच्या नोंदवहीत नाव लिहावे लागे. पुढे थिओडोशिअस सम्राटाने हा कायदा रद्द केला.

रोममध्ये ग्रीसप्रमाणेच वारांगनांचे वर्ग होते. सामान्य शरीरविक्रय करणाऱ्या स्त्रियांहून कोर्टिझन किंवा उच्चभ्रू गणिकासदृश वा हेटीअरांच्या दर्जाच्या काही वारांगना होत्या. त्यांच्याकडे फक्त अतिशय धनवान व थोर अशा सीनेटरांनाच शिरकाव मिळे. अशा वारांगनांचा एका रात्रीचा दर १५०० ते ६००० रुपयांच्या दरम्यान असे. अशा वारांगनांना सांभाळणारे धनिक लोक परदेशस्थ पाहुण्यांना अक्षरश: लुटीत असत; तथापि तत्कालीन रोमन शासनकर्ते सामाजिक तत्त्वावर अंतर्गत शांततेस एक आवश्यक बाब म्हणून अशा संस्थांची अपरिहार्यता सिद्ध करण्याचा प्रयत्न करीत. या संदर्भात सेंट ऑगस्टीनचे म्हणणे असे होते की, "वारांगनांचा तुम्ही धंदा बंद केलात, तर सर्व समाजच नीतिनियम झुगारून स्वैर वर्तन करणारा होईल." तत्कालीन थोर विचारवंत कॅटो हा तर कर्मठ नीतिवादी. पण त्यानेही ही संस्था उचलून धरली आहे. सीसेरोचे विचारसुद्धा असेच आहेत. वारांगनांच्या व्यवसायामुळे वैवाहिक जीवनाची पवित्रता टिकते, तरुण मुलींची नीतिमत्ता अढळ राहते. परिणामत: सामाजिक आणि कौटुंबिक स्वास्थ्य यांचा पाठपुरावा करणे सुलभ जाते. म्हणून ब्रह्मचाऱ्यांनी, विधुरांनी आणि असमाधानी विवाहित पुरुषांनी अशा संस्थांना आश्रय द्यावा; अन्यथा मानसिक संतुलन नष्ट होऊन स्वैराचार निर्माण होईल. एवढेच नव्हेतर ग्रेको-रोमन साहित्यातून वारांगनांच्या व्यवसायात उपयुक्त ठरणारे चातुर्य, धूर्तता, मोहक संभाषण इत्यादींचे शिक्षण या रमणींना देऊन गिऱ्हाइकांच्या संभोगेच्छा कशा पूर्ण कराव्यात, त्यात त्यांना रमणींना कसे तरबेज करण्यात येई, याची सविस्तर माहिती कळते. विवाहित स्त्रियांशी व्यभिचार व कुमारिकांवर बलात्कार करण्याची प्रवृत्ती समाजामध्ये पसरू नये, म्हणून ही वेश्यामंदिरे आम्ही स्थापन केली, असेही उल्लेख तत्कालीन लॅटिन वाङ्मयात मिळतात. अशा प्रकारचे विचार सुसंस्कृत समाजात प्रसृत झाले. रोमन साम्राज्याखालील प्रदेशात ग्रीक हेटीअरांऐवजी कोर्टिझन ही संज्ञा गणिकासदृश संस्थेसाठी रूढ झाली. सविनय, आदबशीर वर्तनाबद्दल त्या प्रसिद्ध होत्या, म्हणून त्यांना हे नाव मिळाले आणि पुढे ही संज्ञा युरोपातील अशा प्रकारचे जीवन व्यतीत करणाऱ्या कलावंतिणींना देण्यात येऊ लागली. ग्रीकांप्रमाणेच रोमनांना

वेश्याव्यवसायाबद्दल प्रचंड तिटकारा होता आणि शासनाने तो जरी पूर्णत: अवैध ठरविला नव्हता, तरी अनेकविध बंधनांमुळे तरुण मुली शक्यतो विवाह करून सांसारिक जीवनाचाच पाठपुरावा करीत आणि नीति-अनीतीचे नियमही कडक असत. त्यामुळे थोड्याफार प्रमाणावर चालणारा हा व्यवसाय प्रामुख्याने शहराबाहेरच आणि तोही रात्री, प्रामुख्याने शासनाच्या देखरेखीखाली आणि अत्यंत सावधगिरीत चालत असे. मात्र ऑव्हिड या तत्कालीन प्रसिद्ध कवीच्या मते, 'आकाशातील ताऱ्यांप्रमाणे वारांगनांचे जथ्थे फिरत असत.' या कलावंतिणी काव्य, विनोद, संगीत, नृत्य आणि चतुर संभाषण यांत वाकबगार असून त्यांपैकी बहुसंख्य सुशिक्षित व बहुश्रुत असत. त्यांचा संचार सामान्यत: शहरातील प्रेक्षागृहे, नाट्यगृहे, मंदिरे विशेषत: इसस या कामदेवतेचे मंदिर यांतून असे आणि त्या शक्यतो विद्वत्‌जन, पराक्रमी सेनानी, अधिकारिवर्ग, लेखक, नाटककार, कवी यांना शोधीत असत आणि आपल्या प्रेमचाळ्यांनी व चतुर संभाषणांनी या कोर्टिझनांनी आपल्या बहुदेशीय गिऱ्हाइकांना रिझविण्यासाठी बहुभाषिक तत्त्वानुसार अनेक परकीय भाषा आत्मसात केल्या होत्या व त्यांच्या विभिन्न आवडीनिवडीनुसार आपली जीवनपद्धती जुळवून घेतली होती.

'पॉम्पी' (इ.स.पू. १०६-४८) हा रोमनांचा पराक्रमी सेनापती व ट्राइमव्हरेटचा एक प्रमुख सदस्य. याने ऐन तारुण्यात पराक्रम करून रोमनांचे नाव व कीर्ती वाढविली. तो तत्काळ जनमानसात लोकप्रिय झाला. तो दिसायला इतका सुस्वरूप नि बांधेसूद होता की, तत्कालीन कोर्टिझन फ्लोरा हिने असा पण केला की, "मी त्याच्या गोंडस गालाचा किमान एक तरी चुंबन घेतल्याखेरीज त्याच्यापासून दूर होणार नाही, एवढे त्याचे सौंदर्य लाघवी नि आकर्षक आहे."

मार्क ॲन्टनी (इ.स.पू. ८३-३०) हा रोमचा आणखी एक शूर सेनानी. ॲन्टनी आणि क्लिओपात्राच्या प्रणयाविषयी अनेक कथा-दंतकथा असून ॲन्टनीच्या स्वैर वर्तनाबद्दलही बरीच माहिती उपलब्ध आहे. तो सीझरपेक्षा काकणभर अधिक कामुक, आसक्त आणि स्त्री-दाक्षिण्याबद्दल ख्यातनाम असणारा तगडा पुरुष होता. आपल्या लष्करी मोहिमांत तो अनेक सुंदर तरुणींना, विशेषत: कलावंतिणींना मनोरंजन व शय्यासोबत अशा दुहेरी हेतूने बरोबर नेत असे. याशिवाय ज्या गावात त्याचा मुक्काम असे, तिथल्या स्वरूप सुंदर वारांगना आणि नर्तकी तो जमवीत असे. त्याच्या तरुण कोर्टिझनच्या ताफ्यात एक ग्रीक हेटीअरा सतत त्याच्या सान्निध्यात असे. रोमन काळातील क्विंटस् होरॅस (इ.स.पू.६५-८) हा तत्कालीन प्रसिद्ध लॅटिन कवी. तो अतिशय भितरा व लाजाळू इसम होता. लग्न या कल्पनेविषयी त्याच्या मनात अढी होती व विवाहित स्त्रिया या आपल्या पतीशी एकनिष्ठ राहतील, याची खातरी कुणी द्यावी, अशा काही चमत्कारिक विचाराने तो झपाटलेला होता. त्यामुळे

साहजिकच तो अखेरपर्यंत अविवाहित राहिला; परंतु त्याची वृत्ती अतिशय भावनाप्रधान होती आणि लैंगिक भूक भागविण्यासाठी तो कलावंतिणींच्या शोधात मुली धुंडाळीत शहरांतून हिंडत असे. अनेकदा एखाद्या प्रसिद्ध कोर्टिझनची कुणकुण लागताच, तिचा तो शोध घेई आणि पाठपुरावा करी. पुढे-पुढे तर आपल्या सबाईन फार्मवर कोर्टिझनांना तो पाचारण करीत असे. त्यांतील काही बहुश्रुत-वाक्‌चतुर कोर्टिझनांकडून स्फूर्ती घेऊन त्याने काव्यरचना केली. छंदशास्त्रातील त्याचे विद्वत्तापूर्ण लॅटिन साहित्यातील लेखन या कलावंतिणींच्या सान्निध्यानेच स्फुरण पावले आहे, अशी वदंता आहे.

होरॅसनंतर प्रसिद्धीस आलेला ऑव्हिड हाही रोमन संस्कृतीतील एक रोमांचकारी लॅटिन कवी व नाटककार. त्याने कामक्रीडा व रतिविलासावर प्रच्छन्नपणे लिहिले आहे. त्याने दोन विवाह केले, पण दोन्ही पत्न्यांना घटस्फोट देऊन स्वैर, स्वच्छंदी जीवन अंगिकारले. तो कोरिना नावाच्या कोर्टिझनबरोबर निर्धास्तपणे राहत असे. तिचे अप्रतिम लावण्य आणि विविध विषयांतील सखोल ज्ञान यांनी तो मोहित झाला होता. त्याला तिच्याशिवाय क्षणभरही चैन पडत नसे. म्हणून तिचा सहवास जेव्हा संपुष्टात आला, तेव्हा त्याला एकूण सर्व जीवन शून्यवत् वाटू लागले. तिच्याबरोबरच्या समागमात त्याने जो मनमुराद आनंद उपभोगला आणि जी मौजमजा केली, ती त्याने 'अमोर्स' नावाच्या आपल्या काव्यसंग्रहात लालित्यपूर्णरीत्या वर्णन केली आहे. त्यात त्याने सुकोमल अंगकाठी, रतिक्रीडेतील शारीरिक हालचाली आणि अंगप्रत्यंगांचे होणारे दर्शन यांचे वास्तव वर्णन चपखल शब्दांत केलेले आहे. कोरिनावर त्याचे नितांत प्रेम होते, याचे दाखले यानंतर त्याने लिहिलेल्या 'मीडिया' या रोमांचकारी नाट्यकृतीत आढळतात. आपल्या या लेखनात तो वाचकांना बजावतो की, "मी सांगितलेला नीतिबोध फक्त कोर्टिझन या स्त्री-जातीच्या संदर्भातील आहे. समाजातील कामासक्त व लैंगिक भुकेपासून वंचित झालेल्या माझ्यासारख्यांची बौद्धिक व शारीरिक भूक भागविण्यासाठी कोर्टिझन या आवश्यक आहेत. किंबहुना अशा लोकांची ती एक अपरिहार्य गरज आहे. म्हणून त्या श्रेष्ठ आहेत." थोडक्यात त्याने या संस्थेच्या अपरिहार्यतेची प्रांजल कैफियतच या नाटकात मांडली आहे. रोमन काळातील ही काही निवडक उदाहरणे सोडता, प्राचीन काळी कोर्टिझन या संस्थेने इटलीत फारसे बाळसे धरले नाही, मात्र पुढे ती अन्य देशांत विकसित झाली.

युरोपीय देशांतील मध्ययुगात विशेषत: पंधराव्या-अठराव्या शतकांत कोर्टिझन या कलावंतिणींना समाजामध्ये एक विशिष्ट स्थान प्राप्त झालेले होते आणि समाजही त्यांच्याकडे आदराने पाहत असे. या संदर्भात व्हेनिस शहरातील कोर्टिझनविषयींची विपुल माहिती लोरेंगी या इटालियन ग्रंथकाराने लिहिलेल्या Leggi Memorire Venete ulla Prostituzione (१८७२) या ग्रंथात विस्ताराने मिळते. त्याने

प्रस्तुत ग्रंथात शासकीय दप्तरखान्यात असलेली इ.स.१५७४मधील कलावंतिणींची एक यादी दिली असून, त्या वेळी शासनाने अशा स्त्रियांना चरितार्थासाठी एक विशिष्ट बिदागी ठरवून दिलेली होती. या ग्रंथावरून तत्कालीन कलावंतिणींचे राहणीमान, नृत्य-संगीतादी कलांतील नैपुण्य, विविध विषयांतील ज्ञान, बहुश्रुतता यांची कल्पना येते. त्यांना व्यक्तिस्वातंत्र्य होते आणि शासन या कलावंतिणींचा उपयोग समाजकंटकांचा काटा काढण्यासाठी, त्यांना धडा शिकविण्यासाठी व गुप्त माहिती जमा करण्यासाठी एक नाजूक पण जबरदस्त साधन म्हणून करून घेत असल्याचे काही दाखले मिळतात. सार्वजनिक ठिकाणी अशा शासनमान्य कलावंतिणींचा कोणी अपमान केल्यास, अपमान करणारा माणूस कितीही मोठा, सधन वा सामाजिक दृष्ट्या नीतिमान समजला गेला असला, तरी त्याला शासन दंड ठोठावीत असे. कोणत्याही कलावंतिणीस, तुर्की, मूर वा ज्यू या परकीयांबरोबर लैंगिक संबंध ठेवण्यास प्रतिबंध होता. या कायद्याचे उल्लंघन करणाऱ्या कलावंतिणीस जाहीररीत्या फटक्यांची शिक्षा केली जाई.

या संस्थेला या काळात एक कलाउपासक संस्था म्हणून समाजातील काही निवडक विद्वानांकडून मान्यता प्राप्त झाली होती. त्यामुळे समाजातील काही विवाहित स्त्रिया आपल्या व्यक्तिस्वातंत्र्यावर बंधने येताच वा आपल्यातील कलेला आविष्काराची संधी मिळावी, म्हणून स्वेच्छेने कोर्टिझनचा मार्ग धरीत आणि अनेक रसिक प्रियकरांचे मनोरंजन-प्रबोधन करीत. व्हेरोनिका फ्रँका ही अशी एक सोळाव्या शतकातील कोर्टिझन असून ती दिसायला सुरेख होती. तिचे लग्न एका वैद्याबरोबर झाले असतानाही तिने घटस्फोट घेऊन कोर्टिझनचा व्यवसाय पत्करला. ती बहुभाषिक, व्युत्पन्न आणि अनेक संगीतवाद्यांत पारंगत होती. तिचा कलाक्षेत्रातील व साहित्यातील अनेक नामवंतांशी सलगीचा संबंध आला. या मान्यवरांना शय्यासोबत तर तिने दिलीच; पण अनेक विद्वानांबरोबर मैत्री संपादून नावलौकिक मिळविला आणि पैसाही कमावला. तिच्या सान्निध्यात आलेला पुरुष समाजात कोणीतरी मान्यवर, प्रतिष्ठित असला पाहिजे, हे जणू समीकरणच त्या काळी झाले होते.

नेल ग्विन (इ.स. १६५०-१६८०) ही सतराव्या शतकातील प्रसिद्ध इंग्लिश अभिनेत्री. ती अत्यंत गरिबीत जन्माला आलेली एक अवखळ देखणी मुलगी. वयाच्या पंधराव्या वर्षीच ती घराबाहेर पडली आणि तिने स्वैर जीवनाला प्रारंभ केला. सुरुवातीस ती रॉयल थिएटरमधून संत्री विकण्याचा धंदा करी. पुढे दारूच्या अड्ड्यांतून गाणी म्हणून तेथील दारुड्यांचे मनोरंजन ती करू लागली. त्यामुळे तरुण मुलांत ती अतिशय लोकप्रिय झाली. थिएटरमध्ये संत्री विकत असताना तिला नाटकातून काही किरकोळ भूमिका मिळत. सुरुवातीस स्त्री-पात्रांची भूमिका पुरुषच करीत असत. पण या दशकात (१६६०-१६७०) ग्विनसारख्या काही धाडसी

कलावंतिणी पुढे आल्या. ती वयाच्या सोळाव्या वर्षीच सुखात्मक नाटकांतून (कॉमेडीज) सर्रास भूमिका करू लागली आणि एक जाणकार अभिनेत्री म्हणून तिच्याकडे सर्व जण पाहू लागले. शेवग्याच्या शेंगेप्रमाणे अंगकाठी, लवचीक शरीर, गोंडस चेहरा आणि भावस्पर्शी नेत्र नि अभिनय यामुळे तिच्या सहवासाची-मैत्रीची अनेकांकडून मागणी होऊ लागली. इ.स. १६६८मध्ये इंग्लंडचा राजा दुसरा चार्ल्स याने ड्रेरी लेन थिएटरमध्ये तिचा अभिनय पाहिला. तिच्या उत्तान शरीरयष्टीने व सौंदर्याने तो वेडापिसा झाला आणि त्याने तिच्याकडे शय्यासोबत देण्याची विनंती केली. तेव्हा तिने तात्काळ त्यास संमती दर्शविली. राजाकडून तिने विपुल संपत्ती, धनदौलत मिळविली. तिला त्याच्यापासून दोन मुलगे झाले. राजाने त्यांना पुढे विधिवत सरदार बनवून जमीनजुमला दिला. मिळालेल्या संपत्तीपैकी तिने बरीचशी संपत्ती दानधर्मात खर्च केली. ती प्रॉटेस्टंट पंथाची कट्टर अनुयायी होती आणि राजाचा कल कॅथलिकांकडे जास्त असे. त्यामुळे तिला अनेक जण उपहासाने हिणविण्याचा प्रयत्न करीत. तेव्हा ती म्हणे, "मित्रहो, गप्प बसा. मी एक प्रॉटेस्टंट कलावंतीण आहे." तिला आपल्या व्यवसायानुसार राजाला फक्त शय्यासोबत देऊन त्याचे मन रिझविण्याचे कर्तव्य-कर्म पार पाडावयाचे होते. त्यामुळे ती कधी त्याच्या व्यावहारिक-राजकीय बाबीत हस्तक्षेप करीत नसे. आपल्या सौंदर्याचे, विशेषत: उत्तान उरोजांचे दर्शन प्रेक्षकांना व्हावे, म्हणून ती पोलक्याची (उत्तरीयाची) वक्षस्थळांजवळची वरची बटणे कधीच लावत नसे.

मध्ययुगीन फ्रान्समधील निनॉन द लांक्लो (इ.स. १६२०-१७०५) आणि मेरिअन द लॉर्म (इ.स. १६१३-१६५०) या दोन चौदाच्या काळातील गणिकासदृश प्रसिद्ध कलावंतिणी (कोर्टिझन). त्यांपैकी निनॉन द लांक्लो दीर्घायुषी ठरली आणि तिने पॅरिसच्या रोमांचकारी जीवनात अनेक उलाढाली केल्या. ती दिसायला सुंदर असून बांधेसूद अंगकाठीविषयी तसेच उत्तान उरोजांविषयी तिच्या चाहत्यांत चर्चा चाले. तिची गिऱ्हाइके, मित्र आणि प्रियकर अनेक होते. त्यांत ग्रेट द कॉन्द, ल रॉचंफॉकल्ड, सेंट एव्हरमॉन्द हे प्रसिद्ध लोक होते. तिचे वडील उच्चकुलीन सरदार घराण्यातील स्वतंत्र विचारसरणीचे, द्वंद्वयुद्धातील एक निष्णात योद्धे होते. तिची आई नीतिमान, उच्चकुलीन व शिस्तीची भोक्ती होती. त्या दोघांना कॅथलिक धर्माबद्दल निष्ठा व प्रेम होते. निनॉन वयाच्या पंधराव्या वर्षी कोणतेही औपचारिक शिक्षण न घेता घरातून बाहेर पडली आणि तिने सरळ-सरळ कोर्टिझन-कलावंतिणीचा व्यवसाय पत्करला. तिने घरात विविध ग्रंथ वाचून, साहित्यिकांचे ग्रंथ चाळून ज्ञान आत्मसात केले. तिला स्पॅनिश व इटालियन या दोन भाषा चांगल्या येत होत्या. कदाचित या बाबतीत ती आंतरराष्ट्रीय क्षेत्रात एक उत्तमपैकी दुभाषी होण्यास पात्र ठरली असली. तिने मॉनेन्, पॉल स्कॉरोन, कॅरॉन, देस्कार्त यांच्या साहित्याचा विशेष

अभ्यास केला आणि वडिलांप्रमाणे तिचा गूढवादाकडे ओढा होता. तिचे ख्रिस्ती धर्माविषयी विचार परखड होते. ते ऐकून मॅदम सॅव्हिनसुद्धा थक्क झाली. ती म्हणत असे, "या जगात व्यवस्थित वागण्यासाठी जर धर्माची गरज भासत असेल, तर मग निश्चितपणे असे समजावे की, त्याचे मन मर्यादित विचार करते किंवा त्याचे अंत:करण एक तर भ्रष्ट झालेले असले पाहिजे. "प्रेमाविषयी, विशेषत: प्रणयाविषयीसुद्धा तिचे मत चमत्कारिक नि परखड होते. प्रेम-प्रणय ती बेछूटपणे म्हणत असे, ही एक कायम आसक्ती आहे, जिला नीती-अनीतीचे बंध नसतात." जेव्हा तिचा हा कोर्टिझन कलावंतिणीचा व्यवसाय फारच उघडपणे सुरू झाला आणि तिच्या रतिसुखासाठी लहान-थोरांपासून अनेकांची झुंबड लागली; तेव्हा ॲन राणीने तिला एका मठगृहात (कॉन्व्हेंट) कैद करून ठेवले. तिथेही तिने आपल्या संभाषणचातुर्याने व मर्मभेदी विनोदाने तिथल्या संन्यासी स्त्रियांचे मनोरंजन केले आणि हा तुरुंगवास ही आपल्यावर लादलेली जणू विश्रांतीची सुट्टी आहे, असा समज करून घेऊन तो काळ कंठला. पुढे लवकरच चौदाव्या लुईच्या आज्ञेने तिची इ.स. १६५७मध्ये सुटका करण्यात आली. त्यानंतर ती पुन्हा आपल्या कोर्टिझनच्या व्यवसायाकडे उत्साहाने लागली.

तिच्यात सामान्य कोर्टिझन-कलावंतिणीपेक्षा अनेक गुण व कला होत्या. त्यामुळे अल्पकाळातच तिचे नाव सर्वतोमुखी झाले. तिच्या आशिकांत फ्रान्समधील अनेक मान्यवर व्यक्ती होत्या. त्यांत दरबारातील काही सरदार मंडळी होती; तद्वतच संगीतरचनाकार लली, ग्रेट द कॉन्द इत्यादी कलाकार होते. सारंगीप्रमाणे असणारे तंतुवाद्य ती उत्तम प्रकारे वाजवीत असे आणि सुरेल गाणे गाई. लली तिच्याकडे संगीताच्या नवीन रचना करण्यासाठी येत असे. सेव्हिनच्या तीन पिढ्यांनी – नवरा, मुलगा आणि नातू यांनी तिच्या सहवासाचा लाभ घेतला होता. परदेशांतूनही तिच्याकडे अनेक लोक प्रणयाराधन करण्यासाठी खास शय्यासोबतीच्या इराद्याने येत. ती म्हणे, "माझे आशिक-प्रेमी माझ्यासाठी संघर्ष करीत नाहीत. त्यांचा माझ्या विक्षिप्तपणावर पूर्ण विश्वास आहे. प्रत्येक जण आपली वेळ केव्हा येईल, याची शांतपणे पण आतुरतेने वाट पाहत असतो."

तुरुंगसदृश्य मठातून (कॉन्व्हेंटमधून) बाहेर पडल्यानंतर तिने इ.स. १६५७मध्ये एक सत्कारगृह (सॅलाँ) पॅरिसमध्ये उघडले. तिथे ती तत्कालीन थोर साहित्यिक, नाटककार, संगीतकार, कलाकार, राजकीय नेते, मुत्सद्दी, योद्धे यांना येण्याविषयी निमंत्रण धाडीत असे. कधीकधी त्यांच्या पाल्यांनाही आमंत्रण देई. या सत्कारगृहात तिने तत्कालीन कोणत्याही बुद्धिमान स्त्रीपेक्षा आपण चाणाक्ष असल्याचे त्यावेळच्या पॅरिस नगरीला दाखविले. त्यांना या व्हिनसरूपी (रतिदेवता) रतीच्या कमलमुखामागे मिनर्व्हा देवतेच्या (विद्यादेवता) रूपाचा म्हणजे विद्या व कलांचा साक्षात्कार होई.

तत्कालीन वृत्तान्त लेखक व इतिहासकार सेंट सायमन तिच्याविषयी म्हणतो, "तिने लोकांशी जे सौहार्दपूर्ण संबंध प्रस्थापित केले होते, त्यावरून तिच्याकडून स्वागत करून घेण्यात लोकांना धन्यता वाटे." तिच्या सत्कारगृहात जुगार नव्हता किंवा कुणाची टिंगल-टवाळी होत नसे वा संघर्षही नव्हता किंवा राजकारणावर चर्चाही होत नसे; तर फक्त कलात्मक संभाषण, हलके-फुलके संगीत आणि मर्मभेदी विनोद यांना स्थान होते. योद्ध्यांच्या पराक्रमाविषयी चर्चा चाले, पण त्यात अफवांना स्थान नव्हते. सर्वकाही हलकेफुलके, सुकुमार, मोजके असे. ती स्वत: आपल्या संभाषण चातुर्याने, विलक्षण ज्ञानाने आणि हजरजबाबीपणाने तेथील परिस्थिती हाताळीत असे. तिच्या विलक्षण लोकप्रियतेचा चौदाव्या लुईवरही परिणाम झाला आणि राजाने तिला भेटण्याची इच्छा व्यक्त केली. राजाच्या अनेक रखेल्यांशी तिची घनिष्ट मैत्री होती. त्यांत मॅदॅम द मॉन्तनॉन हिने राजाच्या इच्छेनुसार तिला राजवाड्यावर पाचारण करण्यास फर्माविले. ती राजवाड्यावर आल्यानंतर पडद्याआडून राजाने तिचे मॉन्तनॉनबरोबरचे संभाषण ऐकले. त्यानेच तो खूश झाला आणि स्वत: पुढे येऊन तिच्याशी त्याने ओळख करून घेतली; परंतु या सुमारास म्हणजे इ.स.१६७७मध्ये तिच्याबद्दलचा एकूण समाजाचा आदर कमी झाला होता. तिचा उच्छृंखलपणा कमी झाल्याने तिच्याकडे फारसे लक्ष जात नसे. या सुमारास तिच्यात फक्त मूलत: असलेला प्रामाणिकपणा आणि साधेपणा हेच गुण आता शिल्लक होते. या विश्वासावर अनेक धनाढ्य लोकांनी तिच्याकडे सुरक्षिततेच्या भावनेने मोठ्या रकमा ठेवी म्हणून ठेवल्या होत्या आणि त्यांना त्या स्वेच्छेनुसार केव्हाही परत मिळत. याशिवाय रंजल्या-गांजल्यांना विशेषत: हतबल साहित्यिकांना ती नेहमीच मदत करीत असे. जेव्हा पॉल स्कॉरोन हा प्रसिद्ध नाटककार अर्धांगवायूने अंथरुणाला खिळला, त्या वेळी निनॉन रोज त्याच्याकडे जात असे. त्याला तिने आर्थिक साहाय्य तर केलेच; पण त्याचे मन उल्हासित राहावे, म्हणून ती त्याला कथाही ऐकवीत असे.

निनॉनला दीर्घायुष्य लाभले. त्यामुळे तिचे अनेक जिवलग मित्र, स्नेही, सोबती तिला सोडून गेले. तिचा एक वयोवृद्ध मित्र सेंट एव्हरमाँद इंग्लंडहून तिला दु:खपरिहारार्थ पत्रे पाठवीत असे. त्याला ती लिहिते, "काही वेळ मला तीच गोष्ट करण्याचा मनस्वी कंटाळा येतो आणि मग मला स्वित्झर्लंडमधील लोकांची आठवण येते, जे या गोष्टीसाठी आपल्याला बेधडक नदीमध्ये झोकून देतात. जीवन संपवतात." तिला उतारवयात आपल्या अंगावरील सुरकुत्यांचा संताप येई आणि मग ती म्हणत असे, "जर देवाला स्त्रीला सुरकुत्याच द्यावयाच्या असतील, तर त्याने किमान तिच्या तळपायावर द्याव्यात." वयाच्या पंचाऐंशीव्या वर्षी मृत्यू जवळ आल्याची चाहूल लागताच तिने काहींच्या आग्रहासाठी जेझुइट पंथाचा स्वीकार करण्यास संमती दर्शविली. तेव्हा तिला दीक्षा देण्याची रोमन कॅथलिकांची चढाओढ

सुरू झाली. तिने आनंदाने यास अनुमती दिली आणि ती चर्चमध्ये मरण पावली (इ.स.१७०५). तिने आपल्या मृत्युपत्रात काही फ्रँक्स (नाणी) उत्तरक्रियेबद्दल ठेवले होते. हेतू हा की, ती अत्यंत साध्या पद्धतीने व्हावी; परंतु मृत्युपत्रात तिने उर्वरित रमकेपैकी एक हजार फ्रँक्स आपला आर्थिक सल्लागार एम. ॲरॉट याला त्याच्या मुलासाठी पुस्तके घेण्यासाठी देऊ केले होते. त्या मुलाने पुस्तके विकत घेतली आणि त्यांचा अभ्यास केला. तोच पुढे 'व्हॉल्तेअर' या नावाने फ्रेंच राज्यक्रांतीच्या वेळी प्रसिद्धीस आला.

निनॉनप्रमाणेच फ्रान्समध्ये सतराव्या शतकात ख्यातनाम असलेल्या मेरिअन द लॉर्म (इ.स.१६१३-१६५०) या कोर्टिझन-कलावंतिणीने राजकीय पुरुषांची मने जिंकून आत्माहुती दिली. चौदाव्या लुईच्या बालवयात महाराणी ॲन अज्ञानपालक म्हणून कार्डिनल मॅझरीन या पंतप्रधानाच्या मदतीने राज्यकारभार पाहत असे. त्या वेळी संसदेतील असंतुष्ट सरदारांनी मॅझरिनच्या आर्थिक धोरणाविरुद्ध जनतेच्या पाठिंब्याने इ.स.१६४८-१६५३ दरम्यान सशस्त्र उठाव केला. त्यांना 'फ्राँद उठाव' म्हणतात. या उठावांशी द लॉर्मचा अत्यंत निकटचा संबंध आला, नव्हे ती त्यातीलच एक होती. तिचे सुरुवातीचे जीवन अत्यंत गरिबीत गेले; तथापि तिने आपल्या अनुपम सौंदर्याने आणि व्युत्पन्न पांडित्याने अनेकांची मने जिंकली होती. संभाषण, नृत्य, संगीत आणि वादविवाद यांत ती निष्णात होती. तिच्या सत्कारगृहात (सॅलाँ) फ्राँद उठावातील नेतेमंडळी, विशेषत: सँ मार, सेंट एव्हरमाँद, बकिंगहॅमचा सरदार, ग्रां मॉन, द कॉन्द इत्यादी थोर सरदार मंडळी जमत. त्यांच्या गुप्त बैठका होत आणि उठावाचे पुढील धोरण ठरत असे. तिने यांतील अनेकांना शय्यासोबत तर दिलीच, पण ती सँ मार आणि सेंट एव्हरमाँद यांची काही महिने रखेलीही होती. सँ मार इ. स. १६४२मध्ये पोलिसांकडून मारला गेला, तेव्हा द लॉर्मला अतिशय दु:ख झाले. त्याच्या बरोबर तिने गुप्तरीत्या विवाह केला होता. त्यांच्या प्रणयाविषयी तत्कालीन समाजात अनेक वदंता पसरल्या होत्या. एवढे असूनसुद्धा तिने आपल्या स्वतंत्र व्यक्तिमत्त्वाची छाप सत्कारगृहात कायम ठेवली होती. त्या ठिकाणी ती आपल्या लाघवी संभाषणचातुर्याने सर्वांवर छाप पाडी. फ्राँद उठावातील सहभागामुळे तिच्या मागे सतत पोलिसांचा ससेमिरा लागला आणि एका रात्री त्यांनी तिच्या सत्कारगृहावर छापा घातला. त्या वेळी त्यांना ती मृतावस्थेत आढळली. तिच्यासंबंधी नंतर अनेक दंतकथा प्रसृत झाल्या. त्यांतील एका कथेनुसार ती इंग्लंडमध्ये पळून जाऊन लंडनमध्ये दीर्घकाळ आपला व्यवसाय करीत होती. तत्कालीन प्रसिद्ध नाटककार व्हिक्टर ह्युगो तिच्या लाघवी संभाषणावर नि सौंदर्यावर फिदा होता. त्याने तिच्यावर 'मेरिअन द लॉर्म' ही नाट्यकृती लिहिली आणि त्याची प्रमुख नायिका द लॉर्मच होती. व्हिग्नीच्या 'सँ मार' या कादंबरीचीही ती प्रमुख नायिका आहे. फ्राँद

उठावातील तिच्या सक्रिय सहकार्यामुळे आणि साहित्यिकांतील पांडित्यपूर्ण चर्चेमुळे ती अल्पायुषी ठरूनही तिचे नाव फ्रेंच इतिहासात एका विद्वान संघर्षवादी कोर्टिझन-कलावंतीण म्हणून अजरामर झाले आहे. या व्यतिरिक्त इंग्लंड-फ्रान्समधील अनेक प्रसिद्ध रमणींनी तत्कालीन समाजाला भुरळ पाडली होती आणि त्यांची सत्कारगृहे (सॅलाँ) प्रसिद्ध होती. त्यांपैकी मॅडम ढ्यू बॅरी, निव्हॉन, जेन शोअर, नेल ग्विन या अलीकडच्या विसाव्या शतकाच्या उंबरठ्यावरील प्रसिद्ध वारांगना होत.

जपानमधील मोठमोठ्या सार्वजनिक उपाहारगृहांतून विशेषत: चहापार्टीच्या वेळी, मेजवान्यांच्या प्रसंगी, सार्वजनिक समारंभात स्त्रियांशी घरगुती सलगीने आणि पुरुषांशी शृंगारिकरीत्या वागून नृत्य-गायनादी कलांनी किंवा चतुर संभाषणाने पुरुषवर्गाचे मनोरंजन करण्याचे कार्य करणाऱ्या तरुणींना गैशा ही संज्ञा रूढ झाली. गैशा हा मूळ शब्द 'गै' (Gei) म्हणजे कलात्मक क्षमता आणि 'शा' (Sha) म्हणजे व्यक्ती, या दोन शब्दांवरून तयार झाला असून त्याचा सरळ अर्थ 'कलात्मक क्षमता असलेल्या व्यक्ती' असा आहे. गैशा या कलावंतिणी प्रशिक्षित व सुसंस्कृत असून त्यांच्यात अलंकारिक सुरावट, सौजन्य आणि निष्कपटपणा हे विशेष गुण दृग्गोचर होत. ग्रीसमधील हेटीअरांप्रमाणे त्यांनी काव्य, वाङ्मय आणि प्रणय यांत मौलिक भर घातली आहे.

जपानमध्ये ही कलावंतिणींची संस्था इडो काळात (इ.स.१६००-१८६८) प्रथम वृद्धिंगत पावली; तथापि अशा प्रकारची संस्था इ.स. बाराव्या शतकापासून जपानमधील लहान-मोठ्या शहरांतून कार्यरत असावी, असा काही इतिहासकारांचा अंदाज आहे. त्या वेळी त्यांचा उल्लेख 'शिरोब्योशी' या नावाने करीत. त्या प्रामुख्याने नृत्यांगना असून काही लष्करातील प्रतिष्ठित सेनानींच्या रखेल्याही असत. आयोनारी शोगून (इ.स. १७८७-१८३६) या सत्ताधाऱ्याने जपानमधील स्त्री-पुरुषांच्या सार्वजनिक ठिकाणच्या एकत्रित स्नानावर बंदी (१७९१) घातली होती. कारण त्यामुळे देशातील अनीतीस उत्तेजन मिळते, असा त्याचा दावा होता. पुढे इ.स. १८२२मध्ये गैशांविरुद्ध एक कायदा झाला. त्यात असे म्हटले आहे की, "गैशा या सुरेल गाणे गातात. त्यांचा पोशाख दिमाखदार व छानछौकी असतो आणि उपाहारगृहांतील गिऱ्हाइके त्यांना पैसे देऊन त्यांच्याकडून नृत्य-संगीत ऐकण्याचा बहाणा करतात; परंतु प्रत्यक्षात गैशा त्यांच्याबरोबर शय्यासोबत करून त्यांना संभोगसुख देतात. म्हणून अशा या तरुणींना यापुढे शरीरविक्रय करणाऱ्या 'रूपाजीवा' म्हणणेच अधिक संयुक्तिक ठरेल." तथापि सभासमारंभातून तसेच कौटुंबिक कार्यक्रमामधून गैशांना मनोरंजनासाठी पाचारण करण्याची प्रथा व संकेत चालू राहिला आणि गैशांच्या विद्यालयांतून म्हाताऱ्या गैशा (गणिकामाता) तरुण मुलींना नृत्य-संगीत-संभाषण यांचे धडे देण्याचे काम करीतच राहिल्या. त्यांच्या काबूरेंजोमध्ये

अध्यापक आणि विद्यार्थिनी समारंभपूर्वक चहापार्टर्या आणि अन्य समारंभाच्या वेळी जे लौकिक कार्यक्रम साजरे होत, त्यासाठी तयारी करीत. गैशांचे आई-वडील आपल्या मुलींची आर्थिकदृष्ट्या ओढाताण सहन न होऊन, तसेच त्यांच्या भावी शिक्षणाची जबाबदारी पेलण्यास हतबल झाल्यामुळे आपल्या मुलींना या धंद्यात सहभागी होण्यास संमती देत असावेत; असे हजारो कादंबऱ्यांतून व अन्य संदर्भातील कथा वाचल्यानंतर लक्षात येते. समाजातील बहुसंख्य मुलींचे आर्थिक जीवनच सुरुवातीला तरी याला कारणीभूत ठरले असावे.

गैशा या संस्थेचा सुरुवातीचा उद्देश पाहुण्यांचे आगत-स्वागत आणि मनोरंजन करणे हा होता. तत्संबंधीचा लिखित आविष्कार प्रथम क्योटो शहरातील कागदोपत्री इ.स. १७५१मध्ये मिळतो. नंतर इडो (विद्यमान टोकिओ) शहरातील पुराभिलेखात इ.स. १७३२मध्ये त्यासंबंधी नोंद झालेली आहे. ऐकोणिसाव्या शतकात तिच्यावर काही निर्बंध लादले गेले, तरीसुद्धा ही संस्था विकसित होऊन तिला पुढे शासन आणि समाज या दोघांची मान्यता मिळाली आणि हळूहळू सहजपणे ती जपानच्या उच्चभ्रू नागरी संस्कृतीत एकरूप झाली.

एकोणिसाव्या-विसाव्या शतकांतील बरेचसे साहित्य, संगीत आणि स्वरूपदर्शक (आरेख्यक) कला यांचे स्फूर्तिस्थान गैशाच आहेत. अनेक नाटक-कादंबऱ्यांतील नायिकासुद्धा गैशांच्याच रूपात रंगविलेल्या आढळतात. गैशांनी तत्कालीन समाजात मानाचे स्थान मिळविले आहे.

गैशा व्यवसायात प्रवेश करणाऱ्या तरुण मुली साधारणतः तेरा ते अठरा वर्षांदरम्यानच्या रजोदर्शन झालेल्या असतात. सर्वच मुली बांधेसूद, रूपवान, देखण्या असतीलच असे नाही. मात्र चुणचुणीतपणा आणि कलांमधील प्रावीण्य हे विशेष गुण त्यांनी आत्मसात केले पाहिजेत, असा दंडक आहे. एखाद्या मुलीने गैशा म्हणून जीवनमार्ग अंगिकारल्यानंतर तिला अत्यंत परिश्रम घेऊन पारंपरिक कलांचा विशेषतः अभिजात नृत्य, संगीत, संभाषणचातुर्य, तंतुवाद्य वाजविणे इत्यादींचा अभ्यास करावा लागतो. याशिवाय गैशांना सुलेखन कला, चहापार्टीचे आयोजन, पुष्परचना, चित्रकला यांचाही फावल्या वेळात अभ्यास करावा लागतो. अनेकदा यात त्या कौशल्य मिळवितात आणि त्यांचे प्रदर्शन-दिग्दर्शन करतात. संघटनेच्या नियमांचे पालन आणि संघटनेने ठरवून दिलेला कार्यक्रम यांची अंमलबजावणी गैशा आयुष्यभर करते. एखाद्या मुलीस गैशाचा रीतसर दर्जा प्राप्त होण्यापूर्वी तिची कौमार्य अवस्था नष्ट करण्याचा एक समारंभ असतो. त्यासाठी शहरातील एखाद्या प्रतिष्ठित सधन व्यक्तीला (आश्रयदात्यास) पाचारण करण्यात येते. त्याच्या बरोबरच्या लैंगिक समागमाने ती विधिवत गैशा बनते. यानंतर तिने पुरुषाचे मनोरंजन, शय्यासोबत आणि संगत यांत विशेष प्रावीण्य दाखविले पाहिजे, असा दंडक असतो. विशिष्ट

परीक्षा उत्तीर्ण झाल्यावर ती पूर्णवेळ गैशा होते आणि कला उपासनेबरोबरच श्रीमंत दात्याशी ती आपले संबंध दृढतर करते. तिच्याशी त्याचे भावनिक, लैंगिक व आर्थिक हितसंबंध गुंतलेले असतात, पण गैशाने अत्यंत व्यावहारिक दृष्टिकोन ठेवूनच त्याच्याशी संबंध ठेवावेत; मात्र वरकरणी भावनात्मक नाटक करावे, अशी अपेक्षा असते. या धंद्यात ती साधारणत: प्रौढपणापर्यंत-तारुण्याची उमेद असेपर्यंत राहू शकते. प्रसंगोपात् गैशा एखाद्या श्रीमंत व्यक्तीची रखेली म्हणून राहिल्याची वा पत्नी म्हणून संसारात पडल्याची काही उदाहरणे आढळतात. विवाह केल्यास गैशा या गणिका व्यवसायातून निवृत्त होतात. अन्यथा सर्वसाधारणपणे उतारवयात त्या उपाहारगृहांची मालकी पत्करतात किंवा नृत्यगायनादी प्रशिक्षण-वर्ग चालवितात अथवा नवीन गैशा (माता) तयार करण्याचा व्यवसाय स्वीकारतात.

या व्यवसायातील गैशांचे मानधन, त्यांची निवासव्यवस्था आणि दैनंदिन व्यवहार या गोष्टी संघटनेमार्फत चालतात. शहराच्या विविध भागांत 'ओकिया' नावाची गैशागृहे असून आपल्या व्यवसायात सधनता व सुस्थिरता आणि स्वत:ची निवासव्यवस्था होईपर्यंत त्या एकत्रितरीत्या ओकियात राहतात. गैशांची ही संघटना असून वृद्ध गैशांचे (मातांचे) मंडळ त्यावर नियंत्रण ठेवते. या संस्थांतून-मंडळातून त्यांना या व्यवसायाचे प्रशिक्षण देण्यात येते. संघटनेने ठरविलेल्या मानधनाव्यतिरिक्त आश्रयदात्याने वा गिऱ्हाइकाने तिच्या संगतीत मिळविलेल्या सुखाबद्दल व्यक्तिश: दिलेली बक्षिसे वा बिदागी ही तिची पूर्णत: खासगी मालमत्ता असते आणि संघटनेकडून तिला या कामाबद्दल विशिष्ट मेहनताना दिला जातो. कोणत्याही आश्रयदात्यास गैशा-संघटनेच्या नियमानुसारच कोणत्याही गैशेचा उपभोग घेता येतो, तद्वतच उपाहारगृहांना त्या संदर्भात किती गैशा हव्या आहेत वगैरेसंबंधी संघटनेशीच करार करावा लागतो. 'ओकिया' ही गैशाची निवासाची पूर्णत: खासगी वास्तू (वसतिगृह) असल्याने तिथे कोणत्याही गिऱ्हाइकास आणण्याची परवानगी गैशास नाही आणि गैशाही या नियमांचे उल्लंघन सहसा कधी करत नाहीत. प्रत्येक गैशाची त्या-त्या संबंधित संघटनेच्या कार्यालयात नोंदणी केलेली असून, तेथे त्या कोणत्या गिऱ्हाइकाकडे गेल्या आहेत, याची नोंदणीवहीत नोंद केलेली असते. तिची नेमणूक 'केम्बान' नावाचा अधिकारी ठरवितो. तो गैशागृहाचा पूर्ण वेळ सूत्रधार व प्रशासक असतो. गैशांच्या मानधनातूनच त्याचा पगार दिला जातो. सांप्रत गैशा कुठे काम करतात, त्यानुसार त्यांच्या दर्जात व वर्तणुकीत फरक आढळतो. शहरातील उच्चभ्रू श्रीमंत वर्गाच्या पंचतारांकित उपाहारगृहात वावरणाऱ्या गैशा आपल्या पसंतीनुसार चोखंदळ गिऱ्हाइके पटवितात आणि त्यांच्याशी दीर्घकाळ संबंध ठेवतात. परंतु पर्यटनस्थळे, लहान उपाहारगृहे, आरोग्यधामे अशा ठिकाणच्या गैशा प्रामुख्याने अलीकडे सुदृढ धंदा नसल्याने वेश्याव्यवसायाकडे वळलेल्या दिसतात; कारण

त्यांना तेथे येणारे हौशी प्रवासी अल्पकाळाच्या करमणूक-मनोरंजन-सुखासाठी अल्पशी बिदागी देतात. जपानमधील सामाजिक जीवनातील 'गैशा' ही संस्था अनेक वर्षे एक अविभाज्य भाग बनली होती आणि या गैशा तरुणी आधुनिक फॅशनचा छानछोकी पोशाख करून उपाहारगृहातील वातावरण आनंदित व उल्हासित ठेवण्याचा प्रयत्न करीत, परंतु कालौघात या व्यवसायाला उतरती कळा लागली आणि आता त्यात तुलनात्मक दृष्ट्या फारच थोड्या तरुणी राहिलेल्या आहेत.

विसाव्या शतकात गैशांचे वर्चस्व प्रामुख्याने राजकीय क्षेत्रात वाढले आहे. राजकारणी पुरुषांच्या सान्निध्यात त्या आता सर्रास वावरू लागल्या आहेत. १९२० ते १९३० दरम्यान देशात सुमारे ऐंशी हजार गैशा तरुणी होत्या. ओहना शान नावाची गैशा दुसऱ्या महायुद्धापूर्वी तिच्या सौंदर्याने नि सुरेल संगीताने एक आख्यायिकाच बनली होती. माजी राजपुत्र सायोंजीची ती लाडकी असून हिरोहोतो या मुत्सद्याची सल्लागार सेविका होती. व्हर्सायच्या शांतता तहाच्या वेळी ती आली होती. वुड्रो विल्सनने तिच्या सौंदर्याला भाळून तिला मोत्यांचा हार दिला. पुढे ती गैशा आहे, हे समजल्यावर विल्सन ओशाळला. पुढे दुसऱ्या महायुद्धाच्या काळात (१९३९-१९४५) गैशांवर शासनाने काही निर्बंध लादले आणि लष्करातील जवानांच्या मनोरंजनासाठी त्यांनी आपले जीवन व्यतीत करावे, असे बंधन त्यांच्यावर लादण्यात आले. यामुळे काही गैशा तरुणींनी कारखान्यात टंकलेखिका, कारकून वा अन्य व्यवसायात पदार्पण करून तशी हलकी-फुलकी कामे चरितार्थ म्हणून स्वीकारली आणि गैशांची संख्या आपापत: घटली. त्यामुळे १९७०-१९८० दरम्यान घेतलेल्या लोकसंख्येच्या आढाव्यात जपानमध्ये फक्त सतरा हजार तरुणी गैशांचा व्यवसाय करीत असल्याचे आढळून आले. अर्थात गैशा व्यवसायातील तरुणी कमी होण्यास आणखीही काही अन्य कारणे होती. ती म्हणजे जपानमध्ये सक्तीचे शिक्षण असून वय वर्षे वीसपर्यंत सर्वांनी विश्वमहाविद्यातयाल अध्ययन केलेच पाहिजे, असा दंडक आहे. त्यामुळे याच वयात मुली गैशा या व्यवसायात पदार्पण करतात. दुसरी गोष्ट म्हणजे पाश्चात्त्य संस्कृतीचा जपानवरील वाढता प्रभाव ही होय. पाश्चात्त्य पद्धतीचे अनुकरण करण्याची, जपानमधील उपाहारगृहांच्या व्यावसायिकांत सध्या चढाओढ चालू आहे. अशा मोठ्या हॉटेल्समधून प्रशिक्षित यजमानिणी किंवा स्वागतिका नेमण्याची पद्धत रूढ झाली आहे. या सुंदर मुली शिक्षित असून नाट्य-संगीतादी कलांत प्रशिक्षितही असतात. पूर्वी ही सर्व कामे गैशा व्यवसायातील चुणचुणीत मुली करीत असत. त्यामुळे साहजिकच गैशा तरुणींना अशा पाश्चात्त्य धर्तीच्या उपाहारगृहात, विशेषत: पंचतारांकित हॉटेल्समध्ये फार कमी मागणी होऊ लागली आहे. शिवाय स्वागतिका या सूरसुंदरी तेथे येणाऱ्या गिऱ्हाइकांचे मनोरंजन करू लागल्या आहेत आणि त्या आधुनिक नृत्य-संगीतादी विद्यालयाच्या पदवीधरही असतात.

दुसऱ्या महायुद्धानंतर गणिका ही संस्था पश्चिमी देशांत लोप पावली असली, तरी चीन, जपान, फिलिपीन्स, सिंगापूर, इन्डोनेशिया, इन्डोचायना इत्यादी पौर्वात्य देशांत ती अद्यापि उच्चभ्रू सधन समाजात कार्यरत असल्याचे अनेक दाखले मिळतात आणि या व्यवसायात अनेक परदेशस्थ सुशिक्षित व नृत्यसंगीतादी कलांत निपुण असलेल्या तरुणी सहभागी झालेल्या आढळतात. त्यांच्यावर काही ठिकाणी शासनाचे नियंत्रण असून त्यांच्याकडून करही वसूल केला जातो. शिवाय वैद्यकीयदृष्ट्या त्यांची काळजी घेण्यात येते.

मिंग (१३६८-१६४४) आणि मांचू (१६४४-१९१२) काळात पीकिंग (बीजिंग) या चीनच्या राजधानीत शहराचा दक्षिण भाग हा केवळ वारांगनांसाठी सुरक्षित ठेवलेला होता आणि तो शक्यतो शत्रूपासून दडविलेला असे व शासकीय अधिकारी त्यांना कोणताही निर्बंध करीत नसत. या भागालाच पुढे 'सिंग साँग हाउस' (मित्र-मैत्रिणी गाण्याच्या निमित्ताने एकत्र जमण्याचे स्थान) ही उपाधी मिळाली. येथील भव्य उपाहारगृहे आणि नाट्यगृहे यांच्या आसपास वारांगनांची वस्ती असते. त्यांना उच्चभ्रू सधन घराण्यातील तरुण मुले आणि वरिष्ठ अधिकारी आश्रय देतात. अलीकडे या भागातील सार्वजनिक दिवे मंद असतात, पण सिंग साँग गृहाच्या दारातील दिवा मोठा प्रकाश देणारा असून त्याखाली एक मोठा फलक असतो. त्यावर आतील गिऱ्हाइकांची नावे, ते ज्या जिल्ह्यातून येणार त्याची माहिती असते. जेव्हा एखादा पाहुणा आत प्रवेश करतो, तेव्हा द्वारपाल खणखणीत आवाजात 'पाहुणा आला!' (लाई कओ!) असे जाहीर करतो. मग त्याचे आदरातिथ्य चहा, फळांचा रस, गाणे आणि वाद्यसंगीत यांनी करण्यात येते. सामान्यत: दारू दिली जात नाही. तो अशावेळी आपली निवड करतो आणि नंतरची तारीख घेतो. त्याला आपल्या मित्रांनाही येथे जेवण्यास आणण्यास मुभा असते. पीकिंग येथील ही कलावंतिणींची गृहे ख्यातनाम असून यांत फ्रेंच, जपानी, जर्मन, इटालियन आणि विशेषत: रशियन स्वरूपसुंदर वारांगना आढळतात. प्रत्येक सिंग साँगची प्रशासनव्यवस्था तेथील पद्धती आणि खाण्याचे पदार्थ यांचे प्रदेशपरत्वे भिन्नत्व असून त्यांची मालकीही अन्य देशातील काही धनवान व्यक्तींकडे आहे.

चीनमधील शांघाय या लोकसंख्येने पहिल्या क्रमांकावर असलेल्या शहरात वारांगनांसाठी असलेली गृहे अत्यंत विलासी, सर्व सुखसोयींनी सुसज्ज आणि खर्चिक असून त्यांचे व्यवस्थापन धनाढ्य लोकांच्या हाती आहे. त्यामुळे जगातील अनेक धनवान गिऱ्हाइके मनोरंजन व शय्यासोबतीसाठी त्यांना भेटी देतात. या वारांगनांच्या गृहांतून जपानी, फ्रेंच, रशियन, ब्रिटिश, अमेरिकन अशा सर्व परदेशीय सूरसुंदरी आढळतात. या गृहांतूनही आपण आपल्या परदेशी गिऱ्हाइकांना फार चांगली सेवा देतो, अशी चढाओढही चालू असते. यांतून सर्व प्रकारची मद्यार्के

मिळतात. शिवाय चीनची म्हणून प्रसिद्ध असलेली 'शाओचिऊ' (तांदळाची दारू) असते. मोटारी येण्यापूर्वी तरुण मुली आपल्या गिऱ्हाइकाबरोबर सृष्टिसौंदर्य पाहण्यासाठी रिक्षातून वा घोडागाडीतून फेरफटका मारीत. या सर्व मुली अत्यंत आधुनिक फॅशनचे कपडे घालतात आणि त्यांच्यापैकी अनेकजणी दिवसा शहरातून मॉडेल्स म्हणून वा कंपनीच्या जाहिरातीसाठी काम करतात. नृत्य-संगीतादी कलांपेक्षा त्यांच्या सौंदर्याकडे पाहूनच अशा मुलींना ही सिंग सॉंग गृहे पैसे मोजतात. चीनमधील कॅन्टन वगैरे अन्य शहरांत त्यामानाने ही सिंग सॉंग गृहे कमी प्रमाणात आहेत; मात्र प्रत्येक शहराचे मनोरंजन करण्याचे एक स्वतंत्र तंत्र आहे. काही ठिकाणी जलविहार, क्रीडा हा प्रमुख मनोरंजनाचा भाग असून त्यांना 'फ्लावर बोट रो' म्हणतात.

पेनांग, सिंगापूर आणि मलाक्का हे भूप्रदेश दुसऱ्या महायुद्धापर्यंत (१९४५) 'स्ट्रेट्स सेटलमेंट' या संयुक्त नावाने ज्ञात होते. या प्रदेशांत सरकारमान्य वेश्यागृह असून सिंगापूरमधील तेलूक आयर जिल्ह्यातील टेम्पल, सागो आणि कोकिन मार्ग आणि पेनांगमधील कॅम्बेल स्ट्रीट यांतील गिटार गर्ल्स (पीपाचाई) प्रसिद्ध आहेत. त्यांचे जीवनमान शांघाय शहरातील सिंग सॉंग गृहाप्रमाणेच आहे. येथील वारांगनांना घेऊन परदेशी पाहुणे पंचतारांकित हॉटेल्स, क्लब इत्यादी ठिकाणी मनोरंजनासाठी नेतात आणि जेवणानंतर त्यांच्याशी शय्यासोबत करतात.

दुसऱ्या महायुद्धाच्या काळातील वेश्याव्यवसायाशी निगडित ज्या काही घटना घडल्या, त्यांच्याविषयी माहिती उजेडात आली आहे. डोलगोपाल यांच्या प्रबंधात आशियातील वेश्याव्यवसायाविषयी काही तपशीलवार बाबी आढळतात (टॅबू-फौजिया सईद, २००६) या काळात कब्जा केलेल्या देशांतल्या स्त्रियांना पकडून जपानी सैनिकांसाठी मुद्दाम उभारलेल्या वेश्यागृहांमध्ये डांबले जात असे. ही वेश्यागृहे उभारणे, स्त्रियांना पकडून आणून त्यात डांबणे, तिथे त्यांना ठेवणे, त्याचं खाणं-पिणं, राहणं यासाठी जपानच्या लष्करावरच्या खर्चात अधिकृत आर्थिक तरतूद असे; विशेषत: इंडोनेशिया, फिलिपाईन्स आणि कोरियातील स्त्रियांना पकडून जपानी सैनिकांच्या मौजमजेसाठी म्हणून या वेश्यागृहात त्यांना डांबण्यात येत असे. १९२८ ते १९४५ या दरम्यानच्या काळात सुमारे दीड ते दोन लाख स्त्रियांना अशा प्रकारे गुलाम बनवून जबरदस्तीने वेश्याव्यवसायात ढकलण्यात आले होते. या स्त्रियांना पकडून वेश्या व्यवसायात डांबणाऱ्यांच्या बरोबर लष्करी पोलीस असत आणि जर एखाद्या स्त्रीच्या नातेवाइकाने, पालकाने रोखायचा प्रयत्न केला, तर ते त्याला सरळ-सरळ ठार करीत. एक वेळ तर अशी होती की, या स्त्रियांचा उल्लेख 'स्पेशल सर्व्हिस पर्सोनेल ग्रुप' असा केला जाऊ लागला होता. या वेश्यागृहांच्या दैनंदिन व्यवस्थापनाची जबाबदारी देखील जपानी लष्कराकडेच असे. एखाद्या सैनिकाने किती वेळा वेश्यागृहाला भेट दिली, किती आणि कोणकोणत्या खोल्यांना त्याने भेट

दिली याची नेमकी नोंद ठेवली जात असे. कोणत्याही प्रकारची माहिती, लष्करी गुपिते फुटू नयेत म्हणून सैनिक आणि वेश्यांमध्ये कोणत्याही प्रकारचे घनिष्ठ संबंध वा नाते निर्माण होणार नाही, याची दक्षता लष्करी उच्च अधिकारी घेत असत.

पाकिस्तानात पूर्वीच्या काळी नृत्याची साधना कुशल गुरूंकरवी गांभीर्याने होत असे. मोगल काळात (१५२६-१७०७) कथ्थक नृत्य खूप लोकप्रिय होते. प्रसिद्ध उस्तादांकडून नर्तकी नृत्याची तालीम घेत आणि त्यांच्या आश्रयदात्यांकडून त्यांना भरघोस बक्षिसी, बिदागी मिळत असे. राजदरबारातील नर्तकींमध्ये केवळ नृत्यासाठी नृत्य करणे फारसे प्रचलित नसे. गाण्याच्या बोलांनुसार नृत्य करण्याचे प्रशिक्षण तिला दिले जात असे. भाव आणि मुद्रा शायरीतील शब्द जणू अधोरेखित करीत असत. कधीकधी नर्तकी बसूनही गझल गात असे आणि ती हातांनी नृत्यमुद्रा करीत असे. त्या वेळी तिच्या चेहऱ्यावर अनुरूप भाव असत. या सर्व गोष्टींचे प्रशिक्षण शाही मोहल्ल्यांद्वारे दिले जाई. शाही मोहल्ला हा पाकिस्तानी कलावंतांचा वारसा जतन करू पाहणारी आणि पारंपरिक संगीताच्या संवर्धनाचा वसा घेतलेली जुनी सांस्कृतिक संस्था होती. पाकिस्तानातील महान कलावंतांपैकी बहुतेकांचे या ना त्या प्रकारे शाही मोहल्ल्याशी नाते असते. पाकिस्तानातील शाही मोहल्ला ही कलावंतांची नर्सरी आहे. दक्षिण आशियातील वेश्याव्यवसायासाठी परिचित असणारा एक पुरातन भाग म्हणून त्याची प्रसिद्धी आहे. याने कितीतरी कलावंतांना जन्म दिला आहे. पाश्चात्त्य देशांतील 'रेड लाइट एरिया'पेक्षा या भागाचे स्वरूप वेगळे आहे. शतकानुशतके इथल्या सर्जनशील वातावरणात कवी, गायक, अभिनय क्षेत्रातील कलावंत, वादक, शास्त्रीय संगीतकार, त्यांचे गुरू हे सर्व येथे उदयाला आले आहेत. लाहोर आणि इतर पाकिस्तानी शहरांत सध्याच्या काळात फोफावत असलेल्या कुंटणखान्यांहून या भागाचे स्वरूप मूलतः भिन्न होते व आजही काही प्रमाणात आहे. काहीकाही विशिष्ट जमातींचा तर वेश्या व्यवसाय हा पारंपरिक पारिवारिक व्यवसाय आहे. 'कंजर' ही जमात या प्रकारे शतकानुशतके हा व्यवसाय इमानेइतबारे करीत आली आहे. 'मिराशी' ही अशीच एक जमात. ती थेट वेश्या व्यवसाय करीत नाही; परंतु कंजर जेव्हा नाच-गाण्याने ग्राहकांचे मनोरंजन करतात, तेव्हा हे मिराशी जातीतील लोक त्यांना वाद्य-संगीताची साथ करतात. दक्षिण आशियात हा व्यवसाय पारंपरिक पारिवारिक वारसा म्हणून जपणाऱ्या अनेक जमाती आहेत. त्यांपैकीच पाकिस्तानातील कंजर व मिराशी या जमाती होत.

पाकिस्तानातील या व्यवसायात गुंतलेल्या स्त्रिया प्रत्येक वर्गासाठी स्वतःच वेगवेगळी नावे धारण करतात. सर्वांत जास्त वापरात असलेली नावे वा संज्ञा म्हणजे 'तवायफ', 'कंजारी' आणि 'गश्ती.' पाकिस्तानी समाजात इतरत्र 'तवायफ' हाच सौम्य शब्द वापरला जातो. प्रत्यक्षात 'तवायफ' म्हणजे एक किंवा दोन

ग्राहकांपुरती स्वत:ला मर्यादित ठेवणारी उच्च दर्जाची रखेली-कलावंतीण; परंतु थोड्या व्यापक अर्थानेही त्याचा वापर केला जातो. तसेच व्यवसायासाठी संगीत-नृत्याचा वापर करणाऱ्या सर्वजणींसाठी 'नाचनेवाली' हा एक सर्वसाधारण शब्द प्रचारात आहे. शाही मोहल्ल्यातील धंदेवाईक गायिकांमध्ये हातांच्या नृत्य-मुद्रा अद्यापि प्रचलित आहेत. त्या काळी शाही मोहल्ला उच्च कोटीच्या शास्त्रीय संगीतासाठी, सुरेल गाण्यासाठी आणि सुंदर सुरावटीसाठी ओळखला जाई. संगीतकार शिकवत असत आणि कितीतरी तरुण कंजर मुली मन लावून गाणे शिकत असत. सध्याच्या प्रसिद्ध चित्रपट नृत्यांगना म्हणजेच इशारत चौधरी, मीना चौधरी, इमरुंद, अहिया, ताहिरा सईद, गुलशन आंरा सईद, खानम इत्यादी सर्व मोहल्ल्यातल्या खानदानांतल्याच आहेत. यांतील काही रखेली म्हणूनही राहतात. काही उच्चभ्रूंबरोबर शय्यासोबत करतात. उच्च दर्जाच्या कलावंतिणींचे प्रदीर्घ कालावधीसाठीचे संबंध श्रीमंती वा धनदौलत या संकल्पनेवर आधारलेले असतात. 'ताफू' म्हणून ओळखले जाणारे हाजी अल्ताफ हुसेन हे प्रसिद्ध तबलावादक शाही मोहल्ल्यातील सर्वाधिक आदरणीय उस्तादांपैकी ते एक होते. ताफू आणि त्यांचा परिवार मोहल्ल्यात शेजारी-शेजारी लागून असलेल्या दोन हवेल्यांतून राहतो. गेली कित्येक वर्षे संगीताचा उच्च दर्जा राखण्याचे त्यांचे प्रयत्न चालू आहेत आणि ते स्वत: चित्रपट सृष्टीतल्या सर्वांत प्रसिद्ध तबलावादकांपैकी एक आहेत. पाकिस्तानची सर्वांत प्रसिद्ध, लोकप्रिय, महान गायिका नूरजहाँ हिला त्यांनी तबल्याची साथ केली आहे. पूर्वीच्या काळी कलावंतिणींना एक प्रकारचे आर्थिक स्थैर्य लाभत असे. त्यामुळे संगीत-नृत्यादी कलांच्या प्रशिक्षणासाठी त्या तयार असत. आजही या कलांची कदर करणाऱ्या रोमा, शाहिदा, शाकिरा, चंदा, लैला, कैसरा, शालो, नर्गिस वगैरे काही स्त्रिया शाही मोहल्ल्याची शान राखण्याचा प्रयत्न करतात; पण त्यांना तसे आश्रयदाते लाभत नाहीत आणि शासनाचा जाच सहन करावा लागतो. याचे कारण पाकिस्तानचे तिसरे लष्करी राष्ट्राध्यक्ष झिया उल् हक यांनी १९७९मध्ये 'झिना ऑर्डिनन्स' (हुदूदची अंमलबजावणी!) जारी केले. त्यानुसार विवाहेतर संबंधांना अपराध ठरवून दंडनीय वा तुरुंगवास कडक शिक्षेची तरतूद केली. परिणामत: वेश्याव्यवसायावर निर्बंध आले आणि बेकायदेशीर शरीरविक्रयाला उधाण आले. पाकिस्तानातील शाही मोहल्ला हा लाहोरचा रेड लाइट एरिया असून शरीरविक्रयासाठी सजविलेला सर्वांत जुन्या बाजार पेठांपैकी एक आहे. मानवी-नातेसंबंधांचे जाळे विणताना इथे वेश्यावृत्ती आणि नृत्य-गायनादी कलांचे धागे एकात एक गुंतून गेले आहेत. चित्रपट, लोकनाट्य, संगीत मैफिली, नाटक, संगीत जलसे, नृत्याचे कार्यक्रम या सर्व मनोरंजन करणाऱ्या प्रकारांतून या कलावंतिणीच काम करतात; कारण पाकिस्तानात उच्चभ्रू वा कुलीन घराण्यातील मुली कोणत्याही सार्वजनिक समारंभ वा करमणूक

प्रकारात सहभागी होत नाहीत. म्हणून नाट्य-चित्रपट निर्माते सुंदर आणि निपुण नायिकांच्या शोधात मोहल्ले व कोठ्यांतून फेरफटके मारतात. स्वातंत्र्यप्राप्तीनंतर कोठ्या व मोहल्ले यांच्या आश्रयदात्यांमध्ये आणि ग्राहकांमध्ये आमूलाग्र बदल झाले आहेत. आता राजे-महाराजांची जागा राजकारण्यांनी घेतली आहे. तसेच उच्च शासकीय नोकरवर्ग सरंजामदारांच्या जागी स्थानापन्न झाला आहे. त्यांना लैंगिक व्यवहारातच अधिक रस आणि कला, नैपुण्याच्या निकषांवर कलावंतिणी-वेश्यांचा दर्जा ठरविण्याची त्यांची कुवतही सुमार आहे. व्यापारी, उद्योजक, नोकरशाह, अशांच्या नव्या वर्गाने शाही मोहल्ल्याच्या जुन्या आश्रयदात्यांची जागा घेतली आहे आणि सामान्य वेश्यांची मोठी दाटी झाली आहे. नृत्य-गायनादी कला आणि वेश्यावृत्ती यांमधील सीमारेषा आज फारच क्षीण झाली आहे. मोहल्ल्यांतून मुलाच्या जन्मापेक्षा मुलींच्या जन्माचे स्वागत अधिक उत्साहाने केले जाते; कारण हे आर्थिक अपरिहार्यतेतून होते. कौमार्याची विक्री यालाही खास महत्त्व असते. नवशिक्या ग्राहकांना आकर्षित करण्यासाठी कौमार्य विशेष उपयुक्त ठरते आणि विवाहबंधन, स्वच्छंदतेवर जो लगाम घालते, त्याचाही काच काहीसा कमी होतो; पण सरकारी बंधनांमुळे या संस्कृतीत बऱ्याच गोष्टी या बचावात्मक धोरणातून केल्या जातात. हळूहळू पाकिस्तानातील मोहल्ले नष्ट होत असून कोठेखानी वेश्यागृहे कार्यरत झाली आहेत.

पाश्चात्त्य देशांत लैंगिक स्वातंत्र्य आणि समलिंगी भोगांबद्दलचे शिथिल कायदे यामुळे गणिकासदृश वारांगनांची संख्या अलीकडे जवळजवळ संपुष्टात आली आहे. मात्र शरीरविक्रय करणाऱ्या स्वतंत्र स्त्रिया वा कॉलगर्ल्स या देशांतून सर्रास आढळतात. विशेषत: दुसऱ्या महायुद्धानंतर स्कॅंडिनेव्हियन देशांत (नॉर्वे, स्वीडन, डेन्मार्क, फिनलंड, आइसलॅंड) सामान्य माणसाचे जीवनमान व राहणीमान सुधारले आणि त्याला लैंगिक स्वातंत्र्य (समलिंगी भोगांबद्दल कडक कायदे नाहीत.) लाभले. त्यामुळे त्यांना या व्यवसायात आता विशेष रस राहिला नाही.

भारतीय साहित्यातील गणिका

'गणिका' ही संस्था प्राचीन भारतात एका विशिष्ट हेतूने निर्माण झाली. तिला सामाजिक प्रतिष्ठा आणि राजाश्रय लाभला. समाजातील सर्व उच्चभ्रू मध्यमवर्गीयांची त्याला मान्यता होती. तत्कालीन समाजाला त्यात काही आक्षेपार्ह वा गैर वाटले नाही. किंबहुना ती समाजाची गरजच ठरली. साहजिकच भारतीय संस्कृतीच्या विकासात, जडणघडणीत तिचा वाटा मोठा आहे. प्राचीन भारतातील संस्कृत, प्राकृत, पाली इत्यादी भाषांतील वाङ्मयात आणि विशेषत: लोकसाहित्यात व कथा, काव्य, नाट्यादी अभिजात साहित्यात तसेच हिंदू, बौद्ध व जैन धर्मीय वाङ्मयात गणिकांच्या कथा आणि उल्लेख आढळतात. वैदिक काळात भारतात ही वृत्ती अस्तित्वात होती, असे वेदातील काही उल्लेखांवरून स्पष्ट होते. ऋग्वेदाच्या एका ऋचेत (१.१६७.४) अनेक पुरुषांशी संग करणाऱ्या स्त्रीला साधारणी म्हटले आहे. निराधार तरुणी उपजीविकेसाठी शरीरविक्रय करू लागतात आणि स्वैर वृत्तीच्या तरुणी विषयसुखासाठी अनेक पुरुषांबरोबर रममाण होतात, अशा प्रकारचे काही निर्देश वेदात आढळतात. (ऋग्वेद १.१२४. ७;४.५.५; अथर्ववेद १.१७.१) त्या काळी अशा गणिकासदृश स्त्रिया अर्थार्जनासाठी किंवा श्रीमंत गिऱ्हाइकाच्या शोधार्थ यात्रेच्या स्थळी जात (ऋग्वेद ४.५८.८). पंचचुडानामक अप्सरेपासून अशा स्त्रियांची उत्पत्ती झाली, अशी समजूत आहे. यजुर्वेदातही या वृत्तीचा उल्लेख आढळतो (यजुर्वेद ३०.१५). यानंतरच्या काळात गणिकावृत्तीला उधाण आले आणि ही संस्था समाजाचा एक आवश्यक घटकच बनली. धर्मसूत्रे आणि स्मृती यांवरील ग्रंथांतून प्रायश्चित्त, शिक्षा, दाय भाग इत्यादींचे नियम आढळतात.

महाभारताच्या काळात या संस्थेला प्रतिष्ठा प्राप्त झाली. राजघराण्यातील दासी राजपुरुषांच्या कामोपभोगासाठी उपयोगी पडत असूनसुद्धा गणिकांना समाजात मानाचे स्थान असे. महाभारताच्या उद्योगपर्वात युधिष्ठिराने त्यांचे कुशल विचारल्याचा उल्लेख मिळतो, तद्वतच श्रीकृष्ण पांडवांचा शांतिदूत म्हणून गेल्यानंतर कौरवांकडील गणिकांनी त्याचे प्रथम स्वागत केले, असे वर्णन आहे (महाभारत उद्योगपर्व ८६.१५). रुक्मिणी मंदिरात देवपूजेला जात असताना तिच्याबरोबर गणिका पूजासाहित्य

घेऊन गेल्याचा उल्लेख भागवत पुराणात आहे (भागवत १०.५३). पांडवांच्या सेनेबरोबरही एक गणिकांचा-वारांगनांचा समूह होता (महा. उद्योग १५१.५८, वन २२९.३७, कर्ण ९४.९६). गणिका नृत्यगायनात कुशल व चतुर असून आपल्या सौंदर्य, कला-कौशल्य आणि संभाषणचातुर्याने राजांना राजकार्यातही उपयोगी पडत. राजकीय कपटकारस्थानात अशा गणिकांचा अत्यंत चलाखीने उपयोग केला जात असे, असे वर्णन वनपर्वात आढळते (महाभारत वनपर्व ११०.११३).

महाभारतात गणिकांचे राजवेश्या, नगरी, गुप्तवेश्या, देववेश्या आणि ब्रह्मवेश्या असे पाच प्रकार सांगितले आहेत. गणिका आपल्या सौंदर्य, चातुर्य, कलाकौशल्य इत्यादी गुणांमुळे राज्यकार्यातही उपयोगी पडत. राजाच्या एकूण लवाजम्याचा त्या एक भाग असत. प्रसंगोपात् किंवा काही खास प्रसंगी येणाऱ्या पाहुण्यांचे स्वागत करण्यासाठी त्यांना हेतुपुरस्सर पाचारण करण्यात येई. राजकीय कपटकारस्थानात अशा गणिकांचा खास उपयोग केला जाई. गुप्तचर म्हणूनही त्या महत्त्वाची कामगिरी बजावीत असत. ऋष्यशृंग आणि गणिका यांचा एक मनोरंजक संवाद महाभारतात वाचावयास मिळतो. त्यात गणिकेने ऋष्यशृंगाला आलिंगन देऊन कसे मोहित केले व अखेर त्याला लोमपाद राजाच्या प्रासादात कसे नेले, याचे वर्णन आहे. मंगल कार्ये, सणादी उत्सव, समारंभ इत्यादी प्रसंगी गणिकांची उपस्थिती शुभ मानली जात असे (महाभारत वनपर्व ११०.११३).

रामायणातही गणिकांचे काही उल्लेख आढळतात; परंतु त्या काळी ही संस्था अधिकतर लोकमान्य झालेली नसावी; तथापि गणिकांच्या सान्निध्यात राहण्याचा शौक उच्चपदस्थ करीत. राजदरबारात गणिकांना मान होता. त्या नृत्य-गायनादी कलांद्वारे करमणूक करीत. भरतभेटीच्या वेळी रामाबरोबर करमणुकीसाठी गणिकांचा ताफा असल्याचा उल्लेख रामायणात मिळतो. एवढेच नव्हेतर रामाच्या राज्याभिषेक प्रसंगी त्यांचे अस्तित्व शुभ मानण्यात आले (रामायण-अयोध्याकांड-१००.५०).

अंगदेशाच्या राजाकडून ब्राह्मणवृंदाचा अवमान झाल्यामुळे समस्त ब्रह्मवृंद तो देश सोडून गेला. त्यामुळे राज्यात सर्वत्र अवर्षण पडले. ऋष्यशृंग अंगदेशात येतील, तर हे अवर्षण त्यांच्या पवित्र आगमनाने दूर होईल, असे इंद्रानी अंगदेशाचे राजे लोमपाद यांना सांगितले. लोमपादांनी काही गणिकांना पाठवून ऋष्यशृंगास आपल्या राज्यात आणले. त्याबरोबर भरपूर पर्जन्यवृष्टी होऊन राज्यातील अवर्षण दूर झाले. यामुळे कृतज्ञ होऊन लोमपादांनी आपली शांतानामक कन्या (वास्ताविक ही दशरथांची पुत्री आहे.) ऋष्यशृंगास दिली. एक पुत्र होईपर्यंत ऋष्यशृंग अंगदेशात वास्तव्य करून होते. तदनंतर ते शांतेसह आपल्या आश्रमात परत आले (म.आर.११०.११३, वा. रा. बा. ९-१०).

गणिका या नावाचा गणांशी संबंध असावा, असे काही पंडितांचे मत आहे.

गणातील सर्व जणांचा जिच्यावर हक्क असतो, ती गणिका, असा अर्थ केला जातो. कात्यायनाची 'वार्त्तिके' आणि पतंजलीचे 'महाभाष्य' यावरून असे लक्षात येते की, त्यांच्या काळी म्हणजे इ.स.पू. पहिले शतक, निरनिराळ्या नगरांतील गणिकांचे संघ स्थापिले गेले होते. महायान बौद्धांच्या 'ललितविस्तार' या ग्रंथात राजकुमारीचा उल्लेख 'ती गणिकेसमान शास्त्रज्ञ होती,' असा गौरवाने केला आहे. तिच्या राजदरबारातील स्थानाविषयीही भरताच्या नाट्यशास्त्रात म्हटले आहे की, 'गणिका' ही राजाकडून व गुणी जनांकडून जशी सन्मानिली व प्रशंसिली जाई, तद्वतच ती प्रार्थनीय होती आणि पुरुषाला अभिगमनासाठी (उपभोग्य) योग्य असे. पुरुष तिच्या सुस्वरूपाकडे टक लावून चिंतन करीत असे. 'भरताने तिचे वर्णन – 'प्रियवादी प्रियकथा स्फुटा दक्षा जितश्रमा। एभिर्गुणैस्तु संयुक्ता गणिका परिकीर्तिता।' असे केले आहे. त्यावरून ती प्रिय संभाषण करणारी, प्रिय कथा-निवेदक, स्पष्ट बोलणारी व प्रियकराची मर्जी संपादण्याविषयी दक्ष अशी होती. शिवाय या कार्यात ती कधी कंटाळत नव्हती किंवा प्रणयात दमत नव्हती. कोणत्याही प्रकारे प्रियकराचा विरस होईल, असे कृत्य करावयास ती धजत नसे – अशी एवंगुणविशिष्ट ती गणिका होय!

गणिका या शब्दाचा व्याख्यार्थ बोलका असून त्यातून गणिकांच्या एकूण भूमिकेविषयी स्पष्ट कल्पना येते. गणिका या तनुविक्रयाबरोबरच प्रियकराची सर्व प्रकारची सेवा करीत. 'अमरकोशात' त्यांना 'वारस्त्री', 'गणिका', 'वेश्या' हे तिन्ही समानार्थक शब्द वापरले आहेत. गणिकेचे स्थान वारांगनेपेक्षा उच्च दर्जाचे होते. वेश्या किंवा रूपाजीवा जर 'कलारूपगुणान्विता' असली, तरच तिला गणिका म्हणावे, अन्यथा ती तनुविक्रय करणारी सामान्य स्त्रीच – म्हणजे वेश्या होय. अभिसारिकेचेही स्वतंत्र दोन भेद आहेत आणि वेश्या ही केवळ रूपाजीवा व अधम नायकांसाठी तनुविक्रय करणारी स्त्री असून तिचा मान्यवर नायिकांत समावेश करू नये, असे त्या ग्रंथात म्हटले आहे (२२-१४६ श्लोक), तर 'दशरूपक' ग्रंथात तिचा उल्लेख 'स्वान्या साधारणस्त्रीति तद्गुणा नायिका त्रिधा' (धनिका साधारणी) असा सन्मानपूर्वक केला आहे. रुद्रट आपल्या 'शृंगारतिलक' या ग्रंथात तिला 'सामान्या' म्हणतो आणि तिचे वर्णन 'सामान्यवनिता वेश्या सा वित्तं परम् इच्छति' अशा शब्दांत करतो. भोजराजाने 'सरस्वतीकंठाभरण' या ग्रंथात तिला 'सामान्य' म्हटले असून तिचे गुणानुसार तीन पोटभेद पाडले आहेत : 'गणिका', 'रूपाजीवा' आणि 'विलासिनी' (भाग ५/११३) भोजराजा याच ग्रंथात पुढे म्हणतो, 'गणिका कलाचतु:षष्टिविद् किंवा उभयचतु: षष्टिज्ञान' अशा आहेत. 'काव्यानुशासन विवेक' या ग्रंथात हेमचंद्र त्यांचे वर्णन 'कलाप्रागल्भधौत्याभ्यां गणयति गणिका' असे करतो.

नंतरच्या काळात अलंकारशास्त्रावरील लेखकांनी गणिकांच्या तत्कालीन समाजातील वर्तणुकीवरून पुन्हा तीन प्रकार पाडले आहेत. त्यात त्यांनी गणिकांचा शृंगार किंवा

प्रणयचेष्टा (शृंगाराभास) हा महत्त्वाचा भाग ध्यानी घेतला आहे. त्यांना मदनातुरा (प्रियकराच्या सान्निध्यासाठी आतुर असलेली.) रक्ता (प्रियकराला सर्वस्व वाहणारी) आणि विरक्ता (त्याला खेळवून पूर्णतः बाजूला – विरक्त राहणारी.) अशा संज्ञा देण्यात आल्या. रुद्रटाने त्यांना 'शृंगारभास एव स्याद्यदि ता रागवर्जिता' असे म्हटले असून 'साहित्यदर्पणा'त विश्वनाथ त्यांचे वर्णन 'अर्थार्जनासाठी तनुविक्रय करणाऱ्या यौवना' असे करतो आणि शेवटच्या ओळीत अशा स्त्रियांच्या वरकरणी प्रेमाबद्दल म्हणतो, 'क्वापि सत्यानुरागिणी' काही वर्षांपूर्वी प्रसिद्ध झालेल्या अकबरशाहच्या 'शृंगारमंजरी' या ग्रंथात लेखकाने भानुदत्ताच्या 'रसमंजरी'तील गणिकेच्या व्याख्येवर टीका केली असून तो म्हणतो, 'गणिका ही सकलपुरुषानुरागा सामान्या' असून ती 'रागिणी बहुपुरुषसङ्गमो वृत्त्यर्थः' अशी आहे.

प्राचीन समाजात गणिकांचा दर्जा हा सर्वार्थाने भिन्न होता. त्या नगरीतील रूपजीवा किंवा केवळ सौंदर्याचे भांडवल करून उपजीविका करणाऱ्या आणि भोगविलासात मग्न असलेल्या वेश्यांहून जशा वेगळ्या होत्या, तद्वतच दुसऱ्या बाजूला त्या सामान्य स्त्रियांहून भिन्न होत्या. विवाहित स्त्रिया तत्कालीन सामाजिक रीतिरिवाजानुसार पतीची सेवा करून धर्मशास्त्रानुसार विहित कर्मकाण्डात व घरगुती कामात मग्न असत. त्यांचा पोशाख, अलंकार व राहण्याची पद्धती गणिका व वारांगना यांहून लौकिकदृष्ट्या चौकटबद्ध मर्यादाशील अशी होती; तर गणिकांचे जीवन हे मनोरंजन आणि प्रियकराचे ऐहिक सुख व समाधान या केवळ गोष्टींमध्ये गुरफटलेले पाहावयास मिळते.

भारतात 'गणिका' या संस्थेची मूळ संकल्पना केव्हा अस्तित्वात आली, याविषयी निश्चित माहिती उपलब्ध नाही; तथापि वर उल्लेखिलेले वेद आणि महाभारत-रामायणातील संदर्भ पाहता, ती. इ.स.पू. पहिल्या सहस्रकांत अस्तित्वात असावी आणि मध्ययुगानंतर ब्रिटिशांच्या आगमनाबरोबर पाश्चात्त्य संस्कृतीच्या प्रभावाखाली एकोणविसाव्या शतकाच्या अखेरीस ती लोप पावली असावी, असे समाजशास्त्रज्ञांचे मत आहे. या दरम्यानच्या काळातील साहित्यातून, तसेच काही कोरीव लेखांतून आणि पुरातत्त्वीय अवशेषांतून गणिकांविषयी विस्तृत माहिती उपलब्ध होते.

'कौटिलीय अर्थशास्त्र' या मौर्यकाळातील (इ.स.पू. ३२१-१८५) राजनीतिशास्त्रावरील बृहद्ग्रंथात गणिकाध्यक्ष असे एक स्वतंत्र प्रकरण या संदर्भात आहे. त्यात गणिकांच्या एकूण व्यवसायासंबंधी अत्यंत तपशीलवार माहिती दिली आहे. तसेच त्यांच्यावर नियंत्रण ठेवणाऱ्या स्त्रीच्या कार्याविषयीही त्यात विवेचन आहे. अर्थशास्त्रानुसार गणिकांचा व्यवसाय हा वंशपरंपरागत नसून गणिकांना मनोरंजन करण्यासाठी विशिष्ट प्रकारचे प्रशिक्षण देण्यात येई. त्यांना राजदरबारात उच्चपदस्थ स्थळी नोकरीवर नेमण्यात येई. याशिवाय काही प्रसिद्ध मंदिरांतूनही

त्यांच्या नेमणुका होत. गणिका ही काही स्वैरवर्तन करणारी स्वतंत्र स्त्री नव्हती. तिच्यावर शासनाच्या अधिकाऱ्यांचे नियंत्रण असे आणि गैरवर्तनाबद्दल तिला दंड अथवा शिक्षा ठोठावण्यात येई. गणिकाध्यक्षाचा मान एखाद्या स्वतंत्र मंत्र्याएवढा असे. त्याविषयी अर्थशास्त्रात म्हटले आहे, 'गणिकाध्यक्षो गणिकान्वयाम् वा रूपयौवनशिल्पसंपन्नां सहस्रेण गणिकां करयेत।।' त्या काळी गणिकेवर काही निर्बंध घातलेले असत आणि त्यांचे उल्लंघन झाल्यास दंड वा शिक्षा होई. गणिका आणि त्यांच्या दासी यांनी गायन, वादन, नृत्य, नाट्य, चित्रकला, लेखन इत्यादी कलांत नैपुण्य मिळविले पाहिजे आणि शिक्षकांकरवी त्यांनी कामशास्त्राची माहिती घेऊन ते शास्त्र आत्मसात केले पाहिजे वा करावे. चाणक्याने 'कौटिलीय अर्थशास्त्रा'त शिल्प हा शब्द संगीत, नृत्य, ललितकला इत्यादी अर्थाने अनेक ठिकाणी वापरला आहे. त्यामुळे या श्लोकात गणिका 'रूपयौवन शिल्पसंपन्ना' असावी, असे म्हटले आहे.

'कौटिलीय अर्थशास्त्र' हा खरे म्हणजे राजनीतिशास्त्रावरील एक मौलिक ग्रंथ. राज्यकारभाराच्या सर्व अंगोपांगांचे सूक्ष्म विवेचन त्यात केलेले आहे. राजाने आपल्या प्रजेचे पालन कसे करावे आणि त्यांच्या सुखासमाधानासाठी कोणती कार्यपद्धती, न्यायदान व कायदा वापरावा, यांची तपशीलवार माहिती त्यात मिळते. गणिका ही तत्कालीन समाजातील एक वैध व्यवसाय करणारी, समाजाच्या गरजेतून निर्माण झालेली संस्था होती. त्यामुळे तिला समाजाबरोबर शासनमान्यताही होती. गणिकांपासून शासनाला काही उत्पन्न वा कर मिळत असे. साहजिकच कौटिलीय अर्थशास्त्रात गणिकांच्या प्रशिक्षण-वर्तनाविषयी सविस्तर माहिती 'गणिकाध्यक्ष' या प्रकरणात दिली आहे. याशिवाय 'कन्याप्रकर्म' या प्रकरणातही काही मुद्यांची चर्चा केली आहे. यामध्ये गणिकांच्या व त्यांच्याकडे येणाऱ्या गिऱ्हाइकांच्या गैरवर्तनाच्या संदर्भात शारीरिक शिक्षा तसेच दंडात्मक शिक्षा सांगितलेल्या असून त्या काळी म्हणजे मौर्यकाळात (इ.स.पू. ३२१-१८५) शासन अशा संस्थांची किती काळजी घेत होते, याचीही कल्पना येते. याशिवाय गणिकांची शय्यासोबत व मनोरंजन या दोन प्रमुख कार्याव्यतिरिक्त अन्य काही कर्तव्ये वा जबाबदाऱ्या होत्या. त्यांचाही कौटिल्याने उल्लेख केला असून गणिकाध्यक्ष प्रकरणातील विवेचनावरून असे दिसते की, गणिका ही राजाची आज्ञापालक सेविका आहे आणि गणिकांचा एकूण व्यवहार सांभाळण्यासाठी स्वतंत्र अधिकारी – 'गणिकाध्यक्ष' आहे. म्हणून अर्थशास्त्रात कौटिल्य म्हणतो, "गणिकाध्यक्षाने गणिकेच्या कुलात जन्मलेल्या अथवा गणिकेच्या कुलात न जन्मलेल्या अशाही, सौंदर्य, तारुण्य आणि कला यांनी संपन्न असलेल्या गणिकेची एक हजार पण (नाणे) देऊन नेमणूक करावी, घरदार, सुप्रतिष्ठित करण्यासाठी त्याच्या निम्मे पण देऊन एका दुय्यम गणिकेची नेमणूक करावी. गणिका जर पळून गेली अथवा मरण पावली, तर तिच्या मुलीने अथवा बहिणीने

तिचा कुटुंबभार वाहावा अथवा तिच्या मातेने दुसऱ्या गणिकेची स्थापना करावी. तसे कोणीच नसल्यास राजाने तिचे सर्व सामान-सुमान आपल्या ताब्यात घ्यावे. सौंदर्य आणि अलंकार यांच्या समृद्धीच्या अनुरोधाने एक हजार पणांवर कनिष्ठ, मध्यम आणि उत्तम अशी कामगिरी गणिकेवर सोपवावी. छत्रधारण, जलपात्रधारण, चवरी धरणे, पालखी, आसन व रथ यांवर राजा असता त्याच्या संन्निध असणे, या विविध प्रकारच्या सेवेत वैशिष्ट्य उत्पन्न करण्यासाठी गणिका नेमावी. तिचे सौंदर्य नष्ट झाले, म्हणजे तिला मातृका करावी. व्यवसाय सोडून जाण्यासाठी गणिकेने चोवीस हजार पण इतकी रक्कम द्यावी. गणिकेच्या पुत्राने त्यासाठी बारा हजार पण द्यावेत. गणिकेच्या मुलाने आठव्या वर्षापासून राजाच्या कुशीलवाचे (गाण्याचे अथवा नाचण्याचे) काम करावे. गणिकेची दासी उपभोगास निरुपयोगी झाली म्हणजे तिने कोठारात अथवा मुदपाकखान्यात काम करावे. जर ती तेथे जात नसेल, तर तिच्यावर बंधन घालून तिला (तिच्याऐवजी काम करणाऱ्या माणसाला) महिन्याचे सव्वा पट वेतन द्यावयास लावावे. गणिकाध्यक्षाने गणिकेची उपभोगाची प्राप्ती, उत्पन्न, देणग्या, खर्च आणि इतर मिळकत यांची नोंद करून ठेवावी आणि तिच्या उधळेपणाला प्रतिबंध करावा. मातेशिवाय दुसऱ्या कोणाकडे अलंकार ठेवावयास दिल्यास, सव्वाचार पण दंड करावा. स्वत:ची मालमत्ता विकणाऱ्या अथवा गहाण ठेवणाऱ्या गणिकेला सव्वापन्नास पण दंड करावा. शब्दाने ताडन (शिवीगाळ इत्यादी) केल्यास चोवीस पण दंड, मारहाण केल्यास त्याच्या दुप्पट, कान कापल्यास सव्वापन्नास पण, शिवाय एक पण व अर्धा पण इतका दंड करावा. इच्छा नसलेल्या कुमारिकेवर बळाचा वापर केल्यास उत्तम साहसदंड करावा, तिची संमती असल्यास प्रथम साहसदंड करावा. गणिकेच्या इच्छेविरुद्ध तिला कोंडून ठेवणाऱ्यास अथवा तिला पळवून नेणाऱ्यास अथवा जखम करून तिला विद्रूप करणाऱ्यास एक हजार पण दंड करावा किंवा तिच्या विशिष्ट दर्जाच्या अनुरोधाने दंडात वाढ करावी, मुक्ततेबद्दल रकमेच्या दुपटीपर्यंत (अठ्ठेचाळीस हजार पणापर्यंत) अधिकारावर नेमणूक झालेल्या गणिकेस ठार मारणाऱ्यास त्या रकमेच्या तिप्पट (बहात्तर हजार पण) दंड करावा. गणिकेची माता किंवा मुलगी किंवा रूपादासी यांना मारल्यास उत्तम साहसदंड करावा. सर्व अपराधांच्या बाबतीत पहिल्या अपराधाबद्दल प्रथम साहसदंड, दुसऱ्यांदा केल्यास त्याच्या दुप्पट, तिसऱ्यांदा केल्यास तिप्पट, चौथ्या खेपेस राजाने आपल्या मर्जीप्रमाणे शिक्षा करावी. राजाने आज्ञा केली असतानाही जर गणिका कोणा पुरुषाकडे जात नसेल, तर तिला एक हजार फटक्यांची शिक्षा करावी किंवा पाच हजार पण दंड करावा. उपभोगासाठी द्रव्य घेतल्यावर ते नाकारणाऱ्या गणिकेला, त्या रकमेच्या दुप्पट दंड करावा. रात्री वस्तीस असलेल्या पुरुषास द्रव्य घेऊन भोग नाकारल्यास त्या रकमेच्या आठपट दंड

करावा; याला अपवाद ती आजारी असेल अथवा त्या पुरुषात काही शारीरिक दोष असतील यांचा. पुरुषाला ठार मारणाऱ्या गणिकेला चितेवर जाळावे किंवा पाण्यात बुडवावे. गणिकेचे अलंकार, द्रव्य अथवा उपभोगाची रक्कम यांचे अपहरण करणाऱ्यास आठपट दंड करावा, गणिकेने उपभोगद्रव्याची रक्कम, इतर प्राप्ती आणि पुरुषाचे नाव-गाव गणिकाध्यक्षास कळविले पाहिजे. हेच नियम नट, नर्तक, गायक, वादक, कथा सांगणारे, कुशीलव, दोरावर कसरत करणारे डोंबारी, जादुगार व भाट तसेच स्त्रियांचा व्यवहार करणाऱ्या लोकांच्या स्त्रिया आणि गूढ व्यवसाय करणाऱ्या स्त्रिया यांनाही लागू आहेत. ते परदेशातून आले असल्यास त्यांनी वाद्यांवर वगैरे खेळ करण्यासाठी कर म्हणून पाच पण दिले पाहिजेत. आपल्या रूपावर उपजीविका करणाऱ्या वेश्यांनी आपल्या उपभोगाच्या दराच्या दुप्पट रक्कम दर महिन्याला सरकारला दिली पाहिजे. जी कुप्पुरम यांनी इंडियन हिस्टरी काँग्रेसच्या १९७९च्या अखिल भारतीय अधिवेशनात 'चाणक्य ऑन प्रॉस्टिट्यूशन' या शीर्षकाचा एक शोधनिबंध सादर केला. पुढे तो त्याच वर्षीच्या वार्षिक अहवालात (प्रोसिडिंग्ज १९७९) प्रसिद्ध झाला. यात त्यांनी मौर्यकालातील 'गणिका' या संस्थेविषयीची सविस्तर चर्चा 'कौटिलीय अर्थशास्त्राच्या' आधारे केली असून तत्संबंधी हे अनुमान काढले आहे. त्यात ते म्हणतात, "तत्कालीन सर्व संदर्भ लक्षात घेता मौर्य काळात (इ.स.पू.३२१-१८५) शासनाने या संस्थेच्या देखभालीसाठी आणि संवर्धनाकरिता एक तपशिलवार सुसंबद्ध अशी आचारसंहिता तयार केली होती. तसेच एक स्वतंत्र खातेही निर्माण केले होते. त्याची प्रशासकीय व्यवस्था अत्यंत कडक, शिस्तबद्ध आणि काटेकोर होती. अर्थात त्यामागे राजकीय कारणे होती; कारण शेजारच्या शत्रू-राष्ट्रांकडील गुप्त माहिती गोळा करण्यास 'गणिका' ही संस्था शासनाला अत्यंत सहायभूत ठरत असे आणि दुसरी गोष्ट म्हणजे शासनाला या गणिकांकडून वा या व्यवसायाद्वारे कर रूपात जवळजवळ तीस टक्के उत्पन्न मिळत असे. याशिवाय राज्यातील अनेकांना या संस्थेमुळे रोजगार उपलब्ध झाला होता आणि त्यामुळे साहजिकच बेकारीचा प्रश्न काही प्रमाणात सुटला. तसेच तत्कालीन अधिकारिवर्ग आणि सधन व्यापारी वर्ग यांची या संस्थेद्वारे शारीरिक भूक शमली जात असे."

बौद्ध आणि जैन साहित्यात, विशेषत: जातक कथांत गणिकांची वर्णने आहेत. त्या रूपगुणसंपन्न कलावंत, चतुर आणि श्रीमंत असून त्यांचा बौद्धिक, शारीरिक व सांस्कृतिक विकास उच्च कुलातील स्त्रियांसारखाच झालेला दिसतो. प्रेम आणि लैंगिक संबंधांविषयी बौद्ध धर्माची भूमिका काहीशी भिन्न होती. बौद्ध वाङ्मयात बुद्धबोधिसत्त्वादिकांच्या धार्मिक आदर्शांबरोबरच प्रेम व ऐहिक सुख यांचेही वर्णन आढळते. 'दीघ्घनिकाय' या ग्रंथात कामोत्कट गंधर्व एका युवतीस 'तुझ्या कोमल सौंदर्यात मी एकरूप होतो.' असे म्हणतो. बौद्ध वाङ्मयातील जातककथा बोधपर

असल्या, तरी त्यांचे एकूण स्वरूप लोकसाहित्याशी सहधर्मी आहे. जातककथांची कथानके विविध प्रकारची असून मॉरिस विंटरनिट्झने आपल्या भारतीय वाङ्मयाच्या इतिहासात त्यांचे वर्गीकरण सात भागांत केले आहे. त्यांपैकी एक भाग पूर्णत: रोमांचकारी गणिकांच्या दीर्घ कथांचा आहे. यांतील उम्मदंत जातक, कुणाल जातक इत्यादी काही जातक विशेषत्वाने उल्लेखनीय आहेत. त्यांत गणिकांच्या प्रेमकहाण्या आणि त्यांची रतिसुखाची उत्कट इच्छा दृष्टोत्पत्तीस येते. पाली भाषेत जे बौद्धदर्शनाचे वाङ्मय आहे, त्यातील सुत्त पिटकाच्या खुद्दकनिकाय या पाचव्या विभागातील 'जातक' हा एक पोटभाग आहे. जातकातील गाथा व कथा सर्व निकायांत व विनयपिटकातही आढळतात. 'जातक' या शब्दाचा अर्थ 'जन्माची हकीकत' असा होतो; परंतु परंपरेने 'ही पूर्वजन्माची हकीकत' ठरली आहे. बौद्ध परंपरेनुसार जातकांतील कथा या बोधिसत्त्वादिकांच्या पूर्वजन्मीच्या कथा आहेत. हा एक धर्मग्रंथ आहे आणि त्यात व्यवहारचातुर्याचा उपयोग करून उपदेश करण्याचा हेतू साधला आहे. त्यामुळे सर्व कथा मनोरंजक आहेत. जातक वाङ्मयाचा कालखंड निश्चित नाही; तथापि आजचे दर्शनी जातक इसवी सनाच्या पाचव्या शतकात पूर्ण झाले असावे, असे तज्ज्ञांचे मत आहे; परंतु त्याचे मूळ स्वरूप इसवी सनापूर्वीचे असावे, असे दिसते.

जातक-कथांतून गणिकांचा उल्लेख कधी अत्यंत गौरवपर तर कधी शिव्याशाप देऊन निंद्य शब्दांत अवहेलनात्मकरीत्या केलेला आढळतो. नगराची शोभा असलेल्या (नगरशोभना) गणिकेचा अंतर्भाव पट्टराणी, उपराजा, अमात्य, पुरोहित अशा मान्यवर व्यक्तींमध्ये केलेला आहे आणि अखेर तिला असा सल्ला देण्यात आलेला आहे की, तिने तिच्या धर्माप्रमाणे नेहमी आपले वर्तन ठेवले पाहिजे. आपले गिऱ्हाइक भोगाने पूर्ण समाधान होऊन गेल्याशिवाय दुसऱ्या गिऱ्हाइकांकडून तिने बिदागी स्वीकारू नये. गणिकांच्या सत् शीलासंबंधीही जातकातून काही कथा डोकावतात. त्यांपैकी 'कुरुधम्म' जातकातील कथा अतिशय बोलकी, मार्मिक आणि बोधपर आहे. या कथेचा थोडक्यात आशय असा :

पूर्वी कुरुराष्ट्रात इंदपत्तनगरात (इंद्रप्रस्थनगर) एक शीलवान गणिका कुरुधर्माचे पालन करून आपला उदरनिर्वाह करीत असे. तिच्याकडे एक दिवशी द्वारपालाने कलिंग राज्यातील दंतपूर नगरीतील सक्क आणि देवेंद्र या नावाच्या दोन दूतांना तिच्या शीलाची सत्त्वपरिक्षा घेण्यासाठी पाठविले. ते दोघे तरुण ब्राह्मणाचा वेश घेऊन तिच्या घरी आले. त्यांतील सक्काने तिच्या हातावर हजार नाणी ठेवली आणि 'मी इतक्यात येतोच,' असे सांगून देवलोकात प्रयाण केले. त्या वेळी देवेंद्रही निघून गेला. त्यानंतर सुमारे तीन वर्षे लोटली, तरी तो परत आला नाही. तेव्हा ती विचार करू लागली की, 'मला हजार नाणी देऊन गेलेला पुरुष तीन वर्षे झाली, तरी

अद्यापि आला नाही आणि त्यामुळे माझी दुर्दशा होत आहे. आता गुजराण करणेही मला जमत नाही. तेव्हा विनिश्चय (निवाडा) करणाऱ्या महामात्याला भेटून मला खर्चापुरता पैसा मागून घेतला पाहिजे.' तेव्हा ती तडक न्यायालयात गेली आणि आपली फिर्याद तिने मांडली. ती म्हणाली, "स्वामी, मला बिदागी देऊन जो पुरुष गेला, त्याला आता तीन वर्षे पूर्ण झाली. तो मेला किंवा काय, तेही मला ठाऊक नाही. आता यापुढील जीवन कंठणे मला कठीण झाले आहे. तेव्हा स्वामी, मी काय करू? आपणच निर्णय द्यावा!" त्यावर महामात्य म्हणाले, "तीन वर्षांनंतरही तो आला नाही, तर तू काय करशील? आतापासून तू आपला धंदा पूर्ववत सुरू कर." न्यायालयातून बाहेर पडत असतानाच एक हजार नाण्यांचा ठेवा घेऊन दुसरा पुरुष (देवेंद्र) रूप पालटून तेथे अवतरला. तेव्हा तिने ते द्रव्य घेण्यासाठी हात पुढे सरसावला. इतक्यात सक्क आपल्या रूपात तेथे प्रकटला. "मला तीन वर्षांपूर्वी एक हजार नाणी देणारा पुरुष आता आला आहे. आता मला तुझ्या कर्षापणांची जरूर नाही," असे म्हणून तिने झटकन हात मागे घेतला. सक्क स्वत:चे मूळ रूप धारण करून बाल सूर्याप्रमाणे तेजाने झळकत अंतराळात अधांतरी बसला. सगळी नगरी तिथे जमा झाली आणि आश्चर्याने पाहू लागली. तेव्हा सक्क त्या जनसमुदायाला उद्देशून म्हणाला, "हिची परीक्षा घेण्यासाठी मी मानव रूपात हिच्या घरी गेलो आणि हिला तीन वर्षांपूर्वी एक हजार नाणी दिली. शील राखायचं तर हिच्यासारखं राखा." नंतर त्याने तिचे घर रत्नांनी भरून टाकले आणि "या पुढे सावध राहा" असा उपदेश करून तो देवलोकात गेला; तथापि दूतांना ती म्हणाली की, "मी दिलेली बिदागी घेतली आणि तिची परतफेड करण्यापूर्वीच दुसऱ्याकडे बिदागीसाठी हात पसरला. यामुळे माझं शील मला समाधान देत नाही. म्हणून मी तुम्हाला प्रामाणिकपणे कुरुधर्म करू शकत नाही." यावर त्या देवदूतांनी 'हात पसरल्यामुळे काही शीलाचा भंग होत नाही. शील म्हणजे परम शुद्धता असते आणि त्याचे तू पालन केले आहेस. तू सत्शील आहेस. तेव्हा तू आम्हाला कुरुधर्म कर' असे सांगितले.

या शील जपणाऱ्या किंवा आपल्या गिऱ्हाइकाशी प्रतारणा न करणाऱ्या काही निवडक गणिकांप्रमाणेच गौतम बुद्ध वा बोधिसत्त्वादिकांच्या उपदेशाने वा संदेशाने काही मातब्बर गणिकांनी आपला मूळ तनुविक्रयाचा व्यवसाय सोडून गार्हस्थ जीवन वा सदाचरणी सामान्य जीवन अंगीकारल्याच्या काही बोधपर कथा बौद्ध साहित्यातून आढळतात. त्या सर्वच कथांत बुद्धांनी केवळ उपदेश केलेला नसून काही कथांत गौतम बुद्धांच्या केवळ सान्निध्यात आल्यानेसुद्धा काही गणिकांनी आपला व्यवसाय सोडून भिक्षुणीचे जीवन स्वीकारलेले आहे. याशिवाय गौतम बुद्धांनी काही गणिकांचा उद्धार केल्याच्या काही कथा जातक कथांतून डोकावतात.

अशा कथांपैकी आम्रपाली (अम्बपाली), पद्मावती, अद्धकासी, सिरिमा, उत्तरा

इत्यादी गणिकांच्या संदर्भातील कथा प्रसिद्ध आहेत. या सर्व गणिका अत्यंत देखण्या असून सुप्रतिष्ठित होत्या. त्यांच्या वास्तव्यामुळे त्या-त्या नगरांची कीर्ती झाली होती. यांपैकी आम्रपाली उत्तर मगध देशातील वैशाली नगरातील एक प्रसिद्ध गणिका असून तिच्या संबंधी विनयपिटकाच्या महावग्गात एक कथा आढळते. एकदा भगवान बुद्ध वैशालीजवळ आले असता, त्यांना निमंत्रण देण्यासाठी तिने गावकरी आणि राजपुत्र यांना मागे टाकून प्रथम गौतम बुद्धांची भेट घेतली. बुद्धांनी तिचे निमंत्रण स्वीकारले. यामुळे केवळ एका क्षुद्र गणिकेने आपला बेत हाणून पाडला, असे वाटून ते सर्व राजपुत्र खजील झाले होते. तिची तत्कालीन समाजात एक अनुपम सौंदर्यावती म्हणून ख्याती होती. याशिवाय तिच्या सौंदर्यावर खूश होऊन तरुण तिच्यावर हिरे-मोत्यांचा वर्षाव करीत. यामुळे ती अतिशय सधन झाली होती. ठरलेल्या दिवशी गौतम बुद्ध वैशाली नगरीत आले, तेव्हा आम्रपालीने त्यांना आपल्या घरी बोलाविले. ज्याने सर्वस्वाचा त्याग केला आहे, अशा महापुरुषाला बोलविण्यात तिचा काय हेतू असावा? तिला या व्यक्तीबद्दल आदर दर्शवावयाचा होता की, या महापुरुषाला जिंकावयाचे (पुन्हा गार्हस्थ धर्मात लोटावयाचे.) होते की, केवळ कुतूहलापोटी तिने त्यांना पाचारण केले होते. जेव्हा लिच्छवींना बुद्धांनी तिचे निमंत्रण स्वीकारल्याचे समजले, तेव्हा त्यांनी आम्रपालीला हा आग्रह सोडून दे आणि तुला हवे असतील ते पैसे घे, असे सांगितले; परंतु आम्रपालीने आपल्या जीवनात प्रथमच पैसे नाकारले आणि ती म्हणाली, ''मला जरी तुम्ही हे सर्व वैशालीचे वैभव दिले, तरी मी बुद्धांचे स्वागत करण्याचा आणि त्यांना भोजन देण्याचा हा बहुमान सोडणार नाही.'' यानंतर सर्व प्रतिष्ठित नागरिक बुद्धांकडे गेले आणि त्यांनी त्यांना गावकऱ्यांतर्फे आपले निमंत्रण स्वीकारण्याची विनंती केली. हा मान आपल्याला मिळाला पाहिजे, असे त्यांचे म्हणणे होते; परंतु आम्रपालीला दिलेला शब्द बुद्धांनी बदलला नाही. दुसऱ्या दिवशी बुद्ध आपल्या शिष्यगणांसह आम्रपालीच्या घरी ठरल्याप्रमाणे गेले. आम्रपाली त्यांच्या चरणांजवळ बसली होती. तिच्या मनात एकदम बदल झालेला दिसला. तिने बुद्धांना आपली सर्व संपत्ती व उद्यान अर्पण केले आणि गणिकेच्या व्यवसायातून निवृत्ती घेतली. हे उद्यान 'अम्बपालीवन' या नावाने ज्ञात आहे. त्यानंतर पुढे अम्बपालीने भिक्षुणीने आदर्श जीवन अंगीकारले. थेरगाथेत तिची ऐन तारुण्यातील अनुपम अंगकाठी, मादक शरीरसौंदर्य आणि वृद्धावस्थेतील त्याच शरीरातील गात्रांची जीर्णता यांमधील विरोध वर्णिलेला आहे.

अम्बपालीप्रमाणेच उज्जैन या प्राचीन नगरीत पद्मावती नावाची एक देखणी गणिका राहत असे. बिंबिसार या मगधच्या राजाने तिच्या अनुपम सौंदर्याच्या अनेक कथा ऐकल्या होत्या. म्हणून तो तिच्यासाठी खास उज्जैनीला गेला. तिच्या सहवासात आणि समागमात त्याने एक रात्र घालविली. तिला त्याच्यापासून एक मुलगाही

झाला. हा मुलगा सात वर्षांचा झाल्यावर तिने राजाकडे पाठवून दिला. त्याने आपल्या राजप्रासादात त्याचे संवर्धन-संगोपन केले. तिथे त्या मुलाला बुद्धाचे दर्शन घडले आणि तो त्याचा शिष्य बनला. पद्मावतीला मुलाकडून ही सर्व हकीकत समजली, तेव्हा तिने गणिकेचा व्यवसाय सोडला आणि निर्वाणासाठी भिक्षुणीचे व्रत अंगीकारले.

पद्मावतीप्रमाणेच 'अद्धकासी' नावाची एक सुरेख गणिका, मूळची ही वाराणशीच्या एका सधन सावकाराची मुलगी होती; पण तिने सामान्य गार्हस्थ जीवन सोडून लोकांचे मनोरंजन आणि गणिकेचा व्यवसाय स्वीकारला. परंतु जेव्हा तिने बुद्धाची शिकवण पाहिली, तेव्हा तिने या जीवनाचा त्याग केला. तिचा श्रावस्तीला जाऊन उपासना करण्याचा मनोदय होता; परंतु काही अधम पुरुषांकडून आपण नीतिभ्रष्ट होऊ, अशी तिला भीती वाटली. म्हणून तिने बुद्धांनाच संदेश धाडला. तेव्हा त्यांनी एका सुविद्य भिक्षुणीला अद्धकासीकडे पाठविले. अद्धकासीने अत्यंत परिश्रमपूर्वक बौद्ध धर्माचा व तत्त्वज्ञानाचा अभ्यास केला आणि एक विदुषी भिक्षुणी असा नावलौकिक मिळविला. अद्धकासीने गौतम बुद्धांकडून दीक्षा घेतली असून आनंद, राहुल, उपाली आदी बौद्ध भिक्षू वाराणसीत धर्मप्रसारार्थ आल्याचा उल्लेख विनयपिटकात आढळतो.

या गणिकांप्रमाणेच सिरिमा नावाची एक अप्रतिम सुंदर गणिका राजगृह (राजगीर) या मगध देशातील प्रसिद्ध नगरीत राहत असे. तिच्या आईचे नाव शालवती. राजा बिंबिसारने हिला मोठा समारंभ करून 'गणिका' व्यवसायात तिच्या इच्छेनुसार प्रविष्ट केले होते. तीही तारुण्यात अतिशय देखणी व अनुपम असून प्रसिद्ध गणिका होती. तिचा राजदरबारी संगीत-नृत्यादी कलांतील नैपुण्याबद्दल मानसन्मान झालेला होता. तिच्या कलेमुळे व अनुपम सौंदर्यामुळे तरुणांची तिच्याकडे रांग लागत असे. तिचा शरीरसुखाचा एका रात्रीचा दर एक हजार कहपण एवढा प्रचंड होता. त्याच सुमारास त्याच गावामध्ये सुमन नावाचा एक श्रीमंत पण अत्यंत कामांध माणूस राहत होता. तो राजाच्या खजिनदाराचा मुलगा होता. त्याची पत्नी उत्तरा ही देखणी असून गौतम बुद्धाची भक्त होती. उत्तरा आपल्या नवऱ्याची वैषयिक भूक भागविण्यासाठी सिरिमा या गणिकेकडे पैशाच्या राशी ओतत असे. तिचा उद्देश एवढाच होता की, त्यामुळे आपल्या धार्मिक सेवेत नवऱ्याचा व्यत्यय येणार नाही. कदाचित अशा प्रकारचे – पत्नीच आपल्या पतिराजांसाठी गणिकेचा वापर करते असे चमत्कारिक उदाहरण इतिहासात सापडणार नाही. एके दिवशी गौतम बुद्ध उत्तराच्या घरी आले. त्या वेळी सिरिमाने त्यांची वचने आणि शिकवण ऐकली आणि त्या दिवसापासून तिने हे किळसवाणे जिणे कायमचे सोडून दिले. पुढे सिरिमा मरण पावली. तेव्हा बिंबिसार राजाने बुद्धांच्या विनंतीवरून तिचा पार्थिव देह

लोकदर्शनार्थ तसाच ठेवला. राजाच्या आज्ञेमुळे बहुतेकांनी त्याचे दर्शन घेतले. जे कुणी दर्शनास येत नव्हते, त्यांना दंडही करण्यात आला. हळूहळू या एके काळच्या सुंदर गणिकेच्या देहाला वास येऊ लागला आणि पुढे त्याला मुंग्या लागल्या व सर्व मांस जाऊन तिथे केवळ हाडांचा सापळा राहिला. ज्या अनुपम शरीरासाठी राजे आणि सधन सतत आसुसलेले असत, त्या देहाचे असे जीर्णशीर्ण रूप पाहून सर्वांची खातरी झाली की, देह हा नश्वर आहे, सौंदर्य हे क्षणभंगुर आहे (धम्मपाद ३.१०६-१०९). बौद्ध साहित्यातील एका कथेत वासवदत्ता नावाची एक विलक्षण सुंदर गणिका उपगुप्त नावाच्या एका बौद्ध भिक्षूवर लुब्ध झाल्याची हकीकत वाचावयास मिळते. या बौद्ध भिक्षूने आपल्याला शय्यासोबत द्यावी, म्हणून तिने अनेक आर्जवे केली; परंतु उपगुप्त तिला खंबीरपणे म्हणाला, "आज माझी तुला आवश्यकता नाही. जेव्हा तुला खरी गरज भासेल तेव्हा भेटेन!" पुढे खुनाचा खोटा आरोप होऊन वासवदत्तेला शिक्षा फर्मविण्यात आली. तिच्या सुंदर अंगकाठीचा एकेक अवयव छेद करून तिला स्मशानात टाकण्यात आले. तेव्हा वेदनांनी आणि सौंदर्यनाशाने विव्हळ झालेल्या वासवदत्तेच्या कानावर उपगुप्ताचे मधुर भावपूर्ण शब्द पडले, "बुद्धम सरणं गच्छामि ही प्रार्थना कर. आताच मी तुला साहाय्य करू शकतो." एका सौंदर्यवतीची ही कथा आणि व्यथा गणिकेच्या जीवनावर प्रकाश टाकते.

प्राचीन काळच्या प्रत्यक्ष दैनंदिन जीवनासंबंधीच्या वर्णनाने भरलेल्या लोकप्रिय लोककथा बौद्ध वाङ्मयाप्रमाणे प्राकृत जैन साहित्यातही विपुल प्रमाणात आहेत. यांतील काही हस्तलिखिते अद्यापि संशोधकांच्या स्पर्शाची वाट पाहत तशीच पडली आहेत. हस्तलिखिते हस्तगत करण्याच्या दृष्टीनेही पुरेसे संशोधन अजून झालेले नाही.

'वसुदेवहिंडी' (इ.स. दुसरे शतक), 'धर्मोपदेशक-अमलविवरणम्' (नववे शतक), 'भावभावना', 'कथासरित्सागर,' 'कहाण्याकोश' (अकरावे शतक) 'पट्यकहासग्गह', 'यशस्तिलकचंपू', 'कुमारवलपदिबोह' (बारावे शतक) इत्यादी प्राचीन जैन ग्रंथांतील इसवी सनाच्या दुसऱ्या शतकापासून बाराव्या शतकापर्यंतच्या कालावधीतील विविध प्रकारच्या रमणींच्या-गणिकांच्या प्रणयकथा आणि उच्छृंखल नखरे या कथांत पाहावयास मिळतात. तद्वतच आपल्या चारित्र्याचे संरक्षण करण्यासाठी धैर्याने मुकाबला करणाऱ्या नीतिमान स्त्रियांबद्दलच्याही कथा आढळतात; तर काही कथांतून स्वत:वर ताबा ठेवू न शकणाऱ्या, वैषयिक लालसेच्या आहारी जाणाऱ्या उच्छृंखल तशाच साहसी तरुणींच्या कथाही यांत आढळतात. याशिवाय वेश्यांचा वा वारयोषितांचा किंवा रूपाजीवा म्हणून ज्या स्त्रिया समाजात वावरत, त्यांचाही एक नमुना यांतून डोकावतो. या देखण्या पण कावेबाज असून गुलहौशी धनवान तरुणांना आपल्या मोहजालात अडकवून आपल्या अंकित करून घ्यायच्या आणि

गाढ प्रेमाचे बेमालूम नाटक करून त्या तरुणांची धनदौलत शिताफीने शक्य तेवढी लुबाडावयाची, असा त्यांचा धूर्त खाक्या असे. अखेर एखादा तरुण कफल्लक बनल्याचे दिसून आले की, त्याला रस शोषून घेतल्यावर उरणाऱ्या उसाच्या चिपाडाप्रमाणे बिनदिक्कत ठुकरावून लावण्याइतक्या त्या बेमुर्वत झालेल्या असत. अशा वारयोषितांच्या परस्परविरुद्ध असा इमानी गणिकांचाही एक वर्ग असल्याचे या कथांतून निदर्शनास येते. त्या प्रियकराशी एकनिष्ठ असून आपल्या सराईत मातेच्या कावेबाज शिकवणीविरुद्ध बंड करताना दिसतात. यात प्रियकर-प्रेयसीचे मीलन घडवून आणणाऱ्या मलयसुंदरीसारख्या परिकथा आहेत. तसेच 'मध्यस्थ' म्हणून गणल्या गेलेल्या चाणाक्ष स्त्रियांच्याही कथांचा एक प्रकार आहे. या गणिकांचे वास्तव्य मोठ्या शहरांतून असावयाचे आणि बहुतेक गणिका-नृत्य-संगीतादी कलांत पारंगत असून सण-उत्सवादी समारंभात सहभागी होत असत.

प्राकृत जैन साहित्याप्रमाणेच तत्कालीन 'पंचतंत्र', 'वेताळकथा', 'शुकबहात्तरी' अशा काही ग्रंथांतून व लोककथांतून गणिकांसंबंधी उल्लेख आढळतात. हाल राजाच्या प्राकृत 'गाथासप्तशती'त (इसवी सन पहिले शतक) गणिकांचे काही उल्लेख येतात. मथुरा येथे केलेल्या उत्खनात सापडलेल्या कुशाणकालीन शिलालेखावरून इ.स. पहिल्या-दुसऱ्या शतकांतील जैन धर्माची स्थिती ज्ञात होते. त्या काळात भांडागरिक, सौगंधिक, धातुशिल्पी, गोष्टी प्रतिनिधी, वणिक, सौवर्णिक, गणिका इत्यादी विविध वर्गांचा जैन धर्माकडे ओढा असल्याचे उल्लेख मिळतात. मथुरेत सापडलेल्या पुरातत्त्वीय अवशेषांवरून असे आढळते की, इ.स. पहिल्या शतकापासून दहाव्या शतकापर्यंत मथुरा नगरी ही जैन धर्माचे केंद्र होती. या नगरीत त्या काळात गणिकांची शयनमंदिरे होती.

गुप्तकाळात (इ.स. ३२१ ते ५२५) उच्चभ्रू समाजात गणिकेचे प्रस्थ फार मोठे होते. श्रीमंत, छानछोकी अमीर-उमराव, सरदार आणि धनिक गणिकांकडे जात किंवा गणिका या लोकांचे मनोरंजन करण्यासाठी त्यांच्या प्रशस्त प्रासादावर येत. अशा उच्चभ्रू लोकांना आपल्याबरोबर गणिका आहेत, याचा सार्थ अभिमान असे. यामुळे शिकारीवर वा स्वारीवर जाताना सुंदर गणिकांना बरोबर नेण्याची प्रथा त्या वेळी होती. अशी गणिका अनेक वेळा रखेली म्हणूनही ठेवण्यात येत असे आणि तो एक सामाजिक प्रतिष्ठेचा भाग समजला जाई.

गुप्तकाळातील कामशास्त्रावरील प्रसिद्ध ग्रंथ म्हणजे वात्स्यायनाचे 'कामसूत्र' हा होय. या ग्रंथात वात्स्यायनाने कामशास्त्राचे विवरण व विवेचन सात अधिकरणांत केले असून सहाव्या 'वैशिक' या शीर्षकाखालील अधिकरणात त्याने तत्कालीन समाजातील तनुविक्रय करणाऱ्या रमणींची माहिती दिली आहे. पुरुषांचे मनोरंजन आणि त्यांना शय्यासोबत देणाऱ्या अशा प्रकारच्या तरुण स्त्रियांचे वात्स्यायनाने

एकूण नऊ प्रकार प्रस्तुत ग्रंथात उद्धृत केले आहेत. ते कुंभदासी, परिचारिका, प्रकाशविनिष्टा, रूपाजीवा, गणिका इत्यादी संज्ञांनी सांगितले असून; त्यांपैकी कुंभदासी, रूपाजीवा आणि गणिका हे तीनच प्रकार तो प्रमुख व महत्त्वाचे मानतो; अन्य प्रकार हे सामान्यत: तनुविक्रय करणाऱ्या सामान्य स्त्रियांचे होत. पहिल्या तीन प्रकारांसाठी त्याने चौसष्ट कलांचा उल्लेख केला असून पुढे तो म्हणतो :

"अभिरभ्युच्छ्रिता वेश्या शीलरूपगुणान्विता ।
लभते गणिकाशब्दं स्थानं च जनसंसदि॥
पूजिता सा सदा राज्ञा गुणवद्भिश्च संस्नुता
प्रार्थनीयाऽभिगम्या च लक्ष्यभूता च जायते॥

यावरून असे दिसते की, गणिका ही तिला येत असलेल्या विविध विद्यांच्या ज्ञानामुळे कौतुकास पात्र झाली होती. ती काव्य-कला-शास्त्र इत्यादी जाणणारी होती. शिवाय उच्चभ्रू कुटुंबातील मुलींना आणि मुलांना त्यांचे मातापिता (पालक) या बहुविध विद्यांच्या अध्ययनासाठी अशा बहुश्रुत गणिकांकडे मुद्दाम पाठवीत असत; कारण गणिका या चौसष्ट कलांपैकी संगीत, नृत्य, चित्रकला इत्यादी ललितकलांमध्ये पारंगत असत. वैयक्तिक सौंदर्यवर्धनाच्या कलाही त्यांना ज्ञात होत्या. भूषणयोजनम्, शयनारचनम् यांसारख्या गोष्टींतही त्या तरबेज असत. रतिविलास-क्रीडेत (कामशास्त्र व प्रणयाराधन) त्या निष्णात असत. पुस्तक-पुराण-काव्य-समस्यांचा त्यांचा व्यासंग वाखाणण्याजोगा असे (कामसूत्र-अध्यय ६, प्रकारण ६/५४)

याच काळातील भागवतात उल्लेखिलेली एका अनुपम गणिकेची कथा तत्कालीन गणिकांच्या जीवनावर प्रकाश टाकते. ही कथा विदेह देशातील एका पिंगल नावाच्या दक्षिणदिग्गज गणिकेची असून तिला आपल्या अनुपम सौंदर्याचा आणि सुदृढ-सुडौल अंगकाठीचा गर्व होता. किंबहुना आपल्यासारखी देखणी दुसरी कोणी नाही, अशा आविर्भावात ती वावरत असे. एके दिवशी ती सुरेख छानछोकी उत्तान पोषाख करून नटूनथटून आपल्या दारासमोर गिऱ्हाइकाची प्रतीक्षा करीत उभी होती. आपले सौंदर्य पाहून एखादे धनाढ्य गिऱ्हाईक आपणाकडे आपोआप येईल, या अपेक्षेने तिने अनेक तरुणांना नकार दिला. प्रत्येक वेळा तिला यापेक्षा अधिक धनवान व्यक्ती आपणाकडे आकर्षून येईल, असे वाटले. अखेर निराश होऊन ती घरात गेली आणि पुन्हा काही वेळाने बाहेर आली. त्या वेळी जवळजवळ मध्यरात्र झाली होती आणि लोकांची वर्दळही थांबली होती. आता तिच्याकडे शय्यासोबतीसाठी कुणीच आले नव्हते. तेव्हा तिला आपल्या या जीवनाचा तिरस्कार आला. तिने विचार केला की, पैशासाठी आपल्याला सतत श्रीमंत तरुणांचा शोध घ्यावा लागतो. तेव्हा तिने परमेश्वराची प्रार्थना केली की, "मला सतत पैसा लागतो आणि त्याची भरपाई माझे

शरीरसुख घेणारे कामांध लोक करीत असतात. म्हणून परमेश्वरा, मला या यातनांतून तू मुक्त कर.'' यानंतर तिने असा निश्चय केला की, हा व्यवसाय आपण सोडून देऊन हे लाजिरवाणे जीवन पुन्हा अंगीकारावयाचे नाही. त्यामुळे तिला शांत झोप लागली आणि मन:शांती लाभली.

अशाच प्रकारच्या कथा नंतरच्या काळातील सोमदेवाचे 'कथासरित्सागर', रुद्रटाचे 'शृंगारतिलक', भोज परमाराचे 'सरस्वतीकण्ठाभरण', भिल्लणाचे 'राजतरंगिणी', क्षेमेंद्राचे 'कलाविलास', कालिदासाचे 'मेघदूत' यांसारख्या संस्कृत ग्रंथांमधून कमी-अधिक प्रमाणात पाहावयास मिळतात. यांत गणिकांच्या नृत्य-संगीतादी कलांचे गुणगान केलेले असून कुमुदिका वगैरे काही गणिका (कथासरित्सागर) राजाला संकटप्रसंगी सहाय्य करून आपली राज्य-राष्ट्रासंबंधीची निष्ठा अनेक दिव्यांद्वारे प्रकट करतात; पण अखेर त्या आपल्या प्रियकराशी एकनिष्ठ असलेल्या दिसतात. अशा कथांतून क्वचितच एखादी गणिका आपल्या मातेचा सल्ला ऐकूनही प्रियकराशी संगनमत करताना आढळते. अर्थात हे तिच्या व्यवसायाच्या दृष्टिकोनातून गैर असले, तरी अशाही गणिका समाजात असल्याचे हे काही दाखले या ग्रंथातील कथांतून दृग्गोचर होतात.

शूद्रकाचे 'मृच्छकटिक', हर्षाचे 'रत्नावली', 'नागानंदा' अशा काही नाट्यकृतींतून गणिकांचे उल्लेख आढळतात. भास, कालिदास, विशाखादत्त, माघ आदि नाटककारांनी गणिकेचे ओझरते उल्लेख केले आहेत. 'शृंगारमंजरीकथा', अन्य साहित्य आणि अशा प्रकारच्या या नाटकांत मदनोत्सवाचा उल्लेख आहे. हा वसंत ऋतूत साजरा केला जाई. प्रेमिकांचा एकत्र मेळावा असे त्याचे स्वरूप असून, मदनदेवाच्या सन्मानार्थ स्त्री-पुरुषांनी भेदभाव विसरून केलेली मौज-मजा-मदननृत्ये, आकंठ मद्यपान, स्वैर संभोग, जलक्रीडा, मेळावा, मिरवणुकी इत्यादी हा त्याचा मुख्य भाग. यात हौशी आणि तरबेज गणिकांबरोबरच अन्य अनेक रमणी सहभागी होत. मदनोत्सवाच्या कार्यक्रमामध्ये भाग घेणाऱ्या सर्व गणिका अनेक पुरुषांनी परिवेष्टित असत. त्या संभोगक्रीडा, नृत्य-गायनादी मनोरंजनाचे कार्यक्रम करून थकत असत, असे वर्णन यांतून आढळते. यांत राजे, तरुण, श्रीमंत लोक, वणिकपुत्र, व्यापारी आदी सहभागी होत. त्यांपैकी 'मृच्छकटिक' या नाटकाची नायिकाच मुळी वसंतसेना ही गणिका असून तिच्या समाजातील स्थानाविषयी आणि वैभवाविषयी नाटककाराने अतिशय तपशीलवार माहिती दिलेली आहे. यातील वसंतसेना आणि मदनिका या दोन प्रसिद्ध गणिका. त्यांतील चारुदत्तवर प्रेम करणारी वसंतसेना ही पारंपरिक गणिकेचा व्यवसाय सोडून सन्मान्य सांसारिक जीवनात प्रवेश करण्यासाठी धडपडणारी, प्रेमापुढे संपत्तीला तुच्छ लेखणारी अशी एक गणिका आहे आणि मदनिका ही तिची दासी स्वभावत:च प्रामाणिक असून शर्विलकाबरोबर विवाहबद्ध होते. वसंतसेना ही

उज्जैनची भूषण-शोभा होती. 'मृच्छकटिकात' तिच्या सौंदर्याविषयी आणि संपत्तीविषयी अनेक उल्लेख मिळतात. ती कमलपुष्पविरहित लक्ष्मीप्रमाणे दिसत असून ती जणू मदनाचे नाजूक शस्त्रच होती. त्यामुळे उच्चकुलीन स्त्रियांच्या दु:खाचे कारण ती बनली होती. प्रेमाचे मोहक वृक्षाचे कुसुम ती असून रतिसमयी लज्जावती प्रणयिनी ती होती. तिची राहणी उच्चभ्रू धनिकाला लाजवील, अशा श्रीमंती थाटाची होती. तिचा आठ चौक असलेला प्रासाद प्रशस्त आणि राजप्रासादाप्रमाणे पताका व रत्नांच्या मालांनी सुशोभित केलेला होता आणि द्वारशाखा सुवर्णाची होती. वाड्याला शोभेल असेच सभोवती उद्यान होते. त्यामुळे हे गणिकेचे घर आहे की, कुबेराचा भव्य प्रासाद आहे, असा भ्रम होत होता. इंद्राच्या नंदनवनाप्रमाणेच तिचा बगीचा होता. निरनिराळ्या पक्ष्यांचा समूह करण्यासाठी ती प्रसिद्ध होती. सामान्यत: गणिका प्रेमिकांची गट्टी किंवा भांडण लावण्यात चतुर असतात आणि पुरुषांची संपत्ती लुबाडून जेव्हा तो अलक्तकाच्या चपट्या तुकड्याप्रमाणे दरिद्री होतो, तेव्हा त्याचा त्याग करतात; परंतु वसंतसेना याला अपवाद ठरलेली गणिका आहे. ती आपला परंपरागत गणिकेचा व्यवसाय करीत असताना, गरीब पण सद्गुणी व औदार्याचा पुतळा चारुदत्त या ब्राह्मणाच्या प्रेमात पडते आणि त्याची परिणती पुढे विवाहात होऊन चारुदत्तची धर्मपत्नी धूता तिचा सवत म्हणून स्वीकार करते. यावरून काही गणिका विवाहित होऊन गृहस्थाश्रमात प्रविष्ट झालेल्या दिसतात. मृच्छकटिकाच्या कालाविषयी तज्ज्ञांत एकमत नाही तथापि वा. मि. मिराशींसारखे संस्कृतज्ञ मृच्छकटिक इ.स. दुसऱ्या शतकात लिहिले गेले असावे, असे मत मांडतात. वसंतसेनेप्रमाणे विवाह करून सांसारिक जीवन अंगीकारलेल्या मदनिका, रागमंजरी, चंद्रसेना इत्यादी काही गणिका आहेत. गणिका असून पतिव्रता असलेल्या महानंदा आणि कान्होपात्रा या लोकोत्तर गणिकांच्या उदात्त कहाण्या लोकसाहित्यात अजरामर झाल्या आहेत.

'चतुर्भाणी' (शृंगार-हाट) या चार भाणांच्या संग्रह-ग्रंथाच्या काळाविषयी तज्ज्ञांत मतभेद आहेत; तथापि काही विद्वान या एकपात्री एकांकिकासदृश नाटिकांचे लेखन गुप्तकालानंतर हर्षवर्धन (इ.स. ६०६-६४६) राजाच्या कारकिर्दीच्या आगेमागे केव्हातरी झाले असावे असे मानतात. चतुर्भाणित 'उभयाभिसारिका' (वररुची), 'पद्मप्राभृतक' (शूद्रक), 'धूर्तविटसंवाद' (ईश्वरदत्त) आणि 'पादताडितक' (श्यामिलक) असे चार भाण असून त्यांचा विषय शृंगाराशी संबद्ध आहे. यात विट हे एकच बोलके पात्र स्वत:चे किंवा इतरांचे अनुभव वर्णन करून सांगत असते. त्याच्या व्यतिरिक्त अन्य उल्लेखिलेली पात्रे प्रत्यक्ष दिसत नाहीत, मात्र विट त्यांच्याशी आकाशभाषिताने (आकाशवाणीद्वारे) बोलतो आणि ती पात्रे काय बोलतात, हे विटाच्या निवेदनातूनच समजते. यातील विट म्हणजे एक मिश्कील कलावंत आहे. विविध प्रसंग, गणिका, त्यांचे व्यवहार, त्यांचे विविध प्रियकरांशी असलेले संबंध,

प्रेमचाळे आणि अन्य सामाजिक व्यवहार इत्यादींचे मार्मिक विवेचन त्याच्या उद्गारात आढळते. या भाणांची भाषा प्रभावी आणि प्रसंगोपात अश्लील आहे. तत्कालीन समाजाचे जितेजागते चित्र रंगवून सामाजिक ढोंगावर मर्मप्रहार करणे, हे या भाणांचे उद्दिष्ट आहे. चतुर्भाणीत अंतर्भूत असलेले सर्वच चार भाण सूक्ष्म पण व्यापक निरीक्षण, मार्मिक उपहास-उपरोध, काव्यात्म नाट्याला उठाव देणारा नाजूक पण स्पष्ट आणि अवखळ विनोद यांमुळे विलोभनीय व कलात्मक झाले आहेत; मात्र या भाणवाङ्मयात वा भाणरचनेत चतुर्भाणीचा साहित्यिक दर्जा आणि विषयाचे अवधान राहिले नाही. ते गणिकांच्या उच्छृंखल जीवनाचे, रतिविलासाचे आणि एकूण कामशास्त्राचे शृंगारिक भाषाशैलीत विवेचन करतात. त्यातील परिहासात ग्राम्यता प्रविष्ट झालेली आढळते. त्याचप्रमाणे एकमुखी भाषणाचे साधे रूप पालटून पांडित्य व अलंकरण यांनी नटलेल्या एखाद्या प्रबंधाचे स्वरूप त्याला लाभलेले दिसते.

'भाण' हा संस्कृत भाषेतील दशरूपकांपैकी, म्हणजे दहा नाट्यप्रकारांपैकी एक असल्याने भरताने त्याची व्याख्या 'धूर्त-विट संप्रयोज्य' या शब्दांत केली आहे. कारण भाण हे श्राव्य काव्य आहे. त्यात शृंगाररसावर भर असतो, पण कधीकधी त्यांतून राजांच्या-सरदारांच्या शूर कथांचेही उल्लेख येतात. म्हणून नाट्यसमीक्षक त्याला नाटकाच्या उत्क्रांतीमधील प्राथमिक आविष्कार मानतात. यात रंजन आणि बोध ही दोन्ही आढळतात, असे नाट्यदर्पणकरांचे मत आहे (नाट्यदर्पण २.८१-८२) विट आणि धूर्त यांच्या अनुषंगाने शृंगाराच्या संदर्भात गणिका, कुट्टनी, रूपाजीवा, कुंभा इत्यादींचे वर्णन यात येते; त्यामुळे फसगतीचे-फसवणुकीचे प्रकारही येथे आढळतात. भाण हे कामशास्त्रीय साहित्य आहे, असे मानता येते; कारण यात दत्तकाच्या कामशास्त्राचे अनेक उल्लेख आहेत आणि गणिकांचे जीवन हाच त्याचा विषय आहे. दुसरी गोष्ट म्हणजे यांतून सांख्य तत्त्वज्ञान, वैशेषिक तत्त्वज्ञान, व्याकरण, बौद्ध धर्म, भागवत संप्रदाय, संन्यास धर्म, सोवळे-ओवळे यातील दांभिकपणा उघडा पाडला आहे. सर्व भाणांतून विट वा धूर्त आणि गणिका, वेश्या, पुंश्चली, बंधकी, कुंभदासी, रूपाजीवा या व अशा शब्दांनी गणिकांच्या वेगवेगळ्या पातळ्या सूचित केलेल्या आहेत.

सुरुवातीचे भाण हे प्रामुख्याने उत्तर हिंदुस्थानात म्हणजे उज्जीयिनी, वाराणसी, कान्यकुब्ज, कौशाम्बी, विदिशा, मैथिली इत्यादी शहरांतून रचलेले दिसतात. मात्र त्यानंतरचे भाण हे प्रामुख्याने दक्षिण हिंदुस्थानात विशेषत: आंध्र प्रदेश, तमिळनाडू, कर्नाटक या प्रदेशांतून रचलेले आढळतात. उपलब्ध भाणांमध्ये वंचना, प्रणयशृंगार आणि गणिकांचे उच्छृंखल जीवन तर आहेच; पण संस्कृत नाट्यसंकेताप्रमाणे विट हा पूर्णत: संस्कृतभाषी आहे. त्यामुळे तो सुविद्य, रंगेल आणि रसिक भासतो. त्याच्या उक्तीत परिहास आणि नर्मविनोद दिसून येतो, अवलोकनात मार्मिकपणाचा

प्रत्यय येतो. या नंतरच्या काळात चतुर्भाणीच्या धर्तीवर काही भाण रचले गेले; मात्र ते हाताच्या बोटांवर मोजण्याइतके कमी आहेत. त्यांतही ज्यांचा विशेषत्वाने उल्लेख करावा असे फार थोडे आहेत. 'कर्पूरचरित' (बारावे शतक,) 'शृंगार-भूषण' (वामनभट्ट बाण-१४ वे शतक,) 'मुकुंदानंद भाण' (काशिपति), 'वसंततिलक' (वरदाचार्य), 'शृंगार-तिलक' (रामचंद्र दीक्षित-१७ वे शतक), 'शृंगार-सर्वस्व' (नल्ल दीक्षित-१७वे शतक), 'रस-सदन' (युवराज), 'पंचबाण विजय' (रंगाचार्य), 'शारदा तिलक' (शंकर), 'रसिक रंजन' (श्रीनिवासाचार्य) इत्यादी भाणांतून तत्कालीन गणिकांच्या जीवनाची, त्यांच्या व्यवसायातील स्पर्धेची आणि समाजातील स्थानाची कल्पना येते. उर्वरित भाण हे हीन अभिरुची दर्शविणारे केवळ रतिविलासाचे आणि कामक्रिडांचे रसभरित अश्लील वर्णन करणारे रटाळ साहित्य आहे.

अशा भाणांची परंपरा आंध्र प्रदेशात अधिक आढळते. त्यांपैकी आज काही कालौघात नष्टही झालेले आहेत. उर्वरित भाणांत एखादाच साहित्यिकदृष्ट्या वाखाणण्यासारखा असेल! त्यांत नर्मविनोद आणि काव्य आहे, तसेच गणिकांच्या व्यवसायाचे संयमित वर्णनही आढळते. आतापर्यंत आंध्र प्रदेशात रचल्या गेलेल्या सुमारे तीस भाणांचे हस्तलिखित संशोधकांना उपलब्ध झाले आहे. अद्यापि काही हस्तलिखिते उपलब्ध होण्याची शक्यताही संशोधक व्यक्त करतात. उपलब्ध सर्वच भाण प्रसिद्ध झाले आहेत, असेही नाही. यांतील काही इसवी सनाच्या बाराव्या-तेराव्या शतकांत लिहिलेले असून काही भाण अगदी अलीकडे म्हणजे अठराव्या - एकोणविसाव्या शतकांतही रचले गेलेले आहेत, असे त्यांतील उल्लेखांवरून दिसते. त्यांपैकी काही प्रसिद्ध भाण त्यांच्या नावानिशी देत आहे : 'कंदर्पविलास' (बेल्ल्मकोण्ड रामरायकवी), 'कंदर्प संभव' (रेचेर्ला सर्वज्ञ सिंगभूपाल), 'कामानन्द' (कोराड रामचंद्रशास्त्री), 'गोपाल लीलीर्णव' (शेष गोविंद), 'चातुरी चंद्रिका' (चिलकुमर्री व्यंकटार्य), 'पौण्डरीका' (म. म. ककोण्ड व्यंकटरत्नम, 'मदनविजय' (विक्राल शेषाचार्य), 'मदनविलास' (पशुपति नागनाथ), 'मदनाभ्युदय' (शीष्टु कृष्णमूर्तिशास्त्री), 'रसिकाविलास' (चोक्कनाथ), 'रसिक जनरसोल्लास' (तिरूमल बुक्क), 'रसोदार' (तिरूमल बुक्कपट्टनम् अण्णयाचार्य), 'लीलादर्पण' (पद्मनाभम्), 'शृंगारमंजरी' (विश्वनाथ), 'वल्लवीपल्लवोलास' (मंजुलाचार्य), 'विलासभूषण' (वेंगट कृष्ण), 'शृंगार दीपक' (विजमुरी राघवाचार्य), 'शृंगारभूषण' (चंद्रगिरी वेंकटाचार्य), 'शृंगारशेखर (वामनभट्ट बाण), 'शृंगारमंजरी' (जनुम्पल्ली अष्टभाषा बहिरी गोपाळराय), 'शृंगाररसभृंगार (इंद्रगति कोण्डय), 'शृंगारशेखर' (अभिनव कालिदास) इत्यादी होत. यांतील काही भाणांच्या नावांवरूनच हे लक्षात येते की, त्यांची रचना प्रामुख्याने गणिका व्यवसायातील शृंगार आणि रतिविलास यांचे भडक चित्र सामान्य जनांसमोर उभे करावयाचे आणि गणिका या संस्थेला गौण लेखावयाचे, हा उद्देश होता. अलीकडच्या विशेषत:

सोळाव्या शतकानंतरच्या भाणांतून विषयाचे वैविध्य आढळत नाही. त्यांतील विषय, घटना, भाव, पात्रे, हेतू आणि लेखनशैली यांतून तोच-तोचपणा प्रकर्षाने जाणवतो. त्यामुळे असे वाटते की, हा वाङ्मयप्रकार कृत्रिमरीत्या जणू लिहिलाच पाहिजे, अशा उद्देशाने लिहिला व रचला गेला असावा. त्यामुळे तो निर्जीव भासतो. अर्थात त्यातूनही वर्णनात्मक व शृंगाराची वर्णने करणाऱ्या काही सुरेख काव्यपंक्ती आढळतात; पण त्यांचे प्रमाण फार कमी आहे आणि त्यांतही गणिकेचे वर्णन करण्याचे काही संकेत इतके हुबेहूब पाळले आहेत की, तीच-तीच वर्णने अन्य भाणांतून जशीच्या तशी उचलली आहेत की काय? असा संभ्रम होतो. शिवाय भाण म्हटल्यानंतर प्रहसनाला जवळीक दर्शविणारा उपहास, विनोद आणि वक्रोक्ती ही असायलाच हवी – जी सुरुवातीच्या चतुर्भाणामध्ये आढळते. ती हळूहळू नंतरच्या भाणांतून लोप पावताना दिसते. एवढेच नव्हे, तर नंतरच्या भाणांतून शृंगारिक अश्लील वर्णने, गणिका, विट, पीठमर्द, स्त्रैण पुरुष इत्यादींच्या स्वैर व बेताल वर्तनाचा पाढा वाचणे, हाच त्यांचा स्थायीभाव झालेला दिसतो. क्वचितच काही ठिकाणी कामासक्त पौराणिकांचे, श्रोत्रियांचे आणि खोटारडे भविष्य कथन करणाऱ्या कुडबुड्यांचे वर्णन येते. यांतून तत्कालीन सामाजिक नीति-अनीतीचे दर्शन घडते.

भाणांप्रमाणेच भरताने एक अंकी प्रहसनाला दशरूपकांत स्वतंत्र स्थान दिले आहे. त्याने प्रहसनाचे शुद्ध व संकीर्ण असे दोन प्रकार कल्पिलेले असून त्यांतील शुद्ध प्रहसनात भागवत, तापस, भिक्षू, श्रोत्रिय, विप्र यांची गमतीदार संभाषणे असतात; तर संकीर्ण प्रहसनात गणिका, वेश्या, चेट, विट, धूर्त, बंधकी (व्यभिचारिणी) इत्यादी शृंगारमय जीवनाशी साहचर्य दाखविणारी पात्रे असतात आणि कथानकसुद्धा लोकप्रिय-रतिविलास आणि कामुकांचे प्रणयाराधन – कथेच्या आधारे गुंफलेले असते. विनोदनिर्मितीचा एकमेव हेतू डोळ्यांपुढे ठेवून निर्माण केलेल्या प्रहसनांतून क्वचित बोधपर आणि उपदेशात्मक सार आढळते. सैरंध्रिका, सागर, कौमुदी, कलिकेली, आनन्दकोश, बृहत्भद्रक, भागवत्-अज्जुक, लटम-मेलक, धूर्तचरित, कंदर्पकेलि, हास्य-चुडामणी, मत्तविलास, भागवद्-अज्जुकीयास, हास्यार्णव, दामक वगैरे संस्कृत प्रहसनांतून गणिकांच्या एकूण शृंगारिक व्यवसायाविषयी अनेक उल्लेख मिळतात. त्यात कधी भडकपणा असतो, तर कधी आचरटपणाही डोकावतो. यांपैकी काही प्रहसने दक्षिण हिंदुस्थानात रचली गेली आहेत. 'भागवद्-अज्जुकीयास' हे प्रहसन मध्ययुगातील आहे. हे प्रहसन दोन बाबतीत इतर प्रहसनांहून वेगळे आहे. यातील विनोद पात्रांच्या विक्षिप्तपणात आढळत नाही, तर कथानकाच्या हास्यजनक रचनेत तो व्यक्त होतो. या प्रहसनात एक विद्वान साधू, त्याचा शिष्य शांडिल्य आणि गणिका ही पात्रे असून, साधू योगाभ्यासाचा गाढा व्यासंगी आहे. तो पूर्ण संन्यासी जीवन व्यतीत करीत आहे, तर त्याचा शिष्य हा संस्कृत नाटकातील

विदूषकांप्रमाणे असतो. गणिका आपल्या व्यवसायाला साजेसे वर्तन करते. ती आपल्या प्रियकराची वाट पाहत शेजारच्या बागेमध्ये उभी असताना सर्पदंशाने मरण पावते. त्या वेळी शांडिल्य शिष्याला आपली योगसिद्धी दाखविण्याची ही नामी संधी आहे, असे योजून तो तिच्या पार्थिव देहात आत्म्याद्वारे प्रवेश करतो. दरम्यान यमाचा दूत गणिकेचा मृतात्मा नेण्यासाठी तेथे दाखल होतो. तेव्हा त्याला चमत्कारिक स्थिती आढळते आणि आपली चूक झाली असे वाटते; कारण गणिका मृत पावली नसून साधू मरण पावला आहे. म्हणून तो गणिकेचा आत्मा साधूच्या शरीरात सोडतो. त्या वेळी दोघेही जिवंत होऊन चमत्कारिकरीत्या वागू लागतात. साधू हा गणिकेप्रमाणे लाडके बोलू लागतो आणि त्याला अनुरूप हावभाव करतो आणि गणिका साधूप्रमाणे भारदस्तपणे बोलते. हा घोटाळा लक्षात येताच दूत परस्परांचे आत्मे त्यांना देऊन निरोप घेतो. एकूण संस्कृत प्रहसनांती गणिकेच्या सात्त्विक भावांचे दर्शन घडविणारे व अश्लिलतेला फाटा दिलेले एक निखालस विनोदाचे कदाचित हे एकमेव प्रहसन असावे.

'सुभाषित-रत्न-संदोह' या अमीतगतीच्या इ.स.९९४ साली लिहिलेल्या दिगंबर जैन साधूंच्या बत्तीस प्रकरणी सुभाषितांवरील काव्य-ग्रंथात जैन नीतिशास्त्र सांगितले असून सद्वर्तनाचा उपदेश केला आहे. त्यात तत्कालीन स्त्रियांच्या चारित्र्याचे प्रतिबिंब पडते. एका प्रकरणात द्यूत, मद्यपान आणि गणिका यांची माहिती दिलेली आहे. तसेच दुसऱ्या एका नाटिकेत शूद्रकाच्या नाटकाचे अनुकरण केलेली गणिका ही नायिका असलेले, तारंगदत्त या अप्रसिद्ध नाटककाराचे 'दशरूपक' नावाचे संकीर्ण प्रकरण नाटक असून त्यातही गणिकेविषयी इत्यंभूत माहिती मिळते.

गणिकांच्या बहुश्रुत ज्ञानाविषयीचा उल्लेख बाराव्या शतकात लिहिलेल्या जल्हणलिखित 'सुक्तिमुक्तावलि या गद्य-पद्य पुष्पसमुदायात (स्तबकात) आलेला आहे. यात राजशेखर कवीचे म्हणून काही श्लोक उद्धृत केलेले आहेत. त्यांत तत्कालीन शीलभट्टारिका, विकटनितम्बा, विजयांका, प्रभुदेवी, सुभद्रा या पाच गणिकांचा गौरवाने 'काव्यशास्त्रादी विषयांत पारंगत असून त्या प्रतिभाशाली कवयित्री' असल्याचा उल्लेख केला आहे.

मध्ययुगाच्या सुरुवातीस गणिका ही संस्था भारतीय समाजात बऱ्यांपैकी स्थिरावली होती आणि भारतातील प्रमुख शहरांतून विशेषत: विदिशा, कौशाम्बी, हस्तिनापूर, कान्यकुब्ज, अहिच्छत्र, ताम्रलिप्ती, कुण्डिनपूर, प्राग् ज्योतिष, नासिक, वत्सगुल्म, देवगिरी, तिरूचेरापल्ली, वाराणसी, पाटणा, कांपिल्य, धार, करवीर, उज्जयिनी, मदुरा, कांचीपुरम् इत्यादींतून नामांकित गणिकांचे वास्तव्य होते. या गणिकांसंबंधी त्या काळात संस्कृत काव्यादी ग्रंथांतून तसेच भाण-प्रहसनांतून आणि नाटकांतून गणिकांच्या शृंगारिक जीवनाचे वर्णन आढळते. त्यात कधीकधी भडकपणा दिसतो,

तर कधी आचरटपणाही दृग्गोचर होतो. यांपैकी काही साहित्य दक्षिण भारतात विशेषत: आंध्र-तमिळनाडूत लिहिले गेले आहे. त्यामुळे ही संस्था मध्ययुगात दक्षिणेकडे मूळ धरून बसलेली असावी. याच काळात गणिका व्यवसायाचे विवेचन करणारे स्वतंत्र असे काही ग्रंथ व काव्ये रचण्यात आली. त्यांतील दामोदर गुप्ताचे 'कुट्टनीमत', क्षेमेंद्राचे 'समयमातृका', भोज परमार राजाचे 'शृंगारमंजरी कथा', 'शृंगारप्रकाश' इत्यादी काही ग्रंथ प्रसिद्ध असून त्यांचा वर्ण्यविषय गणिका आणि तिचे जीवन, तिचा व्यवसाय आणि स्वभावधर्म असा आहे. यांतून गणिकांच्या प्रणयाराधनाबरोबरच लेखक-कवींनी उदाहरणादाखल गणिकांच्या संदर्भातील काही कथा निवेदन केल्या आहेत. या कथांतून त्यांच्या जीवनातील सुख-दु:खाचे प्रसंग आणि गणिकांच्या धूर्तपणाचेही नमुने आढळतात.

दामोदर गुप्ताचे 'कुट्टनीमत' हे काव्य गणिकांच्या व्यवसाय-संकेताशी निगडित असून दामोदर हा नवव्या शतकातील काश्मीरमधील गणिका जीवनाचा मोठा जाणता व तज्ज्ञ रसिक कवी होता. त्याने गणिका-जीवनाचे तपशीलवार, मार्मिक व रोचक चित्र आपल्या काव्यातून ओघवत्या शैलीत मांडले आहे. या काव्याचा विषय मनोरंजन असून विनोद व शृंगार असे त्याचे संमिश्र स्वरूप आहे. यातील विकाराला नावाची ज्येष्ठ कुट्टिनी वा कुट्टनी गणिका व्यवसायात पदार्पण करणाऱ्या मालती नावाच्या यौवनात प्रवेश केलेल्या सुंदर तरुणीला या व्यवसायासंबंधी काही पूर्वसूचना वा धडे देते. या सूचनांत धनवान तरुणांना कसे आकर्षित करावे, याबद्दल सबुरीचा सल्ला आहे. या संदर्भात हारलता, मंजरी वगैरे नवीन गणिकांनी प्रियकराला आपणाकडे आकर्षून घेण्यासाठी कोणत्या क्लृप्त्या योजल्या आणि त्यांचे सर्वस्व कसे हरण केले, त्याची उदाहरणे कवीने दिली आहेत. तसेच सुदर्शन नावाच्या सधन-सौंदर्यवान प्रियकराच्या प्रेमपाशात अडकलेल्या एका गणिकेची कशी ससेहोलपट झाली आणि ती आपला व्यवसाय सोडून वा त्याच्या मर्यादा ओलांडून त्याच्या सहवासात कायम राहू शकली नाही; कारण तिच्यात हे मर्यादा उल्लंघनाचे धारिष्ट्य नव्हते. परिणामत: ती प्रेमविव्हल होऊन मृत्यूला कवटाळते आणि प्राणाहुती देते; मात्र अखेर श्रोत्यांना कवी असे सांगतो की, गणिका किती लोभी, धूर्त आणि द्रव्यहानी करणाऱ्या असतात, एवढेच नव्हे तर त्या लबाड असून धनवानांना फसवितात, हे सर्वांना समजावे म्हणून आपण हा काव्यप्रपंच केला आहे. माझे काव्य वाचून श्रोते सावध होतील आणि गणिकामैत्री वर्ज्य करतील, असा अखेरीस त्याने विश्वासही व्यक्त केला आहे. मात्र 'कुट्टनीमत' हे काव्य वाचून कुणी गणिका मैत्री टाळणार नाही आणि सावध होऊन सावधपणेच गणिकांच्याकडे तरुण आकृष्ट होईल, याचे भानही त्याला आहे. कामशास्त्र आणि वैशिक कला यांच्या अध्ययनाचा परिपाक 'कुट्टनीमत' काव्यात झालेला दिसतो. यावरून गणिकांच्या एकूण उच्छृंखल

जीवनावर प्रकाश पडतो; परंतु त्या काळात अशा गणिका वशीकरणाच्या मागे फार थोड्या प्रमाणात असाव्यात, असे अन्य संदर्भावरून दिसते.

कामशास्त्रावर आणि विशेषत: गणिकांवर लिहिणारा काश्मीरमधील दुसरा लेखक म्हणजे क्षेमेंद्र (इ.स.११वे शतक). त्याने दामोदर गुप्ताच्या ग्रंथामुळे स्फूर्ती घेऊन 'समयमातृका' हा प्रणयकथांचा ग्रंथ लिहिला. त्याचा मूळ उद्देश राजदरबारातील गणिकांना उपयुक्त असा स्तोत्रग्रंथ रचण्याचा होता. याशिवाय त्याने कामसूत्राचा सारांश ग्रथित करणारा 'वात्स्यायन सूत्रधार' या नावाचा आणखी एक ग्रंथ लिहिला. 'समयमातृका' या ग्रंथात क्षेमेंद्राने कुट्टनीचे महत्त्व प्रतिपादन केले आहे. जर गणिकेस नैसर्गिक माता (कुट्टनी) नसेल, तर तिने एखादी तारुण्यात सर्व उपभोग घेतलेली अशी वृद्ध स्त्री-कुट्टनी म्हणून स्वीकारावी; कारण विट, धूर्त आणि लबाड धनिक यांपासून केवळ तीच अशा गणिकेचे संरक्षण करू शकते, याची सोदाहरण चर्चा प्रस्तुत काव्यग्रंथात आली आहे.

'कृट्टनीमतम्' व 'समयमातृका' हे दोन्ही ग्रंथ कामसूत्रविषयक असून यात कवींनी कामसूत्राचे अनुकरण केले आहे आणि विषयाच्या मीमांसेसाठी उदाहरणादाखल काही गणिकांचा उल्लेख केला आहे; कारण गणिकांचा व्यवसाय हा पूर्णत: रतिविलासाशी निगडित व संबद्ध आहे. मात्र भोजलिखित 'शृंगारमंजरी-कथा' या ग्रंथात भोजराजाने सविस्तर माहिती देऊन आपल्या ग्रंथाची गुंफण शृंगारमंजरी या गणिका-नायिकेच्या सभोवती केली आहे आणि तिला या व्यवसायाच्या सूचना देण्यासाठी तेरा कथा सांगितल्या आहेत. याशिवाय शृंगारमंजरीने नृत्य-संगीतादी कलांसह इतर कलांत नैपुण्य मिळविले होते. तिचे अनुपम सौंदर्य हा तिचा या व्यवसायातील अत्यंत लक्षणीय गुण असून भोजराजाने केलेल्या तिच्या वर्णनावरून तत्कालीन गणिका कशा स्वरूपवान होत्या, याची कल्पना येते.

शृंगारमंजरी या नायिका – गणिकेच्या अंग-प्रत्यंगांचे वर्णन भोजदेवाने असे केले आहे. 'शृंगारमंजरी ही धारा नगरीची सौंदर्यसम्राज्ञी! ती चौसष्ट कलांत निपुण तर आहेच, पण कामकलेत विशेष वाकबगार आहे. तिची शरीरयष्टी कमनीय असून चालण्याची ढब डौलदार आहे. तिचे चंद्रासारखे प्रफुल्ल मुख, कमळासारखे तेजस्वी डोळे आणि बिम्बफळाप्रमाणे लालबुंद ओठ, कुणाला मोहित करणार नाहीत? तिचे उन्नत वर्तुळाकार उरोज कलशद्वयाप्रमाणे असून त्यांची स्तनाग्रे किंचित झुकली आहेत. रतिसुखाचा खजिना असलेले जणू हे दोन पूर्णकुंभच (रतिसुख निधानकलश युगुल) होत! या उन्नत स्तनयुग्मामुळे तिची सिंहकटी आणि खोल नाभी यांचे दर्शन क्वचितच होते; मात्र मदनाच्या जणू धनुष्याने विभागलेले तिचे पृथुल नितंब आणि केळीच्या मृदु-गौरवर्ण खुंटाप्रमाणे आकर्षक दिसणाऱ्या मांड्या, वस्त्रावरण असूनसुद्धा, तरुणांना अस्वस्थ करतात.' (भोजराजालिखित शृंगारमंजरी

– कथा – नायिकावर्णनम्)

या ग्रंथात भोजदेवाने गणिकांची सविस्तर माहिती निवेदने केली असून कथांद्वारे गणिकांचे भिन्न प्रकार व त्यांची कार्ये वर्णन केली आहेत. पहिल्या प्रकारातील गणिका धनवान तरुणाला आपल्या सौंदर्याने मोहित करून, त्याला आपल्या मोहजालात अडकविते व त्याची संपूर्ण संपत्ती लुबाडते आणि अखेर त्याला गचांडी देऊन घरातून बाहेर काढते. दुसऱ्या प्रकारातील गणिका एखाद्या तरुण पुरुषावर आसक्त होऊन प्रेम करते, पण तिला हे संबंध शेवटपर्यंत तडीस नेता येत नाहीत. व्यावसायिक मर्यादा आणि निर्बंध यांमुळे तिला प्रेमसाफल्याचा आनंद व समाधान लाभत नाही. यात त्या फसतात आणि अखेर शिक्षेला पात्र ठरतात; तर तिसऱ्या प्रकारातील गणिका अत्यंत उदार, थोर मनाच्या असून निरपेक्ष प्रेमाच्या मागे धावतात. त्यांच्या प्रांजळपणामुळे त्या प्रियकराच्या गळ्यातील ताईत बनून स्फूर्तिदेवता बनतात. या संदर्भात भोज राजाने अशोकवती, लावण्यसुंदरी अशी काही निवडक गणिकांची उदाहरणे दिलेली आहेत. याशिवाय भोजाने काही वैवाहिक-पतिव्रता तरुणींच्या सात्त्विक-प्रांजल-निर्व्याज प्रेमाच्या कथा सांगितल्या आहेत. अशा कथांमधील लावण्यसुंदरी आणि चेल्लमहादेवी या दोन देखण्या पत्नी निखळ प्रेमासाठी कोणतेही दिव्य करण्यास राजी असून लावण्यसुंदरी प्रसंगोपात् पतीच्या कल्याणासाठी गणिकेचा पेशा पत्करते आणि आपल्या प्रिय पतीवरील संकट निवारण करते. या कृतीमुळे तिची पतीवरील निष्ठा यत्किंचितही कमी होत नाही. तात्पर्य, या ग्रंथाचा एकूण हेतू हा गणिकांना उपदेश करण्याचा असून गणिकांच्या व्यवसायाचे त्यात उदात्तीकरण केले आहे.

याच काळातील 'वत्सराज' नावाचा एक विद्वान मंत्री परमार्दिदेव (कारकिर्द ११६३-१२०३) राजा आणि त्याचा मुलगा त्रैलोक्यदेव यांच्या पदरी होता. त्याने 'रूपक-शतक', 'व्यायोग', 'त्रिपुरादाह' वगैरे काही संस्कृत ग्रंथ लिहिले. या ग्रंथाबरोबरच त्याने 'कर्पुरचरित' नावाचा एक भाण लिहिला. त्यात एका द्यूतकाराच्या मौजेचे, जुगाराचे आणि गणिकेबरोबरचे प्रणयाराधन व मौजमजा यांचे दिलखुलास वर्णन आढळते.

दंडीच्या 'दशकुमारचरिता'त अनेक प्रदेशांतील गणिकांचे उल्लेख नावानिशी येतात आणि त्यांच्या उच्छृंखल जीवनाविषयीही माहिती मिळते. दंडीने दशकुमारचरिताव्यतिरिक्त 'काव्यादर्श' आणि 'अवन्तिसुंदरीकथा' हे अन्य ग्रंथ लिहिले. दशकुमारचरिताचे पूर्वपीठिका (पाच उच्छ्वास), दशकुमारचरित (आठ उच्छ्वास) आणि उत्तर पीठिका (चार उच्छ्वास) असे तीन भाग आहेत. दशकुमारचरित या नावावरून त्यात दहा कुमारांची चरित्रे असावीत, असा साहजिकच समज होतो. परंतु त्याच्या मधल्या भागात फक्त आठच चरित्रे आहेत. पूर्वपीठिका व उत्तरपीठिका

या दोन जोडलेल्या भागांचे लेखन निरनिराळ्या लेखकांनी केले असावे. 'अवंतिसुंदरीकथासार' या ग्रंथाच्या संदर्भात अवन्तिसुंदर कथेचे परीक्षण केल्यास दशकुमारचरिताच्या अपूर्ण लेखनाची थोडी उकल होते. दशकुमारचरित हे दंडीने ऐन तारुण्यात लिहिले असावे. उत्तरवयात या कथामालेला 'अवन्तिसुंदरीकथा' रचून व्यवस्थित रूप दिले असावे. दशकुमारचरिताच्या एकूण वर्णनात राजपुत्र, राजवाहन, अपहारवर्मा, उपहारवर्मा, अर्थपाल, प्रमाती, मित्रगुप्त, मंत्रगुप्त आणि विमुत अशा आठ कुमारांच्या कथा आहेत. या सर्व साहसकथा असून प्रत्येक तरुणाला एक लावण्यवती सुंदरी अखेर प्राप्त होते आणि प्रत्येक तरुण-कुमार राजवाहनाला शोधण्यासाठी बाहेर पडला असता, ज्या साहसप्रसंगांतून तो निभावला जातो, त्यांची ती कथा आहे. यांतून येणारे अनुभव हाच या ग्रंथाचा गाभा असून त्यात दंडीने जारकर्म, चमत्कार, घरफोडी, जुगार, मद्यपान, घातपात, लोभी गणिका, जैन साधू, कुंटिनी, वेश्या, कुलटा स्त्रिया, कोंबड्याची झुंज, समुद्रपर्यटन इत्यादींची दिलखुलास वर्णने केली आहेत. यात समाजातील सामान्य स्तरातील लोकजीवनाचे अनेक प्रसंग आढळतात. त्यामुळे हा ग्रंथ लोकसाहित्यात मोडतो.

केरळ राज्यातील विशेषत: नवव्या ते पंधराव्या शतकांदरम्यानच्या गणिकांसंबंधी विस्तृत माहिती तत्कालीन मल्याळम् साहित्य, कोरीव लेख आणि परकीय प्रवाशांचे वृत्तान्त यांतून मिळते. यांतील काही गणिकांचा उल्लेख देवदासी वा तेवदिच्ची असा केला गेला असला आणि त्यांचा मंदिरांशी संबंध असला, तरी त्यांना आज अभिप्रेत असलेल्या अर्थाने देवदासी म्हणता येणार नाही, शिवाय अशा सर्वच गणिकांना देवदासी म्हणणे म्हणजे त्यांच्या तत्कालीन दर्जावर आघात केल्यासारखे होईल, असे सुमथी एम. हे इतिहासकार 'सोशल स्टेटस ऑफ कोर्टिझन्स इन अर्ली मेडिइव्हल केरळ' या शोधनिबंधात म्हणतात. केरळमध्ये चेर वंशाच्या काळात (इ.स.३००-९००) अनेक नामवंत गणिकांनी आपल्या सौंदर्याने, नाट्य-संगीतादी कलांतील प्रावीण्याने नावलौकिक मिळविला होता आणि समाजही त्यांचा योग्य तो मानमरातब ठेवीत असे.

मणिप्रवलम साहित्यात गणिकांचे अनेक उल्लेख येतात. 'उन्नियच्ची चरितम्', 'उन्नियति चरितम्', 'उन्निच्चिरूतेवी चरितम्' हे चरित्र-ग्रंथ प्रामुख्याने मंदिरांच्या सान्निध्यात राहणाऱ्या, मंदिरांशी संबंध असलेल्या गणिकांची-देवदासींची माहिती देतात; मात्र गणिकांचाच स्वतंत्ररीत्या व्यवसाय करणाऱ्या काही प्रसिद्ध वारांगनांची माहिती 'उन्नुनिलिसंदेशम्', 'चंद्रोत्सवम्', 'लीलातिलकम्,' 'पद्मरत्नम्' इत्यादी काही काव्यांतून येते. यांत अनेक गणिकांची सविस्तर माहिती असून त्यांत त्यांचे विलासी जीवन, शाही राहणीमान आणि सामाजिक स्थान यांची माहिती आहे, तद्वतच त्या कोणत्याही मंदिराशी संबद्ध नाहीत, तर गणिकेचा स्वतंत्र व्यवसाय

करणाऱ्या प्रतिष्ठित, उच्चभ्रू, संगीत-नृत्यादी कलांत पारंगत असलेल्या स्वरूपसुंदर तरुणी आहेत. अल्लूर एस. परमेश्वर अय्यर, ई. कुंजन पिलाई आणि अगदी अलीकडे डॉ. एम. जी. एस. नारायणन या विद्वानांनी केरळमधील या मध्ययुगीन गणिका संस्थेविषयी अत्यंत चिकित्सक आणि तपशीलवार अभ्यास केला आहे. याशिवाय उल्लूर एस. परमेश्वर अय्यर, ईलंकुलम कुंजन पिलाई, के. के. पिलाई, पी. के. नारायणन पिलाई, सुरंद कुंजन पिलाई इत्यादी लेखकांनी यांवर स्वतंत्ररीत्या चर्चा केलेली आढळते.

मणिप्रवलम् काव्यातून त्यांच्या शाही हवेल्यांचे वर्णन आढळते. त्यांचा उल्लेख 'कोयिल' शब्दाने सर्वत्र आढळतो. तिरूमरूदुरमधील उन्नियच्ची, सुकपुरमची उन्निचिरूतेवी, कंडियुरची उन्नियती, उन्नुनिली वगैरे प्रसिद्ध गणिकांच्या हवेल्या राजप्रासादासारख्या प्रशस्त व भव्य असून त्या बागबगीच्याने नटलेल्या आणि रत्नांनी सजविलेल्या द्वारशाखांच्या होत्या. त्यांच्या सुशोभीकरणासाठी अनेक जडजवाहीर वापरलेले असून नोकरचाकर असत. या बहुतेक गणिकांना राजा, त्याचे सरदार-जहागीरदार यांचा आश्रय होता आणि त्याही इमानेइतबारे त्यांना शय्यासोबत देत, त्यांचे मनोरंजन करीत. याशिवाय नगरातील व्यापारी (चेट्टी), भट्ट (ब्राह्मण), छत्र वगैरेही त्यांच्याकडे जात. भक्ति-संप्रदायातील सुंदरमूर्ती नायनार या संताने एका गणिकेबरोबर विवाह करून गार्हस्थ जीवन अंगीकारल्याचा दाखलाही या साहित्यातून मिळतो. त्यावरून त्यांचा सामाजिक दर्जा उच्च प्रतीचा होता आणि आर्थिक सुस्थिती होती. तथापि 'चंद्रोत्सवम्' या काव्यात समाजातील काही वर्गांकडून त्यांना नंतर उपद्रव झाल्याचे उल्लेख आढळतात. तरीसुद्धा त्यांचा राजा व उच्च पुजारी यांवर प्रभाव होता. पुढे या गणिकांचे नैतिक अध:पतन झाले आणि तेवदिच्ची किंवा देवदासी म्हणजे सामान्य वेश्या हे समीकरण समाजात रूढ झाले. ही स्थिती अगदी अलीकडच्या काळातील होय.

अल्-बीरूनी (९७३-१०४८) हा मध्य आशियातील उझबेकिस्तानातील प्रसिद्ध मुसलमान इतिहासकार, तत्त्वचिंतक व प्रवासी होय. त्याने 'तहकीक मालिल-हिंद' किंवा 'तारीख अल्-हिंद' (१०३०) या शीर्षकाचा भारतातील घटना, राजे, धार्मिक स्थिती, गणिका वगैरेसंबंधी इत्थंभूत माहिती देणारा ग्रंथ लिहिला. यात त्याने विशेषत्वाने हिंदुस्थानातील राजे, त्यांची राज्ये आणि वेश्याव्यवसाय यांच्यातील विशिष्ट नातेसंबंधांवर भाष्य केले आहे. हिंदू लोक वेश्यावृत्तीला (गणिकांच्या उद्योगांना) फारशी कडक शिक्षा देत नाहीत. यात दोष राज्याचा नसून स्वत: राजाचाच आहे; मात्र मंदिरात नृत्य, गायन आणि नाट्य सादर करणाऱ्या या स्त्रियांमुळे ब्राह्मण किंवा पुजारी वर्गाचे काहीही नुकसान होत नाही. राजे लोक या स्त्रियांना आपल्या राज्याचे एक दिमाखदार आकर्षण म्हणून प्रजेच्या मनोरंजनासाठी

राखतात. तसेच आर्थिक कारणास्तवही त्यांना सांभाळतात. या व्यवसायातून शासनाला कर आणि दंड वसुलीच्या रूपाने जो महसूल तिजोरीत जमा होतो, तो सैन्यावर खर्च करता येतो, असे बीरूनीचे म्हणणे आहे. अकराव्या शतकातील एक विश्वासार्ह ऐतिहासिक साधन म्हणून त्याच्या ग्रंथाचे मूल्य वादातीत आहे.

यादव काळात (इ.स. नववे ते चौदावे शतक) विविध नगरांतून आणि विशेषत: देवगिरी राजधानीत चौकाचौकांत वैभवशाली शामियाने उभारून नृत्य-संगातादी कलांची उपासना सतत चालू असे आणि यातून तत्कालीन गणिका सहभागी होत; किंबहुना नृत्य-संगीतादी कलांत निपुण असलेल्या गणिकांचेच हे कार्यक्रम असत. शिवाय नगरातून त्यांची शयनमंदिरे नि प्रशस्त प्रासाद असत. यादव राजे कलाभिज्ञ व रसिक असून लहर लागेल त्याप्रमाणे कलास्वाद घेण्यास अशा शामियान्यांमध्ये जात; हे इब्न बतूनने पाहिले होते. त्याची नोंद त्याने आपल्या वृत्तान्तात केली आहे. संगीताने बेहोश झाल्यामुळेच आमणाला हातचे राज्य गमवावे लागले. आपल्या सैनिकांना नर्तकांचा वेश देऊन त्यांच्या पथकासह रामदेवराय यादवाने देवगिरीच्या किल्ल्यात प्रवेश मिळविला आणि नृत्य-गायनात तल्लीन झालेल्या आमणास अचानकपणे पकडून गाफील असलेल्या त्याच्या अधिकाऱ्यांवर रामदेवाने जय मिळविला व गादी ताब्यात घेतली. गणिकांचे वास्तव्य अन्य शहरांतूनही असे आणि संगीताची आराधना नियमित चाले. त्या वेळी संगीताचे पाठ देणाऱ्या 'गीतशाळा' असत आणि तेथेही गणिकांच्या मैफली रंगत असत. त्या वेळी नागर जीवनात जलशांचा प्रसार झाला होता. त्यांतून नट,नटी व गणिका सहभागी होत आणि प्रसंगोपात् सण-समारंभात कार्यक्रम करीत.

याच काळातील सुरुवातीच्या मराठी साहित्यात गणिकांसंबंधी काही उल्लेख मिळतात. 'पंचोपाख्यान' या महानुभावीय संप्रदायाच्या ग्रंथात गणिकेबद्दल एक-दोन उद्‌बोधक कथा डोकावतात. त्यावरून यादव काळात गणिकांचा व्यवसाय महाराष्ट्रात राजरोसपणे चालू असल्याचे दिसते. या गणिका अर्थार्जन कसे करीत, याचीही त्यावरून कल्पना येते. 'पंचोपाख्याना'तील सहाव्या कथेत (तंत्र-२, भाग-५) देशांतर केल्यानंतर 'गनिका' झाली असा उल्लेख असून पुढे म्हटले आहे, 'पत्रातें पती पावली... मग गोपालाची स्त्री जाली.' त्या संबंधीचा मूळ मजकूर असा : हत्वा नृपं पतिभवेक्ष्य भुजंगदष्टं देशांतरे विधिवशात गणिका स्म जाता। पुत्रं पति समाधिगम्य चितां प्रविष्टा शोचामि गोपगृहिणी काथमद्य तक्रम।। (२७)

दुसऱ्या एका कथेत कामसेना नावाच्या लोभी व कामातुर गणिकेची कथा असून 'कामसेना प्रतही रात्रीमध्ये पुरुषापासी सवालक्षु लाजी (मा) मागे' असे म्हटले आहे. ती एकदा राजाचा निष्ठावान सेवक मित्राप्रती याच्या स्वप्नात आली आणि त्यांचा 'स्वप्नामाजी संभोगु जाला', ही गोष्ट मित्राप्रतीने राजाला सांगितली. कामसेनेने ती

चोरून ऐकली आणि मित्राप्रतीकडे सव्वालक्षू लाजी (मा)ची मागणी केली. तेव्हा हे प्रकरण राजाकडे न्यायासाठी आले. राजाने आपल्या पदरी असलेल्या रावांकडे हा तंटा सुपूर्त केला. त्याने तो अत्यंत चाणाक्षपणे आरशातील प्रतिबिंबाचा उपयोग करून सोडविला. त्यामुळे कामसेना संतप्त झाली.

यादवकालीन सांस्कृतिक सामाजिक जीवनाचे चित्र तत्कालीन शिलालेख, 'चतुवर्गाचिंतामणि' सारखे संस्कृत ग्रंथ आणि महानुभावीय साहित्यातून विशेषत: म्हाईंभटांचे 'लीळाचरित्र' व 'गोविंदप्रभुचरित्र' यातून दृग्गोचर होते. 'लीळाचरित्र' व 'गोविंदप्रभुचरित्र' यांची रचना अनुक्रमे सुमारे इ.स. १२७६ व १२८८ साली झाली, याविषययी दुमत नाही. अर्थात यांत केवळ चक्रधर व गोविंदप्रभू यांचीच चरित्रे आलेली नसून तत्कालीन महाराष्ट्राचे चरित्रचित्र त्यात उमटले असल्याने ऐतिहासिक व सामाजिकदृष्ट्या त्यांना अनन्यसाधारण महत्त्व प्राप्त झाले आहे. या चरित्रांच्या अनुषंगाने समाजातील सर्व प्रकारची माहिती म्हाइंभटाने सांगितली आहे. त्यात पूर्वापार चालत असलेल्या गणिकांसंबंधीही काही उल्लेख सापडतात. काही ठिकाणी या चरित्रात त्यांचा उल्लेख 'गनिका' असा केला असून इतरत्र त्या शरीरविक्रय करणाऱ्या तरुणी असल्यामुळे त्यांचा 'वेश्या' किंवा 'सामान्य स्त्री' असाही उल्लेख आढळतो. 'लिसीपुसी' म्हणजे थाटमाट करणे, हा वेश्यांचा धर्म समजला जाई (लीळाचरित्र-उत्तरार्ध-३४०). तसेच वेश्यांच्या 'ठायी वसणारा' म्हणजे त्यांनी आपल्या पदरी ठेवलेला एखादा सधन पुरुष-प्रियकर असे व त्याच्या विरहाने त्यांना 'अस्वस्थता' म्हणजे तळमळ लागली होती (लीळाचरित्र-उत्तरार्ध-४१९). कुठे-कुठे क्वचित असेही घडे की, जन्मभर जगाची म्हणजे परपुरुषाची सेवा करून 'कवडे' खाऊन वेश्या एकाची गरती होई आणि त्याच्या मृत्यूनंतर आपणही सती जावयास म्हणजे अग्निप्रवेश करी (लीळाचरित्र-उत्तरार्ध-५००). त्या काळी वेश्या चक्रधर स्वामींसारख्या अनेक संत-महंतांच्या दर्शनास जात असत, तशाच त्या रामटेकच्या यात्रेसही जात. (लीळाचरित्र-उत्तरार्ध-३३९-गोविंदप्रभु-४४). एका वेश्येच्या पाठीला झालेली जखम आणि त्यातील पू यांचाही उल्लेख या लीळेतच येतो. त्या काळी कोणी श्रेष्ठ पुरुष वा आसामी गावात आली असता, तिला वेशीपाशी सामोरे जाऊन गणिकांनी ओवाळण्याची पद्धत होती (गोविंदप्रभु-१०५). या चरित्रग्रंथात वेश्यांच्या वस्तीस 'सामान्य स्त्रीहाट' हा शब्द वापरल्याचे वारंवार आढळून येते.

विजयानगर साम्राज्याच्या काळात (इ.स. १३३६-१५६५) कर्नाटक व दक्षिण हिंदुस्थानात सुबत्ता, शांतता आणि वैभव नांदत होते. विजयानगरची सत्ता जवळ-जवळ दक्षिणेकडे सर्वत्र स्थिरावली व पसरली होती. या साम्राज्याच्या वैभवाची परकीय प्रवाशांनी लिहून ठेवलेली माहिती आणि तत्कालीन कोरीव लेख यावरून त्यावेळच्या परिस्थितीची कल्पना येते. डोमिंगो पाईस, फर्नाओ न्यूनिझ आणि अब्द

अल् (अब्दुल) रझाक या तीन परकीय प्रवाशांचे वृत्तान्त त्या दृष्टीने फार बोलके आहेत. त्यांनी विजयानगरला भेट दिली आणि काही महिने तिथे प्रत्यक्ष वास्तव्यही केले होते. त्यांनी प्रत्यक्ष पाहिलेली आणि अनुभवलेली अशी साक्षेपी माहिती नोंदवून ठेवली आहे. त्यात विजयानगर साम्राज्याच्या सामाजिक, सांस्कृतिक, आर्थिक व राजकीय परिस्थितीचे सूक्ष्म अवलोकन आढळते.

त्या काळी विजयानगरच्या मंदिरांतून नित्यनैमित्तिक पूजा-अर्चा, नैवेद्य व आरती होत असे. त्या वेळी गणिका संगीत-नृत्यादी कला देवाला अर्पण करीत. यांतील काही गणिका मंदिराच्या सान्निध्यात शेजारच्या हवेल्यांत राहत, तर काही बाजारपेठेच्या सभोवतालच्या भव्य अशा हवेल्यांतून राहत असत. त्यांच्याकडे सरदार, वणिकपुत्र, सधन व्यापारी वगैरेंची जा-ये असे. त्यांचे त्या आगत-स्वागत, मनोरंजन तर करीतच; पण त्यांना शय्यासोबतही देत. त्यामुळेच या परकीय प्रवाशांनी त्यांना चारित्र्यहीन वारांगना म्हटले आहे. राजा व त्याचे मांडलिक यांच्या पत्न्यासमोरही त्या पानविडा व तांबूल भक्षण करून ओठ रंगवीत असत, एवढे त्यांना राजदरबारी सन्मानाने वागविण्यात येत असे. कृष्णदेवरायाच्या लवाजम्यात त्यांचा स्वतंत्र तांडा असे. त्यांतील काही सुरसुंदरी गणिका त्याच्या व्यक्तिगत संरक्षणासाठी नेमलेल्या होत्या. साहजिकच या गणिकांचे संरक्षण आणि त्यांचा योग्य तो मानसन्मान तो ठेवीत असे. राजदरबारात सण-उत्सवादी प्रसंगी गणिकांच्या नृत्य-गायनादी कलांचे कार्यक्रम साजरे होत. तत्संबंधी अब्दुल रझाक (इ.स. १४१३-१४८२) आपल्या 'मल्ल-उस्-सादैन' या प्रवासवृत्तान्त म्हणतो, "गणिका व्यवसायाला तत्कालीन राजांनी उत्तेजन दिले होते. प्रत्येक मंदिरात अनेक देवदासी-गणिका असत. नगराचा गणिका-निवास हा भाग शहराचा अभिमानाचा भाग होता. या गणिकांच्या घराची शान काही वेगळीच होती. त्यांपैकी अनेक गणिका या विलक्षण देखण्या असून त्यांचे प्रेमचाळे आणि वर्तन यांचे वर्णन शब्दांतीत आहे. या गणिकांच्या व्यवसायापासून शासनास कररूपात काही रक्कम मिळे. ती राजा नगराच्या संरक्षणावर खर्च करीत असे." अखेर तो म्हणतो, "ही सर्व अतिशयोक्ती नाही वा शब्दांचा विलास नाही. या गणिकांवर शासनाचे पूर्ण नियंत्रण असे आणि तत्संबंधी नियमही असत." विजयानगराच्या अवनतीनंतर दक्षिणेकडे त्याच्या पोटशाखा सरकल्या. त्यांतून पुढे ही संस्था हळूहळू तिकडे गेलेली दिसते.

साहित्यिक उल्लेखांबरोबरच भारतातील काही कोरवी लेखांतून गणिकांच्या संदर्भात उल्लेख आढळतात. या पुरातत्त्वीय उल्लेखांबरोबरच वास्तुशिल्पात पूजामूर्ती खेरीज निर्मिलेले विश्व हे बव्हंशी वास्तुशोभात्मक आहे आणि त्यांत अनेक कामशिल्पेही आढळतात. या शिल्पांच्या स्पष्टीकरणाबद्दल एकवाक्यता नाही; तथापि ती कामशास्त्राशी निगडित असून त्यांतून रतिविलास दृग्गोचर होतो. त्यामुळे मंदिरवास्तूंवरील मूर्तीकाम

हे धार्मिक स्वरूपाचे असले आणि ते उघडच आहे, तरी त्यासाठी काही परंपरागत रूपके योजलेली आहेत. यक्षी, वृक्षी, शालभंजिका हे यांतील एक प्रतीक आहे. शिवाय काही प्रेमी युगुलांची प्रणयाराधना आणि चुंबन-आलिंगन यांपासून संभोगापर्यंतच्या सर्व क्रिया खोदलेल्या आहेत. यांतून तत्कालीन गणिकाव्यवसायाचे दर्शन घडते; कारण काही मूर्तींच्या हालचाली, अंगविक्षेप व विशेषत: मुद्रा यांवर केवळ शृंगारिकच भाव नव्हे, तर मादक व उत्तान भाव स्पष्टपणे उमटलेला दिसतो. काही मद्यपि स्त्रियांचीही शिल्पे आहेत. याचा आविष्कार सुरुवातीच्या मथुरा-भुतेश्वर येथील स्तंभमूर्तीत दृग्गोचर होतो. त्यामुळे या स्त्री-प्रतिमा गणिकांच्या खास प्रातिनिधिक तर नव्हेत, असा आभास निर्माण होतो. त्यांतल्या त्यात त्रिभंग अवस्थेतील, केस मोकळे सोडलेली व उजव्या हातात सारिकेचा पिंजरा घेतलेली यक्षी शृंगारविलासाला जणू आव्हानच करीत आहे, असे भासते.

मथुरेच्या पुरातत्त्वीय संग्रहालयात कुशाणकुलीन एक आयगपट असून त्यावरील दोन लेखांत लोणशोभिकेची कन्या वासू या गणिकेचा उल्लेख आहे. त्यात तिने निरग्रंथ अर्हता-यतन (अर्हतांचे मंदिर) या वास्तूस दान केलेल्या-देवीकुल (गर्भगृह), सभामंडप (आयागसभा), प्रपा (गच्ची-टाकी) आणि शिलापट इत्यादींचा प्रस्तुत लेखात उल्लेख आहे. (जर्नल ऑफ द हिस्टॉरिकल सोसायटी-खंड २३, पृष्ठे६९-७०,१९५०). अशाच प्रकारचा उल्लेख एपिग्राफी ऑफ इंडिया (विसावा खंड) आणि एपिग्राफिया इंडिका (पहिला खंड) यांत प्रसिद्ध झालेल्या राजांच्या प्रशस्तिपर कोरीव लेखांतून आढळतो. यांत प्रामुख्याने गणिकांनी राजाचे केलेले गुणगान पाहावयास मिळते. बंगालच्या सेनवंशातील सामंत सेन राजाची कीर्ती संगीताचा अभ्यास असणाऱ्या गायिका गणिकांनी देशभर गायल्याचा उल्लेख काही कोरीव लेखांतून मिळतो. 'वेश्या विलासिता नीव दुरूपचा राणीद्रियाणि' यांसारखे काही फुटकळ संदर्भही या लेखांतून आढळतात.

राजस्थानात राजपूत काळात (इ.स. नववे ते पंधरावे शतक) गणिकांना तत्कालीन राजांचा आश्रय असल्याचे काही दाखले कोरीव लेखांतून उपलब्ध झाले आहेत. (एपिग्राफिया इंडिका, खंड-११) राजस्थानातील पाली जिल्ह्यातील देसुरी तहशीलात सदरी आणि नाडोल नामक गावांत विक्रम संवत ११४७मधील दोन कोरीव लेख मिळाले. याशिवाय काही त्याच शतकातील विविध सन असलेले 'भिनमल कोरीव लेख' या नावाने प्रसिद्ध असलेले आणखी काही लेख उपलब्ध झाले आहेत. हे प्रामुख्याने चाहमान वंशातील महाराजा जोजलदेव याचे असून त्यांत गणिका आणि त्यांचे संगीताला साथ देणारे साथीदार यांना राजाने आज्ञा केल्या असून राजाच्या महाराज व महाराजाधिराज या बिरुदांचा उल्लेख आहे. या सर्व लेखांत गणिकांचा उल्लेख 'प्रमदकुला' या संज्ञेने केला आहे. या संज्ञेचे अनुक्रमे डॉ.

देवदत्त भांडारकर आणि श्रीमती बेनी गुप्ता यांनी भिन्न अर्थ दिले असून भांडारकरांच्या मते तो शब्द मुख्यत्वे नृत्य-गायनादी कला जोपासणाऱ्या गणिकांनाच लावलेला आहे. याउलट श्रीमती बेनी गुप्ता यांनी उदयपूरच्या राजस्थान इतिहास परिषदेत वाचलेल्या शोधनिबंधात 'प्रमदकुला' म्हणजे 'देवदासी' असा अर्थ दिला आहे. यात्रेच्या वेळी विशेषतः लक्ष्मणस्वामी आणि इतर देव यांच्यासमोर या गणिका मूल्यवान अलंकार नि नीटनेटकी भरजरी कपड्यांची वेशभूषा करून शूलपालाबरोबर संगीत-नृत्यादी कलांत सहभागी होत. जोजलदेव याने आपल्या मांडलिक राजांना व वारसांना ही प्रथा अशीच चालू ठेवण्याविषयी आदेश व उपदेश केला आहे आणि जो कोणी या जत्रेची प्रथा-परंपरा जपणार नाही, तो पुढील जन्मी वानर योनीत जन्माला येईल, अशी शापवाणी नमूद केली आहे. 'प्रमदकुला' म्हणजे गणिकाच याविषयी डॉ. भांडारकर यांच्या मनात संदेह नाही. 'शूलपाल' म्हणजे गणिकांची देखरेख पाहणारी कुट्टनी-गणिकामाता किंवा कुणीएक इसम असा मोनिअर विल्यम्स यांच्या इंग्रजी-संस्कृत शब्दकोशात अर्थ दिला आहे. सुखानंदाच्या 'शब्दार्थचिंतामणि' या कोशात –

अट्टशृला जनपदाः शिव शृलाश्चतुष्पथः।
प्रमदाः केशशृलिन्यो भविष्यन्ति कलौयुगे॥

असा उल्लेख केला आहे. यातून 'शूलपाल' या शब्दाचा अर्थ स्पष्ट होतो. त्यामुळे जोजलदेव राजाच्या कारकिर्दीत गणिका आणि त्यांची माता-कुट्टनी यांना समाजात प्रतिष्ठा व मान होता, असे दिसते. यादव काळात (इ.स. दहावे-चौदावे शतक) महाराष्ट्र-गोमंतकातील काही कोरीव लेखांतून काही ठिकाणी गणिकेचा तुरळक उल्लेख आढळतो; तथापि गणिकासदृश व्यवसाय करणाऱ्या अन्य कलावंतिणींचा उल्लेख 'दासी', 'नायकी' व 'गायकी' या शब्दांनी वारंवार व अनेक ठिकाणी निर्देशिलेला आहे. पंढरपुरातील चौऱ्याऐंशीच्या लेखात (इ.स.१३११) श्रीमंतांच्या पदरी दासी, नायकी व गायकी असत, असे स्पष्ट म्हटले आहे. या लेखात पुढे 'श्रीधर दासी सवतवती' असा एक उल्लेख आहे. त्यातील सवतवती या शब्दाचा अर्थ जिला सवत आहे, असा असण्याची शक्यता डॉ. शं. गो. तळपुळे व्यक्त करतात; परंतु निश्चितपणे तसे म्हणता येणार नाही. याशिवाय याच लेखात तीन नायकींचे उल्लेख आहेत. त्यांपैकी पहिली विठनायकाची असून दुसरी पुरुषोत्तम पंडिताची हिरानामक आणि तिसरी कोणाची ते सांगितले नाही. यांतील दुसऱ्या उल्लेखावरून 'नायकी' ही विवाहबाह्य स्त्री वा कलावंतीण दिसते. त्याचप्रमाणे गायिका ही स्त्रियांतील एक स्वतंत्र व्यवसाय करणारी स्त्री असावी, असे याच लेखातील 'तयांची गायकी' या उल्लेखावरून दिसून येते.

गोव्यातील मंदिरांतून देवाची नृत्यागायनसेवा करणाऱ्या कलावंतिणींचा निर्देश गोव्यातील वेळूसच्या लेखात (इ.स. १४०२) 'भाविण' असा आला आहे. एकूण तीस टाकांच्या उत्पन्नापैकी तिला साडेतीन टाकांची नेमणूक करून दिल्याचे त्यात म्हटले आहे. तसेच चिकुर्डे (इ.स. ११५४), मरमुरी (इ.स.११५४) व मिरज (इ.स.११५४) या महाराष्ट्र-कर्नाटक सीमेवरील गावांतील लेखांत 'पंनसी' भूमीचे म्हणजे देवदासींच्या जमिनीचे उल्लेख असून त्यावरून त्या भागात गणिकासदृश व्यवसाय करणाऱ्या देवदासींची चाल प्रचलित असल्याचे दिसून येते. या देवदासी त्या वेळी गणिकेसमानच नृत्यगायनादी कलांत पारंगत असत आणि उच्चभ्रू लोकांना शय्यासोबत करीत. त्यांना नंतरच्या काळात जे वेश्यासमान स्वरूप प्राप्त झाले, त्याचा मागमूसही मध्ययुगात नव्हता. त्यांचा सामाजिक दर्जा चांगला असून सांपत्तिक स्थिती चरितार्थपुरती बऱ्यापैकी होती, असे बहुविध वाङ्मयीन उल्लेखांवरून दिसते.

दक्षिण भारतात गणिकांविषयी कोरीव लेखांतून काही महत्त्वाचे उल्लेख आढळतात. इसवी सन नवव्या शतकापासून गणिकांना केरळमधील कोरीव लेखांत त्या प्रदेशातील अनेक मंदिरे आश्रय देत असल्याचे दाखले मिळतात. याशिवाय काही गणिका दानधर्माप्रीत्यर्थ मंदिरांना जमिनी वा सुवर्णांच्या स्वरूपात देणग्या देत असत. कोट रवी या राजाच्या इ.स. ८९८मधील कोकूर कोरीव लेखात चिर्ररयिल नन्नैयर या नृत्यांगनेने दिलेल्या देणगीचा उल्लेख आढळतो. असाच एक दुसरा उल्लेख इ.स. १२१८च्या कंडियुर कोरवी लेखात आहे आणि इ.स. १४९०च्या कोरीव लेखात तर वेनाडचा राजा वीर पांड्य (कारकिर्द पंधरावे शतक) याने पेरुमल रायर (गणिकेला मिळालेली उपाधी!) या सुप्रतिष्ठित गणिकेकडे पूजा-अर्चादी साहित्य पुरविण्यासाठी जमीन दान दिल्याचा उल्लेख आहे. यावरून त्यांना समाजात एक विशिष्ट दर्जा होता आणि राजेलोकही त्यांचा मानसन्मान ठेवीत असत, असे दिसते.

दक्षिण भारतातील कोरीव लेखांत (साउथ इंडियन इंस्क्रिप्शनस संपादक इ. हुल्टश) चोल राजा राजराज याचा इ.स.१००४मधील कोरीव लेख तंजावरच्या बृहदीश्वर मंदिरात खोदला आहे. या लेखात प्रस्तुत मंदिराच्या सभोवारच्या खोल्यांत सुमारे चारशे देवदासी राहत असल्याचा उल्लेख आढळतो. काही देवदासी मंदिराशेजारच्या प्रमुख रस्त्यांवरील घरांतून राहत असून त्यांना कररहित जमीन चरितार्थासाठी दिलेला उल्लेखही त्यात आढळतो. असाच एक उल्लेख कोल्हापूरच्या महालक्ष्मी मंदिराच्या परिसरातील मागील बाजूस पूर्वेस शेषशायी विष्णूचे मंदिर आहे, तेथील तुळईवर आहे. हे मंदिर मूळ जैन तीर्थंकर आदिनाथ यांचे असल्याचा स्पष्ट उल्लेख मंदिरातील पाच तुळयांवर कोरलेल्या कन्नड शिलालेखात आढळतो. तसेच प्रस्तुत शिलालेखात हे मंदिर शिलाहार नृपती गंडारादित्य (कारकिर्द ११०५-११४०) याचा सामंत निंबदेव याने बांधले असून पाचव्या तुळईवरील अकराव्या ओळीत गणिकांच्या

निवासस्थानाविषयी स्पष्ट उल्लेख आहे. त्यात म्हटले आहे, "निम्बदेवाने इंद्राकडून आदितीतीर्थेश्वराचे हे विशाल, महान, शोभिवंत असे चैत्यागार बांधविले. ते दोन्ही बाजूंच्या उत्कृष्ट व्यापाऱ्यांच्या हवेल्यांनी, गणिकांच्या निवासस्थानांनी, विशाल मानस्तंभाने आणि सुवर्णजडित द्वाराच्या योगे सुशोभित दिसणाऱ्या अनेक मजली गृहाने अत्यंत मनोरम दिसत आहे." यावरून दक्षिणेकडील करवीर नगरीत राहणाऱ्या गणिकांची काळजी तत्कालीन शिलाहार राजे घेत असत आणि समाजात त्यांना मान असावा. शासन त्यांच्या निवासाची काळजी घेत असे. गणिकांना त्यांच्या कलासाधनेसाठी राजांकडून व धनिकांकडून देणग्या मिळाल्याचे काही उल्लेख कोरीव लेखांतून नोंदविलेले आहेत. आसामचा राजा वनमाल (इ.स. नववे शतक) याने गणिकांना देणगी दिल्याचा उल्लेख 'तेजपूर ग्रँट ऑफ वनमाल' या कोरीव लेखांवरील स्वतंत्र नियतकालिकात आहे. त्याचप्रमाणे गणिकांना शासनाला त्यांच्या व्यवसायाच्या संरक्षण-संवर्धनासाठी काही रक्कम कर रूपात द्यावी लागत असे. चाहमान वंशातील राजांच्या कोरीव लेखांत 'कर्नाटकदेशातील उसप-पट्टान नावाच्या नृत्यांगनेला (गणिकेला) रणक नावाच्या गृहस्थाने दशबंध करातून मुक्त केल्याचा मजकूर आहे.' यावरून गणिकांच्या नृत्य-संगीतादी कलांची जोपासना आणि कदर मध्ययुगात तत्कालीन राजे करीत असल्याचे दाखले पुरातत्त्वीय अवशेषांतून मिळतात.

भारहूत आणि मथुरा येथील स्तूपांच्या वेदिकावर विविध प्रकारचे अलंकरण असून या शिल्पांत अनुक्रमे अशोक पुष्पप्रचय आणि क्रीडापक्षी या नावाने ज्ञात असलेली दोन अर्धनग्न अवस्थेतील स्त्री शिल्पे असून ती तत्कालीन गणिकांचीच निदर्शक शिल्पे असावीत, असे तज्ज्ञांचे मत आहे. कारण या स्त्री प्रतिमांचा ढंग, उभे राहण्याची त्रिभंग अवस्था आणि त्यांच्या चेहऱ्यावरील विभ्रम आविर्भाव व कंबरेवरील अनावृत्त उरोभाग यांतून विलासी वृत्ती दृग्गोचर होते. याप्रमाणेच सांचीच्या स्तूपात तेथील तोरणावरील सुप्रसिद्ध वृक्षीच्या नग्न मूर्तीतून हा विलास दिसतो. ही मूर्ती तत्कालीन गणिका व्यवसायाचे प्रतीक मानल्यास काही वावगे ठरणार नाही. सांचीची वृक्षी प्रमाणबद्ध व चेतनापूर्ण आहे. अश्वघोषासारख्या कवीने तिची तुलना सुंदर अप्सरेबरोबर केली आहे. सांचीच्या मूर्तीचा आणखी एक विशेष म्हणजे त्यांत रोजच्या जीवनातील हरतऱ्हेचे प्रसंग – ऐहिक जीवन पाहावयास मिळते. त्यामुळे या मूर्ती गणिका जीवनाच्या प्रातिनिधिक मूर्ती होत.

पाटण्याजवळ कुम्हरार या ठिकाणी डॉ. अ. स. अळतेकर यांना एक मृण्मूर्ती सापडली. ही मूर्ती एका पुरुषाची असून त्याचा पोशाख, आकडेदार मिशा आणि चेहऱ्यावरील भाव यांवरून डॉ. मोतीचंद्र या प्रसिद्ध कलासमीक्षकाने असे अनुमान काढले आहे की, ती तत्कालीन 'विट' याची मूर्ती असावी. किंबहुना क्षेमेंद्राने विट याची दिलेली सर्व लक्षणे तीत स्पष्ट दिसतात –

उदंचिंतकच: किंचित् चिबुकश्मश्रुवेष्टने।
दिने देवगृहाधीशवदनं विक्षंते विट: ॥

(दशोपदश ५/६)

मथुरा येथील उत्खननात कुशाणकालीन अनेक शिल्पावशेष सापडले. त्यांपैकी काही दिल्लीच्या राष्ट्रीय वस्तुसंग्रहालयात ठेवलेले आहेत. त्यांतील एका पाषाणावर दोन्ही बाजूंस (पुढे-मागे) शिल्पांकन असून एका बाजूच्या शिल्पात मद्याने बेहोश झालेली, तोल जात असलेली गणिका दर्शविली आहे आणि तिच्या दोन सख्या वा दासी तिला उठून उभी राहण्याकरिता मदत करीत आहेत, असे दाखविले आहे; तर मागच्या बाजूस वसंतसेना ही प्रसिद्ध गणिका शकार आणि त्याचा विट यांच्या तावडीतून सुटका करून घेऊन धावत आहे, असे दर्शवले आहे. सी. सिवराममूर्ती या ख्यातनाम कलासमीक्षकाच्या मते ही दोन्ही अलंकरणे गणिका जीवनाचे दिग्दर्शन करतात.

मथुरा संप्रदायातील स्त्रीमूर्तीत-गणिकांत-उत्तानभाव स्पष्टपणे जाणवतो. या पूर्वीच्या शिल्पात पुष्ट वक्ष:स्थळे आणि विशाल कटिप्रदेश दाखविण्याची परंपरा सांची, भारहूत वा अन्य ठिकाणी पाहावयास मिळते; परंतु मथुराशैलीत स्त्रियांच्या गणिकासदृश सहज हालचाली, अंगविक्षेप व मुद्रा यांवर केवळ शृंगारिकच नव्हे, तर एक प्रकारचा मादक भाव स्पष्टपणे उमटलेला दिसतो. भूतेश्वर येथील स्तंभमूर्ती तर या गणिका वर्गाच्या खास प्रतिनिधी म्हणाव्या लागतील. याच स्तंभांच्या वरच्या बाजूस असणाऱ्या दम्पतीची प्रणयचेष्टिते पुढच्या कालातील कामशिल्पांचे अग्रदूत म्हणावयास हरकत नाही. या सर्व मूर्तींबरोबर ज्यांना रूढार्थाने कामशिल्पे म्हणता येईल, अशी काही शिल्पे हळूहळू उत्क्रांत होत होती आणि येथे कामुक भाव दर्शविणारी अर्धनग्निका किंवा नग्निका किंवा वस्त्र सोडत असलेली किंवा वस्त्रहीन होण्याची क्रिया दर्शविलेली स्त्री चितारण्यात आली (प्रसाधने तबके-मथुरा). याशिवाय प्रणयचेष्टेत नग्न असलेली युगुले किंवा मद्यपानात धुंद असलेली स्त्रियांची शिल्पे म्हणजे दुसरे तिसरे काही नसून त्या गणिकाच असाव्यात वा त्यांचे ते शिल्पांकन असावे, तर काही ठिकाणी लतावोष्टितक आसनातील मिथुन शिल्पे पाहावयास मिळतात (मथुरा, अमरावती, नागार्जुनकोंडा, कार्ले इत्यादी.) एकूण गुप्तपूर्व काळातील मूर्तींचे व मूर्तिपट्टांचे वर्ण्यविषय हे वर-वर पाहता धार्मिक स्वरूपाचे असले, तर हे पट्ट म्हणजे रोजच्या ऐहिक जीवनाचा प्रामाणिक आणि नि:संकोच आविष्कार होय.

मध्ययुगात प्राचीन स्तूपांतील स्त्रीप्रतिमा अधिक मुक्त, नि:संकोच आणि उठावदार झालेली दिसते. तद्वतच आलिंगन-चुंबनापासून संभोगापर्यंतचा तिचा सहभाग स्पष्टपणे मंदिरावर दर्शविला आहे. अशा या शृंगारप्रधान नि रतिविलासाला

पूर्णत: वाहिलेल्या गणिकांच्या व्यवसायाचे, विशेषत: त्यांचे संगीत-नृत्यादी कलांतील मुद्रा वा संभ्रम-विभ्रम अवस्थांतील प्रणयाराधन, उत्तान शृंगार यांचा आविष्कार तत्कालीन रूपणकलेत – विशेषत: खजुराहो, कोनार्क, भुवनेश्वर, हळेबीड, बेल्लूर, मोढेरा या ठिकाणच्या मंदिर शिल्पांतून आढळणे अपरिहार्य ठरते.

गोमंतकात पोर्तुगीजांच्या आगमनापूर्वी आणि त्यानंतरही काही वर्षे मध्ययुगात कलावंत, भाविण, बंदी या जातींतील गोव्यातील गणिकासदृश तरुणी मुली 'शेंसविधी' हा संस्कार झाल्यानंतर तरुणांना शय्यासोबत देण्याच्या परंपरागत व्यवसायात पडत. या विधीशिवाय त्यांनी शरीरविक्रयाचा वा गणिकेचा व्यवसाय केल्यास तो व्यभिचार मानला जाई. गोव्यातील हा व्यवसाय मुख्यत: तेथील मोठ्या देवस्थानांच्या आश्रयाने जोपासला गेला होता. येणाऱ्या जाणाऱ्या गिऱ्हाइकाला सरसकट तनुविक्रय करण्याची प्रथा या समाजात कधीच नव्हती. मुलींचा ऋतुप्राप्तीनंतर शेंसविधी झाल्यानंतर श्रीमंत, जमीनदार, घरंदाज कुटुंबातील तरुण पुरुष, उपपत्न्यांच्या शोधात असलेले अन्य धनिक मध्यस्थामार्फत तिच्या आईशी वा नात्यातील ज्येष्ठ व्यक्तीशी बोलणी करीत. व्यवहार पटला तर त्या तरुणाकडून काही रक्कम स्वीकारून मुलीचा 'यजमान' म्हणून त्याचा अंगीकार केला जाई. वर्षातून काही दिवस हा 'यजमान' तिच्या घरी राही. या यजमानाने सोडचिठ्ठी दिली, तरच ती दुसरा तरुण शोधत असे. या जातीतील काही मुलींनी लग्न करून संसार थाटल्याचीही काही उदाहरणे आढळतात.

विजयानगरच्या अस्तानंतर गोवा, कर्नाटक आणि कोकणात कलावंत नावाचा एक वर्ग होता. गाणे व नाचणे या कलांची पिढीजात उपासना या वर्गात होत असल्यामुळे त्यांना हे नाव मिळाले असावे. हे लोक आपण गंधर्व-अप्सरा यांचे वंशज असल्याचे सांगतात. कोकणातील सरदार-जहागीरदारांच्या विवाहबाह्य संबंधांतून झालेल्या या मुली असून त्यांना धार्मिक संस्कारांद्वारे या व्यवसायात प्रविष्ट केले असावे. या वर्गातील सुंदर तरुणींना भाविण (संस्कृत-भाविणी), देवळी (संस्कृत-देवल किंवा नायकीण) म्हणत. त्यांच्या पूर्वजांबद्दल निश्चित माहिती मिळत नाही. पूर्वी या जातीतील मुलीचे लग्न करीत नसत. त्याऐवजी 'शेंस' नावाच एक लग्नसदृश विधी करीत. मुलगी साधारणत: ऋतुप्राप्तीच्या वयात आल्यानंतर तिची शेंस घालावयाची असा संकेत असे. त्यासाठी जातीतल्या एका मुलीलाच वरवेष चढवून तिच्या हाती एक कट्यार देत. जिची शेंस व्हावयाची ती मुलगी वधूवेष करून त्या कट्यारीला माळ घालीत असे. या विधीसाठी एखाद्या पुरुषाला वर म्हणून उभा केल्यास, तो पुरुष तिच्यावर आपला हक्क सांगेल, या भीतीने मुलाऐवजी मुलीलाच वरवेष देण्याची चाल पडली असावी. हा शेंसविधी पुष्कळ खर्च करून समारंभाने साजरा करीत. तो तिच्या घरी आणि मंदिरात असा दोन्ही ठिकाणी साजरा

केला जात असे. त्याचे पौरोहित्य गुरव किंवा राऊल हा पुजारी करी. पायात चाळ बांधणे आणि अंगावर शेला घेणे, हे अधिकार या समारंभातच त्या मुलीला मिळत. शेंस झाल्यावर ती मुलगी देवाच्या सेवाचाकरीला पात्र समजली जाई. देवावर चवरी वारणे, त्याच्यासमोर नृत्य करणे, देवाचा रथ वा पालखी निघाली असता तिच्यापुढे पेण्या पेण्याला नाचणे, देवाला आरती ओवाळणे अशी त्यांची देवसेवेची कामे असत. मात्र तिचा दर्जा गोव्यातील कलावंत-भाविण वा राजदरबारी कलावंतीण यांपेक्षा कमी समजण्यात येत असे. यांतील कलावंत वा कलावंतीण या रूपगुणयुक्त, गाननृत्यकलाचतुर, शालीन व सुसंस्कृत असून या प्रामुख्याने मनोरंजन व तनुविक्रयसदृश व्यवसाय करणाऱ्या देवदासी होत्या. याबाबतीत ब्रांगास परैरा यांनी अशा कलावंतिणींना प्रथम श्रेणी दिली आहे. त्यांचा उल्लेख गोमंतकात गायक, गान या शब्दांनी ते करतात.

या देवदासींना चरितार्थासाठी देवस्थानातून जमिनी इनाम दिलेल्या असत. कलावंतिणी नृत्य-गायन करतात म्हणून जातीतील पुरुष सारंगी-तबला वाजवून त्यांना साथ देत. जुन्या जमान्यात संस्थानिकात लग्नप्रसंगी, जत्रा-यात्रेच्या वेळी वा एखाद्या विशिष्ट समारंभानिमित्त अशा कलावंतिणींचे गाणे करण्याची पद्धत होती. अजूनही काही ठिकाणी ही परंपरा क्वचित आढळते. देवळी, बंदे, आडबटकी, पडियार या जातींतील स्त्रियांना देवापुढे नृत्य सादर करावयाचे झाल्यास या कलावंतिणीकडून दीक्षा घ्यावी लागे. महाराष्ट्रात व दक्षिणेकडील इतर संस्थानांत 'नायकीण कलावंत' असे एक स्वतंत्र खातेच होते. ते खासगीच्या अनेक खात्यांपैकी एक असे. त्या काळी कलावंतिणी सकाळी राजाच्या देवघरातील देवापुढे नृत्य करीत आणि प्रसंगानुसार दरबारात व समारंभाच्या प्रसंगी गाणे-नाचणे हे कार्यक्रम होत. सांप्रत या प्रथा आता जवळ-जवळ बंद पडल्या असून शिक्षणाच्या प्रसारामुळे स्त्रियांनी देवदासी म्हणून राहणे आणि तनुविक्रयासारख्या निंद्य कर्मात जीवन व्यतीत करणे, या गोष्टींचा समाजाला तिटकारा आला आहे. त्यामुळे अनेक मुली शिकून सवरून गार्हस्थ जीवनाचा लाभ घेत असताना दिसतात. अर्थात या काळातील तरुणी म्हणजे प्राचीन काळी अस्तित्वात असलेल्या सुसंस्कृत-उच्चभ्रू समाजातील गणिकांची विपर्यस्त प्रतिकृती होत. विजयानगरच्या अस्तानंतर प्राचीन काळापासून चालत आलेली गणिकांची उच्च कलात्मक संस्था जवळजवळ संपुष्टात आली आणि तिला केवळ भोगविलासाचे स्वरूप प्राप्त झाले.

मोगल काळात (इ.स. १५२६-१७०७) उत्तर हिंदुस्थानातील गणिका संस्था जवळजवळ नष्ट झाली होती, मात्र विवाहबाह्य संबंध जोपासणाऱ्यांसाठी वारांगनांची कमतरता उत्तरेकडील आग्रा, दिल्ली या शहरांत नव्हती. या वारांगनांवर मोगल शासनाची करडी नजर होती. तत्संबंधीची माहिती 'मुन्तखाब-उल्-लुबाब' (खाफीखान),

'स्टोरिया द मुघल' (मनुची), 'आईन-इ-अकबरी' (अबुल फज्ल) आणि काही तवारिखा यांतून मिळते. अकबराच्या वेळी शहरातील विशिष्ट भागातच त्यांचे वास्तव्य असे. त्याला 'सैतानपुरा' म्हणत. त्यांची व्यवस्था पाहण्यासाठी दरोगा नावाचा एक स्वतंत्र खास अधिकारी होता आणि त्याला एक कारकून मदतनीस असे. तो त्यांच्याकडे येणाऱ्या गिऱ्हाइकांची नोंद करून ठेवी, तसेच ती गिऱ्हाइके वारांगनांना घेऊन घरी जात, त्यांचीही नोंदवही ठेवीत असे; परंतु शासकीय परवानगीशिवाय कुणाही सधन वा राजकीय दृष्ट्या मोठ्या व्यक्तीला वा सरंजामदरला नर्तकी-वारांगनांना घरी नेण्यास परवानगी नव्हती. एखाद्या राजदरबारातील सरदारास कुमारिका (जी वारांगना व्यवसायात पदार्पण करू इच्छिते.) हवी असल्यास, त्याला बादशाहकडे तशा आशयाचा अर्ज करून संमती मिळविणे क्रमप्राप्त व आवश्यक होते. अकबर (कारकिर्द १५५६-१६०५) हा मोगल सम्राटांपैकी अत्यंत उदारमतवादी व धर्मसहिष्णू बादशाह होता; तथापि त्याच्या कारकिर्दीत मुस्लीम तरुण मुलींनासुद्धा बुरखा (पडदा) घातल्याशिवाय सार्वजनिक ठिकाणी जाण्याची मनाई होती. जर एखादी मुस्लीम तरुणी शहराच्या बाजारात वा अन्य ठिकाणी बुरख्याशिवाय फिरताना किंवा वावरताना आढळली, तर तिची रवानगी वेश्यागृहात म्हणजेच सैतानपुरात करावी, अशा आशयाचा फतवा अकबराने जारी केला होता आणि त्याची अंमलबजावणी त्याचे 'दरोगा' नावाचे अधिकारी तत्काळ करीत असत. तत्कालीन प्रशासकीय व्यवस्थेत अकबराचे सरदार, राज्यपाल (गव्हर्नर) हे याबाबतीत फार दक्ष असत. काबूलचा राज्यपाल (सुभेदार) अमीर खान याची बिबी (पत्नी) समारंभासाठी हत्तीवरील हौद्यात बसून जात असताना अचानक हत्ती पिसाळला आणि तो सैरावैरा पळू लागला. तेव्हा जीव वाचविण्यासाठी बेगमने हत्तीच्या पाठीवरून उडी मारली. त्या झटापटीत बिचारीचा बुरखा फाटला. तेव्हा तिचा चेहरा सर्वांना दिसू लागला. बुरख्याशिवाय बेगमला अमीर खानने स्वीकारण्याचे नाकारले व तिचा त्याग केला. साहजिकच तत्कालीन कायदेकानूनची ती बळी ठरली. शाहजहान हा बादशाह कलाभिज्ञ व संगीत-नृत्याचा चाहता होता. त्याच्या कारकिर्दीत राजदरबारात अनेक नर्तकींना पाचारण करण्यात येई आणि शहरातील बहुतेक नृत्यांगना आणि वारांगना यांना भरपूर स्वातंत्र्य होते. त्यामुळे शहरांतून त्यांचा संचार राजरोसपणे केव्हाही व कुठेही आढळत असे. पुढे औरंगजेबाने अशा तरुणींना सक्तीने विवाहबद्ध केले आणि त्यांच्या तनुविक्रय व्यवसायावर व नृत्य-संगीतादी कलांवर निर्बंध लादले. त्यामुळे संगीत-नृत्यादी अभिजात कलांची फार मोठी हानी झाली आणि राजवाड्यातील शृंगारिक जीवन संपुष्टात आले. याचा अर्थ तत्कालीन समाजातील व्यभिचार पूर्णत: थांबला, असा मात्र नव्हता; कारण गुप्तपणे काही वारांगना हा व्यवसाय करीत होत्या.

उत्तरेकडील मुस्लीम राजवटीतील वारांगनांची प्रथा दक्षिण हिंदुस्थानातील

मुस्लीम राज्यांत विशेषत: तत्कालीन बहामनी सत्ता आणि तिचे विभाजन झाल्यानंतरच्या कुतुबशाही, आदिलशाही, बरीदशाही, निजामशाही व इमादशाही या पाच शाह्यांतही कमी-अधिक प्रमाणात अस्तित्वात असल्याचे दाखले मिळतात; परंतु त्यांच्यावर शासनाचे काही नियंत्रण होते का? किंवा शासनास त्यांना मानसन्मानादी आदर व्यक्त केला जाई का? याविषयी फारशी लिखित माहिती उपलब्ध नाही. त्याविषयी इतर फारशी माहिती ज्ञात नाही. तथापि राजदरबारातून अशा वारांगनांची संगीत-नृत्यासह मैफल प्रसंगोपात् होत असे आणि दरबारकडून त्यांना या कलेबद्दल काही बिदागी मिळे. याशिवाय यांतील काही वारांगना सरदार, दरकदार, धनिक लोक यांना शय्यासोबत देत, काहींची अंगवस्त्रे म्हणून किंवा रखेली म्हणूनही राहत.

हीच प्रथा पुढे अठराव्या शतकात नव्याने वसलेल्या हैदराबाद संस्थानात प्रविष्ट झालेली दिसते. हैदराबाद संस्थानच्या इतिहासात निजामाचा जनानखाना फार मोठा होता आणि अन्य सरदार, दिवाण यांचेही जनानखाने प्रसिद्ध होते किंबहुना सर्वच मुस्लीम बादशाहांचे आणि त्यांच्या मांडलिकांचे जनानखाने असंख्य सुस्वरूप स्त्रियांनी भरलेले असत. त्यामुळे वारांगनांकडे अशा सत्ताधाऱ्यांचे फारसे लक्ष नसे; तथापि हैदराबाद संस्थानातील गुलबर्गा जिल्ह्यातील कलावंतिणींची वर्दळ एकोणिसाव्या शतकात आढळते. या जिल्ह्यातील सुरपूर गावी अनेक कलावंतिणी होत्या. सुरपूर संस्थान १८५७च्या उठावापूर्वी केव्हा तरी खालसा करण्यात आले, तथापि येथील कलावंतिणी व कलावंतांची परंपरा चालू राहिली. मात्र तेथील अनेक कलावंतिणी संस्थानच्या विलीनीकरणानंतर हैदराबाद शहरात येऊन स्थायिक झाल्या. कर्नाटकात अशा कलावंतिणींना पात्र किंवा 'सानी' (स्वामिनी) म्हणत. त्यांपैकी काही कलावंतिणींनी उत्तम गायिका म्हणून नावलौकिक मिळविला असल्याचे दाखले मिळतात. या कलावंतिणीपैकी बऱ्याच सुंदर तरुणी नृत्य-गायनादी कलांत निपुण असूनही सुरक्षिततेच्या दृष्टीने नबाबांच्या किंवा जहागीरदारांच्या आश्रयाला रखेल्या बनून राहिलेल्या दिसतात. विसाव्या शतकाच्या प्रारंभीच्या काळात संगीत-नृत्यादी कलांत पारंगत असलेल्या काही तरुणींची या संदर्भातील नावे सेतुमाधवराव पगडी यांनी 'जीवनसेतू' या त्यांच्या आत्मचरित्रात दिलेली आहेत. त्यात विमला सानी, कमला सानी, माणिक सानी या भगिनींची नावे हैदराबाद शहरात त्यांच्या कलात्मक आविष्काराने नि अनुपम सौंदर्याने गाजत असल्याचा स्पष्ट उल्लेख आढळतो.

मराठी अमलात (इ.स.१६४७ ते १८१८) वारांगनाची परंपरा चालू असल्याचे काही दाखले मिळतात; परंतु शिवकालात या संस्थेतील स्त्री-जीवनाविषयीची फारशी माहिती ज्ञात नाही. बहुपत्नीकत्व रूढ होते आणि राजे, सरंजामदार, सरदार यांची अंगवस्त्रे वा नाटकशाळा असत. एकूण शिवाजीमहाराजांच्या कारकिर्दीपासून राजाराम महाराजांच्या कारकिर्दीपर्यंतचा काळ धामधुमीचा, लढायांचा आणि राजकीय

उलाढालींचा गेला. त्यामुळे शिवाजींच्या मृत्यूनंतर समाजात शांतता, स्थैर्य आणि सुरक्षितता नव्हती. छत्रपती राजाराम जिंजीला राहून राज्याची सूत्रे हलवीत होते आणि प्रामुख्याने संताजी-धनाजी-रामचंद्रपंत-शंकराजी हेच महाराष्ट्रात मराठ्यांचे राज्य सांभाळत होते, नव्हे तारून नेत होते. जिंजीच्या राजारामांच्या रोमांचकारी जीवनाविषयी ब्रिज किशोरने 'ताराबाई ॲन्ड हर टाइम्स' या ग्रंथात लिहिले आहे. त्यावरून जिंजीला वारांगना वा कलावंतिणींचा एक ताफा असावा, असे दिसते. पुढे छत्रपती शाहू महाराजांच्या कारकिर्दीत महाराष्ट्राला बरेचसे स्थैर्य प्राप्त झाले आणि त्यातून विलासी जीवनाला वाव मिळाला.

छत्रपती शाहूंच्या कारकिर्दीत (इ.स.१७०७-१७४९) दूरदूरच्या ठिकाणांहून गवई, नट, भाट, नायकिणी इत्यादींचा संच गोळा केला जात असे. यामागे खुद्द शाहूंचीच प्रेरणा होती, असे तत्कालीन पत्रव्यवहारावरून स्पष्ट दिसते. त्या वेळी दिल्ली-आग्रा-सिरोंज ही उत्तरेकडील शहरे गायनवादनाची प्रमुख केंद्रे होती. तेथून पेशवे वा इतर सरदारांमार्फत कलाकार आणण्याची व्यवस्था होई. "महाराजांनी पेशव्यास पाच-सात पत्रे लिहून दिल्लीहून नायकिणी पाठविण्यास सांगितले. या प्रीत्यर्थ पाच-सात हजार रुपये खर्च आला तरी करण्यास त्यांची परवानगी होती. त्यावरून पेशव्यांनी चांगल्या गाणाऱ्या व नाचणाऱ्या अशा कलावंतिणींचे दोन ताफे आणविले." अशी नोंद आहे. सिरोंजहून पेशव्यांनी तीन पोरी पाठविल्याचाही उल्लेख आढळतो. अशी मागणी पेशव्यांनी कर्नाटकातील नरगुंदचा जयाप्पा देसाई यास केली होती. त्याने फिरंगी वीणा व दोन गोवेकरनी छत्रपती शाहूंकरिता पाठविल्या होत्या. परप्रांतांतून नायकिणी आणविण्यास खर्च फार येतो म्हणून महाराष्ट्रात त्यांचा शोध घ्यावा आणि नंतर त्यांना नृत्यगायनादी कलांत तरबेज करावे, अशा आशयाचीही काही पत्रे उपलब्ध आहेत. परंतु खंडोजी माणकर याने तशा सुस्वरूप मुली नसल्याचे कळविले आहे. छत्रपती शाहूंच्या मृत्यूनंतर पुढे छत्रपती रामराजांच्या वेळीही ही परंपरा खंडित झालेली नव्हती. साताऱ्यात त्यांच्या दरबारी कलावंतिणींचे दोन ताफे होते. एक हिरा कलावंतिणीचा व दुसरा अच्छीचा. कलावंतीण व तिचे साजिंदे मिळून एक ताफा होत असे. प्रत्येक ताफ्यास दरमहा रुपये वीस करार केलेले असत.

याच सुमारास छत्रपती रामराजे साताऱ्याहून पुण्यास आले होते. त्यांच्या सन्मानार्थ नानासाहेब पेशव्यांनी मेजवानी दिली. त्यासमयी नाचगाणे झाले. त्यात चंदा नायकीण, आनंदी सुपेकर, गुलाब पुणेकर, मीरा पालकर, अना सातारकर अशा तेरा नायकिणींनी हजेरी लावली.

पेशवाईत पेशवे आपल्या दरबारी कलावंतास आश्रय देऊ लागले. ७ एप्रिल, १७५५ रोजी नानासाहेब पेशव्यास लक्ष्मण नावाच्या चाबुकस्वाराने पत्रात 'स्वामिनी

कलावंतांच्या ताफ्याविषयी लिहिले आहे. त्यास पत्र येताच स्वार पाठवून देतो... परंतु आमचे ऐकणार नाहीत याकरिता दरगा कुलीखान यास पत्र पाहिजे.' याच सुमारास आत्माराम राजाराम हा पेशव्यांच्या ललित खात्यावरील अधिकारी असावा. नानासाहेब पेशवा स्वारीवर असताना पुण्यात या खात्यात घडलेला वृत्तान्त त्याने पेशव्यास कळविला आहे. यावरून पेशव्यांपाशी पगारदार गवई, नायकिणी, नटवे, संगीतकार कायम ठेवलेले असून त्यांच्या तालमीत नवीन पोरी तयार होत असत. बाळाजी बाजीराव ऊर्फ नानासाहेब यांच्या गुणवती व केशरी या नाटकशाळांचा उल्लेख शाहीर शिवराम पिंपळगावकर याच्या कवनात स्पष्ट आहे. येसू नावाची नानासाहेबांची एक अत्यंत आवडती रक्षा होती. तिचे कृष्णसिंग, हैबजसिंग व लक्ष्मणसिंग हे तीन लेकावले होत. ही येसूबाई रूपवती असून उत्तम गायिका होती. नानासाहेबांच्या मृत्यूनंतर ती सती गेली.

शिवाय पेशव्यांच्या दरबारात गणेशोत्सव, शिमगा, दसरा, वसंतपंचमी, रंगपंचमी आदि सण-उत्सवांत परप्रातांतूनही अनेक कलाकार, नायकिणी हजरी देऊन योग्य ती इनामे पटकावीत. इ.स.१७६१च्या गणेशोत्सवातील कलावंतिणींची यादी मिळते. त्या वेळी कलावंतिणींना १०६ रुपये बिदागी देण्यात आली होती. पहिला माधवराव पेशवा यांच्या वेळी (इ.स.१७६१-१७७२) इ.स. १७६७च्या गणेशोत्सवात रुपये २६८२ बिदागीप्रीत्यर्थ खर्च झाला होता. तो मुख्यत्वे हरिदास, गवई आणि कलावंतिणी यांना देण्यात आला.

पेशव्यांपैकी पहिला बाजीराव आणि पहिला माधवराव हे दोन पेशवे सोडल्यास अन्य पेशव्यांकडे रंगेलपणा होता. त्यांहीपैकी रघुनाथराव आणि दुसरा बाजीराव यांनी या बाबतीत एक परिसीमाच ओलांडलेली होती, असे पेशवेदप्तरातील काही उल्लेखांवरून दिसते. रघुनाथराव पेशव्यास ललितकलेचा विशेष छंद होता आणि त्याच्या नाटकशाळाही अनेक होत्या. किंबहुना एकट्या राघोबापाशीच नाटकशाळा होत्या असे नव्हे, तर तो पेशव्यांचा कायमचा खर्च होता. पेशव्यांच्या अनेक सरदार मंडळींच्याही नाटकशाळा होत्या, असे तत्कालीन कागदपत्रांवरून दिसून येते. यात रघुनाथराव व दुसरा बाजीराव यांनी उच्चांक गाठला होता. रघुनाथरावाला नायकिणींचे जणू वेडच होते. तो आनंदवल्लीस राहत असताना त्याने नटवे व नायकिणी यांवर देखरेख ठेवण्याकरिता गुलाबराव खोजा या नावाचा एक खास अधिकारी नेमला होता. रघुनाथराव बाहेर गावी गेला की, पत्राने या मुलींची चौकशी करी. इ.स. १७६७मध्ये तो कामानिमित्त पुण्यास आला होता. तेथून तो गुलाबरावास कळवितो, "कुवरेचा (कुवर नायकीण) मजकूर लिहिला तो कळला. त्यास तिजला ठेवून घेणे. खासा स्वारी आनंदवल्लीस दुसरे ज्येष्ठ आषाढमासी येईल. चौदा-पंधरा महिन्यांचा अवकाश आंहे. तोपर्यंत तिणे गावयास व नाचावयास शिकोन चांगले तरबेज व्हावे. ती

संतोषाने जाईल तरच निरोप द्यावा. म्हणोन लिहिले होते. याउपर बहुत तिचे समाधान करून ठेवून घेणे.'' रघुनाथरावाने उत्तरेकडील अनेक नर्तकींना पुण्यात आणून ठेवले होते व त्यांना सरकारी खजिन्यातून मेहनताना दिला जाई. केशरी, बसंती, यमनी, गहिना, उमेदा या त्यांपैकी काही प्रमुख नर्तकी होत. याशिवाय त्यांच्या नाटकशाळेत रत्नरूपा, स्वरूपा, यमनी, उमेदा वगैरे तरुणी होत्या. बाजीराव बापसे सवाई बेटा होता. त्याने नाटकशाळांव्यतिरिक्त अन्य अनेक व्यभिचारी कृत्ये केली. त्याच्या दरबारात प्रसिद्ध कलावंतीण व्यंकटनरसी होती. तिचे नाचगाणे खास करून वसंतपंचमीस होत असे. दुसऱ्या बाजीरावाच्या ही खास मर्जीतली होती. याशिवाय धर्मापारी ही उत्कृष्ट नर्तिका त्याच्याकडे होती. त्याच्या नाटकशाळेतील हेमंती, नैना, मैनी कसबीण, लक्ष्मी परभीण अशा काही मुली सरकारी तिजोरीतून पगार घेत असत.

पेशवाईत गरती स्त्रियांकडून व्यभिचार होऊ नये, यावर समाज व शासन या दोघांची करडी नजर असे; मग शरीरविक्रय करून पोट भरणाऱ्या स्त्रियांना किती निंद्य व अपमानास्पद वागणूक त्या वेळी मिळत असेल, याची सहज कल्पना येईल. या सुमारास गंगा व जमना या दोन कलावंतिणी पुण्यातील सोमवार पेठेतील नागेश्वराच्या देवळात शिवरात्रीच्या दिवशी गेल्या होत्या. त्यांनी गाभाऱ्यात शिरून गुरवाकडून तीर्थप्रसादही घेतला. मात्र तत्कालीन रूढीनुसार त्यांनी देऊळ भ्रष्ट केल्याचा आरोप त्यांच्यावर लादण्यात आला आणि या गुन्ह्याबद्दल त्यांच्याकडून दोनशे रुपये गुन्हेगारी वसूल करण्याची ठरली. एवढेच नव्हेतर सदर गुन्ह्यास मदत केल्याबद्दल गुरवापासूनही वीस रुपये गुन्हेगारी करार करण्यात आला. यावरून मराठी अमलात कलावंतिणीचे जीवन किती बंदिस्त आणि चाकोरीबद्ध होते, याची कल्पना येते. शिवाय त्यावर शासनाचे पूर्ण नियंत्रणही असे.

दक्षिणेकडे पेशवाईत जसे वारांगनांचे काही नमुने आढळतात, तद्वतच उत्तरेकडे जिथे-जिथे मराठी सरदार स्थायिक झाले आणि ज्यांनी स्वतंत्र सुभे निर्माण केले, अशा ग्वाल्हेर, बडोदे, झांशी, इंदूर आदी संस्थानांतूनही कलावंतिणींचे वास्तव्य होते. इंदूर संस्थानातील यशवंतराव होळकर यांची कलावंतीण व नंतर रक्षा झालेली तुळसाबाई अतिशय देखणी, सुशिक्षित, शिष्टाचारात वाकबगार व चाणाक्ष होती. यशवंतरावांना वेडाचे झटके येऊ लागल्यानंतर संस्थानचा कारभार जवळजवळ दहा वर्षे तिने अत्यंत कार्यक्षमरीत्या केला; तथापि तिचा अतिशय क्रूर स्वभाव, संशयी आणि शत्रूचा सूड घेण्याची वृत्ती तिला नडली. त्याचप्रमाणे तिचे दरबारातील उच्चपदस्थांबरोबरचे दुराचार उघडकीस येऊन लोकांमध्ये तिरस्काराची भावना निर्माण झाली. परिणामत: तिला अत्यंत केविलवाण्यारीत्या मृत्यूला सामोरे जावे लागले.

होळकर संस्थांनातील कलावंतिणींबरोबरच अन्य चारण आणि भाट यांच्या तरुण स्त्रिया लांब झगे घालत आणि विखुरलेल्या ग्रामीण भागांतून वास्तव्य करून

असत. रस्त्याने जाणाऱ्या-येणाऱ्या सधन प्रवाशांचे त्या स्वागत करून आपल्या वस्तीवर घेऊन जात आणि त्यांचे मनोरंजन करीत. प्रसंगोपात् त्यांना शय्यासोबत देत, असे जॉन माल्कम आपल्या 'मेम्वाअर ऑफ सेन्ट्रल इंडिया' या पुस्तकात लिहितो. संस्थानात कोळी, कोरी, बलाई, चामर, कुल्मी, बंजारा आदी जमातीतील मुलींकडे आदराने पाहिले जात नसे; कारण या समाजातून नाचणाऱ्या आणि डोंबाऱ्याचा खेळ करणाऱ्या अनेक मुली असत. आर्थिकदृष्ट्या या मुली स्वायत्त असल्यामुळे एक वेळा त्या शहरात जाऊन राहत आणि मनोरंजनाबरोबरच पुरुषांना शय्यासोबत देण्याचा गणिकासदृश उद्योग करीत. यांतील काही दासी म्हणूनही सरदार-दरकदारांकडे व्यवसाय पत्करीत.

एकूण मराठेशाहीत बहुतेक राजे, सरदार, संस्थानिक, जमीनदार यांचे जनानखाने असत. याशिवाय अंगवस्त्रे, रखेल्या वेगळ्या असत आणि शिवाय नायकिणी वा अशा प्रकारच्या कलावंतिणींशी त्यांचे अनैतिक संबंध असत; परंतु प्राचीन काळी विशेषतः मध्ययुगापर्यंत गणिका या संस्थेस जो दर्जा, संस्कृती आणि मानसन्मान होता. तो पुढे कालौघात नष्ट झाला आणि फक्त शरीरविक्रयाचा व्यवसाय आणि क्वचित त्याला मनोरंजनासाठी कलेची नाममात्र झालर, एवढे शिल्लक राहिले. अव्वल इंग्रजी अमलात तर याही गोष्टींना तिलांजली मिळाली आणि वेश्याव्यवसायाला उधाण आले.

ईस्ट इंडिया कंपन्यांच्या हिंदुस्थानातील आगमनानंतर विशेषतः पोर्तुगीज, फ्रेंच, इंग्रज व्यापाऱ्यांच्या सोळाव्या शतकातील आगमनानंतर मुंबई, कलकत्ता, कोचीन आणि मद्रास या बंदरांच्या ठिकाणी वेश्या व्यवसाय बहरला. तत्संबंधी ऐतिहासिक कागदपत्रांतून दाखले मिळतात. या विदेशी व्यापाऱ्यांची कुटुंबे त्यांच्याबरोबर हिंदुस्थानात आलेली नसत. त्यामुळे मग ते आपल्या लैंगिक गरजा हिंदुस्थानी स्त्रियांकडून भागवनू घेत. अनेकांनी रखेल्या ठेवल्या. कपूर यांच्या मते सतराव्या शतकाच्या सुरुवातीला हे व्यापारी म्हणजे वेश्यांची प्रमुख गिऱ्हाइके बनली. तिथूनच या उपखंडात वेश्यावृत्तीला उधाण येऊन निखळ बाजाराचे व्यापारी स्वरूप प्राप्त झाले. बंदराच्या ठिकाणाहून हे लोण अन्य मोठ्या शहरांमध्ये आणि मग इतरत्रही पसरले. परंपरेपेक्षा फायद्याला महत्त्व आले आणि शिवाय स्त्रियांना सक्तीने वेश्यागृहांमध्ये डांबले जाऊ लागले. त्यामुळे ब्रिटिशांच्या आगमनानंतर गणिकांच्या आश्रयदात्यांचा एक नवा वर्ग उदयाला आला. लाहोरमधील शाही मोहल्ला, उच्चभ्रूंच्या स्तरावरील या मोठ्या बदलाचा साक्षीदार होता. साहित्यिक आणि सांस्कृतिक मूल्ये बदलली. फार्सी आणि अरबी, हिंदी आणि प्रादेशिक वृत्तपत्र काढण्याचे आणि पारंपरिक शिक्षण देण्याचे सुरुवातीचे अल्पजीवी प्रयत्न झाल्यानंतर इंग्रजी भाषा, पाश्चात्त्य जीवनशैली आणि वेशभूषा यांनी एतद्देशीय सांस्कृतिक अभिव्यक्ती व मूल्यांना

जमीनदोस्त करून टाकले. त्यामुळे गणिकासदृश व्यवसायाची उतरंड कोसळली आणि सुमार दर्जाच्या वेश्यांचे दिवस आले.

विसाव्या शतकाच्या आरंभी ब्रिटिश हे वेश्यांचे गिऱ्हाईकही होते आणि वेश्याव्यवसायात त्यांनी काही सुधारणाही घडवून आणल्या. स्त्रियांची खरेदी-विक्री आणि देह व्यापार यांवर नियंत्रण ठेवण्यासाठी त्यांनी नव्याने कायदे केले. त्यानुसार सर्व वेश्यांची सरकारच्या दप्तरी नोंद असणे आवश्यक झाले. कलकत्तातील कलावंतिणींच्या संदर्भातल्या एका संशोधनात्मक शोधनिबंधातील उल्लेखानुसार पोलीस कमिशनरकडे नाव नोंदवून घेण्यासाठी अर्ज करताना या स्त्रियांना काही विशिष्ट प्रश्नांना तोंड द्यावे लागे. सोळा वर्षाखालील मुलगी, गर्भवती किंवा जिचा अधिकृत घटस्फोट झालेला नाही, अशा विवाहित स्त्रीला अर्ज करता येत नसे. कधीकधी मुलगी कुमारिका आढळल्यास, ती वयात येईपर्यंत तिला या व्यवसायात आणू नये म्हणून तिच्या पालकांना सूचना दिल्या जात. या स्त्रियांची वैद्यकीय तपासणी होत असे आणि गरजेनुसार त्यांच्यावर उपचार केले जात. त्यांच्या व्यक्तिगत कार्डावर वैद्यकीय तपासणी केल्याच्या तारखेसाठी एक रकाना असे. जनगणनेत वेश्यांच्या संख्येची नोंद केली जाई. म्हणजेच वेश्याव्यवसायाची कायदेशीर व्यवसाय म्हणून त्या वेळी नोंद झाली होती. १९२१च्या जनगणनेनुसार कोलकाता शहरात त्या वेळी १०,८१४ वेश्या होत्या. एवढेच नव्हे, तर कोलकात्यातील कलावंतिणी आणि त्यांना संगत करणारे वादक बहुतेक सारे मुस्लीम असत. स्थानिक उच्चकुलीन सरंजामदार जमीनदारांसोबतच या स्त्रियांनी ब्रिटिशांनाही मोहिनी घातली होती. अनेकदा ब्रिटिश चित्रकारांनी न्यूड पेंटिंग्जसाठी त्यांचा मॉडेल म्हणून उपयोग केल्याच्याही काही नोंदी तत्कालीन कागदोपत्री आढळतात. म्हणजे ब्रिटिशांनी वेश्याव्यवसाय पूर्णपणे निपटून टाकण्याच्या दृष्टीने विशेष असे काही प्रयत्न केल्याचे दिसत नाही, हे स्पष्ट आहे. उलट त्यांच्या प्रशासकीय व्यवस्थेने त्याला कायदेशीर रूप देऊन समाजाचा अधिकृत घटक म्हणून त्याला मान्यताच दिली होती.

गणिकेचे प्रशिक्षण व वर्तन

'दशकुमार-चरित' आणि 'कौटिलीय अर्थशास्त्र' या ग्रंथाचा विचार केला असता, असे दिसते की, गणिकेला बालपण जवळजवळ नसावेच. संस्कृत नाटके व भाण यांतील गणिकांच्या संदर्भातील वर्णने वाचली असता असे दिसते की, त्यांच्या जीवनाचा फार मोठा भाग हसण्यात व खेळण्यात व्यतीत होत असे. वयाच्या सहाव्या-सातव्या वर्षांपासून या मुलींची गणिका बनविण्याच्या दृष्टीने तयारी केली जात असे. त्या फार कृष नसाव्यात तद्वतच फार स्थूल व लठ्ठ नसाव्यात, म्हणून त्या दृष्टीने लहानपणापासून दक्षता घेण्यात येई. त्यांना शारीरिक व्यायाम व आवश्यक तो आहार देण्यात येई. याशिवाय सुस्वरूप, देखण्या, अनुपम आणि अंगप्रत्यंगांत डौलदार व गौरवर्णी दिसाव्यात म्हणून नृत्य, गीताचे धडे, कसरतीचे खेळ, तेल, हळदीची उटी अशा अनेक बाबींनी या स्त्रियांचे जीवन बांधलेले असे. ॠतुप्राप्तीनंतर साधारणत: चौदाव्या-पंधराव्या वर्षांच्या सुमारास या मुली धंद्यात पदार्पण करीत. तेव्हा पुढचे तारुण्यातील २०-२५ वर्षांचे जीवन त्या या व्यवसायात व्यतीत करीत. यानंतरचे त्यांचे जीवन भेसूर असे. तारुण्यात स्वत:ची कमाई आणि उतारवयात मुलीची कमाई असेल, तर यांचे आयुष्य सुखासमाधानात जाई. अन्यथा रोगग्रस्तता आली किंवा कुणाचाच आधार राहिला नाही, तर त्यांची अवस्था शोचनीय बनत असे.

कोणत्याही राज्यातील सर्व गणिका राजाच्या दासी मानल्या जात. त्या केव्हाही राजाच्या भोगासाठी उपलब्ध असत. त्यांच्यातूनच राजनर्तिका, गायिका, नट्या, राजदूती, माताहारीसारखी गुप्त खलबते करणारी गुप्तहेर यांची निवड होत असे. याखेरीज राजा-राणी यांची सेवा करणाऱ्या परिचारिकांचीसुद्धा निवड यांतूनच करण्यात येई. तारुण्य उतारात पडल्यावर या गणिकांना अनेक वेळा दासी, दाई, स्वयंपाकिणी, सूतकाम यांवर नेमले जाई. राजवाड्यातले रसोईघर उतारात पडलेल्या गणिकांनी भरलेले असे. राजाचा सर्व गणिकांवर अधिकार असल्यामुळे कोणत्याही नाटकात राजा आणि गणिका यांची प्रीती दाखविलेली निदर्शनास येत नाही; कारण अशी प्रीती दाखविणे राजाच्या प्रतिष्ठेच्या दृष्टीने गैर ठरले असते, याची तत्कालीन नाटककारांना

पूर्ण जाणीव होती. शिवाय शय्यासुखाच्या दृष्टीने गणिका इच्छा करताच व इच्छा असेल, तोपर्यंत राजाजवळ राहू शकत. त्यामुळे अनुनय, मन जिंकणे, रुसवा-फुगवा या गोष्टी राजप्रासादात राजाच्या सान्निध्यात संभवनीय नव्हत्या. राजा, राजाचे आप्तसंबंधी, सरदार, सरंजामदार, मांडलिक यांच्या आश्रयाखाली जाण्यासाठी बहुतेक सर्व गणिकांची सतत धडपड चाललेली असे; कारण इतरांच्या आक्रमणापासून संरक्षण, भरपूर कमाई आणि एकूण जीवनाला स्थैर्य या बाबी तिथे आश्रय मिळाल्यानंतर सहजसुलभपणे प्राप्त होत. हे जर जमले नाहीतर गणिका एखाद्या धनिकाकडे स्थिरावण्याचा प्रयत्न करीत. जर या दोन्ही बाबी अशक्य झाल्या वा जमल्या नाहीत, तर येईल त्या धनवान गिऱ्हाइकाचे मनोरंजन नि शय्यासोबत, हा त्यांचा नित्यनैमत्तिक सेवाभाग बने, पण ही सेवा ही गौणपक्ष असे. म्हणून बहुतेक गणिकांनी एकचारिणी बनण्याचा प्रयत्न केलेला दिसतो. वात्स्यायनाने एकचारिणी होणे, हेच ध्येय गणिकांनी आपल्या समोर ठेवावे, असा सबुरीचा सल्ला दिला आहे; अर्थात हा सल्ला नैतिक दृष्टिकोनातून दिलेला नसून दीर्घजीवी सुख ही कल्पना डोळ्यासमोर ठेवून दिलेला असावा.

गणिकांना ऋतुप्राप्ती झाल्यानंतर त्यांचे कौमार्य भंग करण्याचा विधी थाटामाटात साजरा होई. तत्पूर्वी या उत्फुल्ल तरुणींना गणिकामाता तनुविक्रयाच्या धंद्यातील बारकावे समजावून देत. गणिकांना व्यवसायाला सामोरे जाण्यापूर्वी विविध कलांचा, खेळांचा, भाषांचा अभ्यास करावा लागे. त्यांचे प्रशिक्षण आणि वर्तन यांवरच गणिकांच्या यशस्वी व्यवसायाची भिस्त असे किंबहुना गणिका उत्तम प्रकारे शिक्षित नसतील आणि गिऱ्हाइकांना फसविण्याची कला जर त्यांनी आत्मसात केली नसेल, तर धूर्त, विट, कामुकजन त्यांचा गैरफायदा घेतील आणि त्यांचा व्यवसाय बसेल. म्हणून 'कोटिलीय अर्थशास्त्र', वात्स्यायनाचे 'कामसूत्र', दण्डीचे 'दशकुमारचरित', भोजदेवाचे 'शृंगारमंजरी-कथा' इत्यादी ग्रंथांतून तसेच 'समयमातृका', 'कुट्टनीमत', 'शृंगारमंजरी', 'रतिविलास' अशा काव्यांतून व नाटक-भाणादींतून गणिकांनी ६४ कलांचे शिक्षण घ्यावे, अनेक क्रीडांत नैपुण्य मिळवावे आणि आपल्या धंद्याला साजेसे वर्तन ठेवावे, असा उपदेश केला आहे. या ग्रंथांतून या उभयचतु:षष्टिकलांचे वर्णन मिळते, तद्वतच तत्कालीन खेळांची माहिती मिळते.

गणिकांनी यौवनात पदार्पण करण्यापूर्वी किंवा गणिका-व्यवसाय सुरू करण्यापूर्वी वा या व्यवसायास प्रारंभ केल्यानंतरही कोणत्या प्रकारचे प्रशिक्षण घ्यावे, कोणत्या कला आत्मसात कराव्यात यांविषयी काही निश्चित संकेत होते, नियम होते. साधारणत: अशा सुरसुंदरींनी चौसष्ट कलांत (उभयचतु:षष्टिकला) प्रावीण्य संपादन करावे, असा सर्वसाधारण संकेत होता. म्हणजे त्यांना आपणाकडे येणाऱ्या गिऱ्हाइकाला संतुष्ट करणे सहजगत्या सुलभ होईल, अशी धारणा होती. या कलांत

गणिकांनी प्रावीण्य मिळविणे आणि स्वत:चे व्यक्तिमत्त्व विकसित करणे, या आवश्यक बाबी होत्या; कारण त्यांना गिऱ्हाइकाचे मनोरंजन आणि कामेच्छा या दोन्हींची तृप्ती करावी लागे. या कलांविषयी संस्कृत साहित्यातून विशेषत: वात्स्यायनाचे 'कामसूत्र', क्षेमेंद्राचे 'कलाविलास', दण्डीचे 'दशकुमारचरित', राजा भोजदेवाचे 'शृंगारमंजरी-कथा' इत्यादींतून तपशीलवार माहिती मिळते. कामसूत्रातील 'साम्प्रयोगिक-अधिकरण' या शीर्षक-प्रकरणात वात्स्यायनाने या कलांचे वर्णन केले असून, त्या पूर्णत: संभोगसुखाशी निगडित आहेत. राजा भोजदेवाने याच कलांचे वर्णन आपल्या शृंगारमंजरी-कथेत 'उभय' या शीर्षकाखाली केले असून त्यांना चौसष्ट 'पाञ्चालिकी विद्या' म्हटले आहे. या कलांमध्ये काही पूर्णत: सौंदर्याभिरुची दर्शविणाऱ्या कला असून काही बौद्धिक क्षमता वाढविणाऱ्या आणि व्यक्तिमत्त्व व सौंदर्य वा कृत्रिम सुरूपता विकसित करणाऱ्या अशा आहेत; तर काही मुख्यत्वे मनोरंजन करणाऱ्या कला आहेत. सौंदर्याभिरुचीच्या कलांत नृत्य, गायन, वाद्यवादन, चित्रकला इत्यादी (गीतम् , वाद्यम् , नृत्यम् , आलेख्यम् , वीणाडमरुकवाद्यानि...) कला येतात. तर आलंकारिक कलांत, जमिनीवर विविध रचनाबंधातील रंगीत तांदळाच्या साह्याने रांगोळी काढणे व फुलांच्या माला गुंफणे (तण्डुलकुसुमवलिविकारा:) तसेच खोलीत फुले पसरणे आणि फुलांच्या मालांनी ती सुशोभित करणे (पुष्पास्तरणम्) व त्यांतून पाचूंसारखे मूल्यवान खडे जमिनीवर बसविणे (मणिभूमिकाकर्म) इत्यादींचा समावेश होतो. याशिवाय गणिकांच्या व्यक्तिगत सौंदर्यवृद्धीसाठी व मोहकतेकरिता काही कलांचा अभ्यास आवश्यक आहे. त्यात कपाळावरील अलंकरण (विशेषकच्छेद्यम्), शरीरावर कुंकुम वगैरेंचा लेप लावणे व कपडे, दात रंगविणे (दशनवसनांगराग:), शय्येची रचना (शयनरचनम्), विविध कारणांसाठी फुलांच्या माला गुंफणे (माल्यग्रथन विकल्या:), विविध प्रकारच्या फुलांनी शिरोभूषण सजविणे (शेखरकापीडयोजनम्), प्रसंग, काळवेळ आणि स्थळ याला अनुरूप पोशाख करणे (नेपथ्यप्रयोगा:), हस्तिदंत, शंखशिंपले इत्यादी कानातील अलंकार (कर्णपत्रभंगा:), शरीराला विविध सुगंधी द्रव्ये लावणे (गंधयुक्ति:), विविध आभूषणे तयार करणे (भूषणयोजनम्), शरीर व केस यांना मालीश करणे किंवा अंगमर्दन करणे (उत्सादने संवाहने केशमर्दने च कौशलम्) आणि कपड्यांचा पोत बदलणे (वस्त्रगोपनानि) इत्यादी कला अंतर्भूत होतात. बौद्धिक क्षमता वाढविण्यासाठी गणिकांनी एखादी ओळ घेऊन काव्य रचणे (प्रतिमाला), कोडी उकलणे (प्रहेलिका), एखादी अवघड गोष्ट शब्दांत व्यक्त करणे (दुर्वाचक योगा:), वाचनाचा व्यासंग करणे (पुस्तकवाचनम्), नाट्य व आख्यायिकातून प्रतिनिधित्व करणे (नाटकाख्यायिकादर्शनम्), म्लेंच्छ भाषेतील समानार्थी शब्द वापरणे (म्लेंच्छितविकल्पा:), देश्य शब्दांचा वापर करणे (देशभाषाविज्ञानम), वाचलेली पुस्तके मुखोद्गत करणे (धारणमातृका), तिऱ्हाइताच्या

मनातील कल्पना उमजून घेणे (मानसी), काव्य रचणे (काव्यक्रिया), शब्दकोशांचे भांडार वाढविणे (अभिधानकोष:), छंदावरील ग्रंथ वाचणे (छन्दोज्ञानम्), काव्यशास्त्र जाणणे (क्रियाकल्प) इत्यादी कला अभिजात मानल्या जात. या कलांच्या संवर्धनाने आणि आत्मीकरणाने गणिकांची बौद्धिक प्रगल्भता ज्ञात होई.

यांव्यतिरिक्त गणिकांना विणकाम, सुतारकाम, कशिदाकाम, वेतकाम इत्यादी हस्तकला (हस्तलाघवम् सूचीवानकर्माणि, सूत्रक्रीडा, तक्षकर्माणि, पट्टिका, वेत्रवान विकल्या: इत्यादी.) आत्मसात कराव्या लागत. त्यांत कौशल्य मिळवावे लागे. शिवाय आपल्या हेतूसाठी – कौचुभाराश्चयोगा:, चित्राश्चयोगा: व छलितयोगा: या फसविण्याच्या क्लृप्त्या आत्मसात कराव्या लागत तसेच ऐन्द्रजाला: (जादूचे प्रयोग) पाकसिद्धी आणि पेये बनविणे (विचित्रशाकयूषभक्ष्यविकारक्रिया व पानकरसरागासवयोजनं) यांतही प्रावीण्य मिळवावे लागे. गणिकांना काही विषयांत विशेष प्रावीण्य मिळवावे लागे. उदा. रुप्यरत्नपरीक्षा, (रत्नांची पारख), धातुवाद: (धातूची परीक्षा), मणिरागाकरज्ञानम् (मूल्यवान खड्याची किंमत करणे.), निमित्तज्ञानम् (शुभाशुभ शकुनांचे ज्ञान घेणे.), यंत्रमातृका (प्रवासासाठी साधने बनविणे.), संपाठ्यम् (खड्यावर खोदकाम करण्याची कला) आणि वृक्षायुर्वेदयोगा: (वृक्षांची निगा राखणे, त्यांचे संवर्धन करणे आणि त्यांच्या जाती ओळखणे.) इत्यादी.

या कलांव्यतिरिक्त गणिकांना स्वत:च्या व गिऱ्हाइकांच्या मनोरंजनासाठी विविध सार्वजनिक खेळांत-क्रीडांत सहभागी व्हावे लागे. त्याकरिता त्यांना त्या-त्या खेळातील ज्ञान आणि कौशल्य संपादावे लागे. अशा खेळांपैकी उदकवाद्यम् (पाण्यात ढोल वाजवणे.) उदकाघात: (पाणी शिंपडणे.), मेषकुक्कुटलावकयुद्धविधि (मेंढा, कोंबडा, लावा पक्षी इत्यादी जिवंत प्राणी-पक्ष्यांच्या झुंजीचा प्रकार), शुकसारिकाप्रलापनम् (पोपट-सारिका यांना बोलावयास शिकवून त्यांच्याद्वारे संदेश धाडणे.), अक्षरमुष्टिकाकथनम् (खाजगी संभाषणासाठी सांकेतिक भाषा बनविणे.), पुष्पशकटिका (फुलांची खेळणी-गाड्या तयार करणे.), द्यूतविशेषा: आणि आकर्षक्रीडा (जुव्वा आणि जुगारात प्रावीण्य मिळविणे.) व बालक्रीडनकानि (मुलांना रिझविण्यासाठी चेंडूने खेळणे, बाहुल्यांचा खेळ थाटणे.) इत्यादी खेळांचे ज्ञान आत्मसात करावे लागे; कारण हे खेळ तत्कालीन समाजात प्रचारात होते. वेश वस्तीच्या या गरजा त्या वस्तीला आकार देत असत. या वस्तीचा मद्यपानाशीही निकटचा संबंध असे. त्यामुळे सभोवार आसवांची (मद्यपानाची) अनेक लहान-मोठी दुकाने – दारूचे अड्डे असत. या मद्यपान गृहांजवळच द्यूत खेळण्याची म्हणजे जुव्वा खेळण्याची सोय असे. फुलांच्या माला गुंफणे, सुगंधी द्रव्ये बनविणे, अंगाला लावण्याची उटणी आणि पौरुषत्व वाढविणारी औषधे यांची दुकाने हीसुद्धा या वस्तीला लागूनच असत. या क्षेत्रातील वैद्य, तमासगीर, कोल्हाटी, कसरतीचे व जादूचे प्रयोग करणारे असाही

एक येथील लोकांचा पसारा असे. थोडक्यात मद्य, मदिराक्षी, द्यूत, शृंगार आणि शक्तिवर्धके यांनी वेढलेले अनेक व्यवसाय वेशवसतीत नांदत असत. त्यामुळे गणिकेला या सर्वांचा निकटचा परिचय असे आणि त्या सर्वांपासून सावध राहण्यासाठी तिला या चौसष्ट कला मनापासून आत्मसात कराव्या लागत.

दशकुमारचरितात रागमंजरी, चंद्रसेना आणि रागमंजरीची ज्येष्ठ भगिनी काममंजरी यांचे उल्लेख असून या सर्व गणिका, नृत्य, संगीत, नाट्य, चित्रकला, पाककला, सुगंधी द्रव्ये तयार करणे इत्यादीत पारंगत असल्याचा उल्लेख येतो. शिवाय त्यांना लेखन, वाचन व हजरजबाबीपणा आणि नर्मविनोद यांचे उत्तम प्रकारे ज्ञान असल्याचे आढळते. या बाबतीत गणिकामाता योग्य ती काळजी घेत असे. शिवाय त्यांना प्रणयाराधन व कामशास्त्र यांतील सूक्ष्म ज्ञान असल्याचे काही दाखले मिळतात. याउलट 'कुट्टनीमत' या दामोदरगुप्ताच्या काव्यात गणिकांच्या शारीरिक सौंदर्याबरोबरच त्यांच्या बौद्धिक क्षमतेची आणि विद्याव्यासंगाची तपशीलवार माहिती दिलेली आहे. मालती या गणिकेने प्रियकराकडे पाठवलेली दूती मालतीच्या सुकुमार बांधेसूद अंगकाठीचे आणि अंगप्रत्यंगांचे वर्णन करून थांबत नाही, तर तिचे कामशास्त्राविषयीचे विलक्षण ज्ञान सांगते आणि वास्त्यायन, दत्तक, राजपुत्र इत्यादी थोर पंडितांनी लिहिलेल्या कामशास्त्रावरील ग्रंथांचा तिचा सूक्ष्म अभ्यास असल्याचे प्रियकराच्या निदर्शनास आणते. याशिवाय दूती तिच्या साहित्यातील व्यासंगाबद्दल अभिमानाने बोलते. यात भरत, विशाखिल आणि दन्तिल यांच्या नाट्यशास्त्रावरील ग्रंथांचा समावेश असून मालती वृक्षायुर्वेद, चित्रकला, शिवणकाम, पत्रच्छेदविधान, पाककला, संगीत, वाद्ये, नृत्य, सुलेखनकला इत्यादी कलांत निपुण असल्याचेही प्रियकराला आवर्जून सांगते.

कन्दुकक्रीडा, डोलविहार, चक्षुर-अपिधान, अंबर-करंडक, मणिगुप्तक, युग्मायुग्म दर्शन, चतुरंग विहार, गजपति-कुसुम-कन्दुक इत्यादी खेळ तत्कालीन समाजात रूढ होते. याचे दाखले अनेक ग्रंथांतून मिळतात; तथापि या सर्वच खेळांचा-क्रीडांचा उल्लेख वात्स्यायन कामसूत्रात करीत नाही. या खेळांच्या निमित्ताने गणिका समाजात मिसळत आणि त्यामुळे त्यांचे खेळातील प्रावीण्य दिसे. शिवाय अनेक तरुणांशी, धनिक व्यक्तींशी त्यांचा परिचय होई. काही प्रतिष्ठित खेळांत समाजातील उच्चभ्रू व्यक्तीही सहभागी होत. मिरवणे आणि आपल्या अनुपम सौंदर्याचे शालीनतेने प्रदर्शन करणे, हे त्यांच्या व्यवसायाचे प्रमुख अंग होते. गणिकांना स्वसंरक्षणार्थ आणि जीवन सुरक्षित ठेवण्यासाठी व वैयक्तिक विकास साधण्यासाठी आणखी तीन स्वतंत्र कलांचा अभ्यास-व्यासंग करावा लागे. त्या म्हणजे शिष्टाचार, वर्तनाचे संकेत आणि नम्रता अंगी बाळगून दुसऱ्यावर विजय कसा मिळवायचा याचे शास्त्र (वैजयिकीनां विद्यानां जानम्) जाणून घ्यावे लागे. तसेच शारीरिक व्यायाम-कसरत

यांचे ज्ञान आणि धडे घ्यावे लागत आणि शिकारीचे तंत्र आत्मसात करावे लागे (व्यायामिकीना विद्यानां ज्ञानम्) कौटिलीय अर्थशास्त्रात गणिका आणि रंगभूमीवर उपजीविका करणाऱ्या दासी यांना गायन, वादन, पाठ्य म्हणणे, नृत्य, नाट्य, लेखन करणे, चित्र काढणे, वीणा, वेणू व मृदंग वाजविणे, दुसऱ्याचे मनोगत ओळखणे, सुगंध तयार करणे, माला गुंफणे, संभाषणकला, संवाहनाची कला आणि कामशास्त्र व प्रणयाराधन या कलांचे ज्ञान आवश्यक असल्याचे कौटिल्याने प्रतिपादन केले आहे. "ते करून देणाऱ्या शिक्षकांच्या उपजीविकेची सोय सरकारी तिजोरीतून करून घ्यावी आणि त्या शिक्षकांनी गणिकेच्या पुत्रांना नटांमध्ये तसेच सर्व प्रकारच्या नर्तकांमध्ये ते प्रमुख होतील, अशारीतीने तयार करावे. तसेच त्यांच्या ज्या स्त्रिया विविध प्रकारच्या सांकेतिक भाषा जाणत असतील, त्यांची त्यांच्या आप्तांच्या देखरेखीखाली दुष्ट लोकांची गुप्त माहिती मिळविणे, त्यांचा घात करणे अथवा त्यांना अपराध करावयास लावणे, या कामगिरीवर योजना करावी," असे म्हटले आहे.

कौटिलीय अर्थशास्त्रात गणिकांच्या संदर्भातील शासकीय व्यवस्था आणि त्यांची कर्तव्ये यांचे सूक्ष्म विवेचन आहे. तर वात्स्यायनाच्या कामसूत्रात त्यांचे प्रणयाराधन आणि त्यांनी एकूण प्रियकराबरोबर कसे वागावे, याचे दिग्दर्शन आढळते.

वात्स्यायनाने गणिकांनी कशी योग्य पुरुषाची निवड करावी आणि त्याला मोहून टाकण्यासाठी कोणते उपाय योजावेत आणि खऱ्या प्रेमाचा कसा बहाणा करावा, याविषयी कामसूत्रातील दोन प्रकरणांत काही महत्त्वाच्या सूचना दिल्या आहेत. त्यावरून गुप्तकाळात 'गणिका' ही संस्था किती विकसित झाली होती, याची कल्पना येते. वात्स्यायन ऋषी म्हणतात, "गणिकांनी आपल्या प्रियकराचे (जार) प्रेम संपादन करण्याचा प्रयत्न अंशत: आपल्या ऐहिक सुखासाठी आणि प्रामुख्याने शारीरिक उपभोगासाठी करावा; परंतु त्यांचा मूळ हेतू उदरनिर्वाहाचे साधन म्हणून संपत्ती जमा करण्याचा असला पाहिजे. पहिला हेतू सहज प्रवृत्ती असून दुसरा नैसर्गिक नसतो, तरीसुद्धा त्यांना चरितार्थासाठी हा आभास कृत्रिमरीत्या निर्माण करावाच लागतो. ज्या गणिका सुस्वरूप, अनुपम आणि आकर्षक असतात, त्यांच्याकडे कोणताही पुरुष सहजरीत्या आकर्षित होतो आणि त्याही त्याच्यात तत्काळ आत्मविश्वास निर्माण करू शकतात. गणिकेने पुरुषावर छाप पाडण्यासाठी असा प्रयत्न करावयास हवा की, तिचे हे प्रेम खरेखुरे असून ती आपली आर्थिक गरज भागविण्यासाठी हे सर्व प्रेमचाळे करीत नसून वास्तव प्रेमासाठीच धडपडत आहे. तिला प्रियकरावरील आपला प्रभाव आणि वर्चस्व सतत टिकविण्यासाठी त्याच्याकडून मिळणारे धन अत्यंत विचारपूर्वक नि क्लृप्तीने काढणे आवश्यक आहे. याकरिता तिने काही संकेत पाळले पाहिजेत. तिने नेहमी अलंकार घालून शरीर

सुशोभित ठेवले पाहिजे आणि रस्त्यावर वावरत असताना विनयाने व शरीराचा कोणताही – विशेषत: स्तन, पोट इत्यादी – नाजूक व कामुक भाग उघडा दिसणार नाही, अशी खबरदारी घ्यावयास हवी, ज्यामुळे तिच्याविषयी ही शरीरविक्रय करणारी कोणीतरी उच्छृंखल स्त्री आहे, असा समज समाजात पसरणार नाही. तिने आपल्या मध्यस्थांना वा विटांना सधन तरुणांना आपल्याकडे घेऊन येण्याविषयी योग्य ती माहिती दिली पाहिजे. या मध्यस्थांनी अन्य स्त्रियांपासून त्यांना फोडले पाहिजे, असे कसब त्यांच्यामध्ये असणे आवश्यक आहे. त्यांनी संकटकाळी तिचे संरक्षण केले पाहिजे. तद्वतच तिच्या या कार्यात सर्वतोपरी सहकार्य दिले पाहिजे. अशा एखाद्या प्रकरणात जर पुरुषांकडून तिला काही त्रास होत असेल, तर विटांनी त्या संकटातून तिची मुक्तता केली पाहिजे. अशा त्रास देणाऱ्या लोकांत प्रामुख्याने वरिष्ठ सेवक, भविष्यकार, बलिष्ठ पुरुष, कलाकार, पीठमर्द, विट, विदूषक, फुलमाळी, अत्तारी, दारूचे अड्डे चालविणारे, परिट, नाभिक, भिकारी इत्यादींचा अंतर्भाव होतो. यांपैकी विदूषक, विट, पीठमर्द, वरिष्ठ अधिकारी असे काही मदतनीसही असतात.''

वात्स्यायनांनी, संपत्ती मिळविण्यासाठी गणिकांनी प्रामुख्याने प्रेमाचा बहाणा वा नाटक करून या पुरुषांबरोबर प्रेम संपादण्याचा प्रयत्न करावा आणि त्यांना आपल्या प्रेमपाशात अडकवावे, असा सल्ला दिला आहे. यांत मुख्यत्वे अनासक्त तरुण, अत्यंत उमदा तरुण, अतिशय श्रीमंत व्यक्ती, उच्चाधिकारी, वारसाहक्काने संपत्ती किंवा घबाड मिळाले आहे अशी व्यक्ती, धंद्यात चढाओढ करणारा, ज्याची प्राप्ती स्थिर आहे, जो फक्त बढाई मारतो आणि स्वत:ला सुस्वरूप समजतो, जो दुर्बुद्ध आहे पण हुशार असल्याचा बहाणा करतो, ज्याच्यात पौरुषत्व नाही, जो पैसे उधळतो आणि त्या जोरावर पौरुषत्वाचा दिमाख दाखवितो, जो स्वभावत:च उदार-उधळ्या आहे आणि ज्याचा राजा आणि त्याचे मंत्रिगण यावर प्रभाव वा वर्चस्व आहे असा, दैववादी मनुष्य, जो वडीलधाऱ्यांच्या आज्ञा धाब्यावर बसवितो असा, जो आपल्या मित्रगणात आकर्षणक्रेंद्र (ज्योतिरथ) असतो, धनवान पुरुष, एकुलता एक मुलगा, कामासक्तीने पछाडलेला, साधुपुरुष, तपोनिष्ठ, हस्तकुशल, वैद्यक इत्यादी.

'सिद्धी मिळविलेल्या किंवा सद्‌गुणी पुरुषांना गणिकांनी जिंकणे आवश्यक आहे. त्यामुळे गणिकांना त्यांच्या केवळ सहवासाने, त्यांच्या प्रेमाने कीर्ती आणि संपत्ती प्राप्त होते.' ''काही गुणी व्यक्तींना गणिकेने आपल्या व्यवसायासाठी गाठणे अत्यंत गरजेचे व आवश्यक असते. उदा. उच्च कुळातील कर्ते पुरुष, विद्वान, धार्मिक क्षेत्रात नावाजलेले धर्मज्ञ, काव्यगुणांनी युक्त लेखक, उत्तम कथाकार, उत्कृष्ट वक्ते, प्रतिष्ठित व्यक्ती, विविध कलांत नैपुण्य संपादन केलेले पुरुष, आदरणीय साधुसंत आणि भव्यदिव्य करण्याची मनीषा बाळगणारे महत्त्वाकांक्षी

पुरुष तसेच उत्कंठित व कष्टाळू, विश्वासू, मत्सरापासून अलिप्त असलेला, थोर मनाचा, मित्रांना सर्वस्व अर्पण करणारा, धार्मिक वृत्तीचा व उत्साही, उत्तम नट, खेळाडू, सुदृढ बांध्याचा, निर्दोष प्रकृतीचा, शारीरिकदृष्ट्या सशक्त, पौरुषत्व असलेला, प्रेमळ, स्त्रियांचा कैवारी व स्त्रीदाक्षिण्य दाखविणारा, स्त्रियांच्या गुलामगिरीत न अडकणारा, स्वतंत्र विचारांचा, उदार, विचारी आणि औदार्य असलेला मुक्त पुरुष हे विशेष गुणी लोक होत.''

यानंतर कामसूत्रात गणिकांच्या सौंदर्याची चिन्हे आणि गुणविशेष यांची चर्चा असून वात्स्यायन ऋषींनी सर्वगुणसंपन्न गणिकेची वैशिष्ट्ये सांगितली आहेत. ती अशी – ''अनुपम सौंदर्य, तारुण्य, शरीरावर सुचिन्हे, लाघवी, मिष्ठास बोलणारी, तरुणांच्या गुणांचे आणि नैपुण्याचे कौतुक करणारी, ऐहिक सुखाच्या मागे विनाकारण न धावणारी, प्रेमाबद्दल आसक्ती असणारी आणि शारीरिक संयोगाला आतुरलेली, मनोनिग्रहाची, व्यवहारात प्रांजल आणि उघड-उघड मोकळेपणाने बोलणारी, नैपुण्य प्राप्त करण्यासाठी महत्त्वाकांक्षा बाळगणारी, उदार मनाची आणि कलांचे चीज करणारी व सार्वजनिक सभा-समारंभात एकरूप होणारी, अशी गणिका सर्वगुणसंपन्न असावी; मात्र हे सर्व गुण उच्च प्रकारच्या गणिकांमध्ये असत.''

सर्वसाधारण सर्व गणिकांमध्ये काही सामान्य गुण हे असलेच पाहिजेत. अन्यथा ती आपल्याकडे परपुरुषाला आकर्षित करू शकणार नाही. म्हणून वात्स्यायन म्हणतात, ''बुद्धिमत्ता (चाणाक्षपणा), चारित्र्य, मार्दव (सभ्य वर्तणूक), प्रामाणिकपणा, कृतज्ञता, द्रष्टेपणा, सातत्य, स्थलकालाचे भान, जीवन व्यतीत करण्याची ऐटदार पद्धती, भीक न मागण्याची प्रवृत्ती, स्मित हास्य इत्यादी सद्‌गुणांबरोबर मोठ्याने हसणे, दुसऱ्यासंबंधी अनुद्‌गार काढणे, दुसऱ्याचे दोष दाखविणे, त्रागा करणे, मत्सरी स्वभाव, ज्यांच्याविषयी आदर ठेवावा अशांबद्दल अनादर, चंचल मनोवृत्ती, दुसऱ्यांच्या संभाषणात मधेच बोलणे आणि तत्संबंधीच्या इतर दृय्यम कलांचे विशेषतः कामशास्त्र आणि इतर कलांचे अज्ञान या गोष्टी नसाव्यात.''

जेव्हा गणिका किंवा तिच्याकडे येणारे गिऱ्हाईक-पुरुष यांमध्ये वर उल्लेखिलेल्या गुणांविरुद्ध गुणविशेष आढळतात, तेव्हा ते दोष ठरतात. तेव्हा त्यांना नायक व नायिका ही पात्रता लाभत नाही. या दोषांमुळे त्या पुरुषांकडे वा स्त्रीकडे कोणीच ढुंकून पाहत नाही.

'क्षयरोग वा कुष्ठरोग यांसारख्या संसर्गजन्य रोगांनी पछाडलेल्या व्यक्तीबरोबर (पुरुषाबरोबर) त्यांच्यातील विषारी जंतूंमुळे शारीरिक संयोग धोकादायक ठरतो. तसेच तोंडाची दुर्गंधी, स्वतःच्या पत्नीबद्दल अवाजवी आसक्ती, संभाषणातील कठोरता, कंजुषपणा, क्रौर्य, थोरांचा तुसडेपणा, चौर्य, एककल्लीपणा, व्यसनासक्ती, मानसन्मानाबद्दल तिरस्कार, अपमानास्पद वागणूक, भौतिक मिळकतीसाठी शत्रूंशीही

संगनमत आणि अनावश्यक लाजाळूपणा यांसारखे दोष या व्यवसायात बाधक ठरतात.'' असे वात्स्यायन म्हणतात.

ऋषीमुनी म्हणतात कोणताही पुरुष कामेच्छेने हैराण होतो, तेव्हा प्रेम संपादण्यासाठी गणिकांनी काही क्लृप्त्या आचरणात आणणे आवश्यक आहे. 'भीती, द्रव्याबद्दलची हाव, शत्रुत्व, सूड, केवळ कुतूहल, पक्षपातीपणा, दु:ख, धार्मिक कृती, कीर्ती, करुणा, मित्राचा सल्ला, मित्राबरोबरचे साहचर्य, लागेबांधे, कामुकतेचा आवश्यक तो ऱ्हास, जन्माचे मोठेपण, जात, शेजारधर्म, मानमरातब या गोष्टींच्या आहारी प्रत्येक पुरुष जातो म्हणून गणिकांनी वेळ व संधी साधून त्याचा लाभ उठवावा.'

वात्स्यायनांच्या मते प्रेमसंपादनाची महत्त्वाची कारणे म्हणजे भौतिक प्राप्ती, शारीरिक तसेच आर्थिक तणावांतून सोडवणूक आणि विशिष्ट व्यक्तींसाठी आसक्ती किंवा प्रेम होय. भौतिक प्राप्तीचा विचार खऱ्या प्रेमाशी अनुरूप असतो; कारण भौतिक प्राप्ती ही गणिकेच्या उदरनिर्वाहाची अत्यंत आवश्यक बाब असते. म्हणून गणिकेने प्रेम आणि भौतिक प्राप्ती यांचा परिस्थित्यनुसार विचार करावा आणि आपल्या व्यवसायासाठी योग्य व्यक्तीला कसे गाठावे, त्याबाबतीत तिचे वर्तन कसे असावे, याचे वर्णन कामसूत्रात अत्यंत तपशिलाने दिले आहे. याबाबतीत तिने कोणते संकेत पाळावेत, हेही त्यांनी नमूद करून ठेवले आहे.

जर एखाद्या पुरुषाने गणिकेला निमंत्रण दिले, तरीसुद्धा तिने तत्काळ त्याच्याकडे जाऊ नये किंवा त्याच्या विनंतीला ताबडतोब मान देऊ नये; कारण ज्या पुरुषांकडे स्त्रिया झटकन आकर्षित होतात किंवा होकार देतात, त्या स्त्रिया पुरुषांना सहसा आवडत नाहीत. अशावेळी तिने आपण स्वत: जाण्याऐवजी आपल्या एखाद्या मदतनीस दासीला वा दूतीला पाठवावे किंवा अंगमर्दन करणाऱ्या व्यक्तीस किंवा स्नान घालणाऱ्या, गायन करणाऱ्या किंवा कथा-गोष्टींनी करमणूक करणाऱ्या व्यक्तीस पाठवावे किंवा त्या पुरुषाचा एकूण कल पाहणाऱ्या किंवा गरज भागविणाऱ्या व्यक्तीला गाठावे. जर अशी व्यक्ती उपलब्ध झाली नाही, तर मग तिने आपल्या पीठमर्दांना या कामासाठी धाडावे. तिने हा पुरुष योग्य ते वर्तन करतो किंवा काय, हे एखाद्या त्रयस्थ दूतीद्वारे पाहावे. तो जर फक्त शारीरिक संयोगासाठी आतुर असेल वा नसेल आणि त्याची आसक्ती व अनासक्ती यांचा विचार करूनच त्याच्याबरोबर पुढील संबंध प्रस्थापित करावेत. हे व्यावहारिक कार्य पूर्ण झाल्यावर तिने अगोदर विट याला पाठवून त्याच्या संबंधांबाबत बोलणी करावीत. त्यानंतर पीठमर्दाने त्या सद्गृहस्थाला गणिकेच्या घरी (निवासस्थानी) घेऊन यावे किंवा तिला त्याच्याकडे न्यावे. त्याला तिच्याकडे नेताना त्याला कोंबड्याच्या झुंजी, बकऱ्यांची झुंज किंवा पोपटाचे बोलणे किंवा मीनापक्ष्यांचा थवा दाखविण्याचे ढोंग करावे किंवा संगीत सभा वा नाट्य दाखविण्याचा बहाणा करावा. तो आल्यानंतर तिने आपल्या प्रेमाचे

काही तरी प्रतीक त्यास द्यावे. त्यामुळे त्याच्या मनात तिच्याविषयी चांगले मत निर्माण होईल (त्याच्यावर छाप पडेल.) अशा वेळी 'सामान्य पुरुषाला अशा प्रकारचे प्रतीक माझ्याकडून देण्यात येत नाही,' असे तिने सुचवावे. तिने काव्यशास्त्रादी विषय तसेच कलासाहित्य यांवर त्याच्याशी चर्चा करून त्याचे मनोरंजन करावे आणि त्याला सुगंधी पुष्पमाला व विडा देऊन खूश करावे. तो जेव्हा आपल्या स्वगृही परत जाईल, तेव्हा त्याला एखादी भेटवस्तू द्यावी किंवा आपल्या दासीबरोबर (जी विनोद-संभाषणात चतुर आहे.) भेटवस्तू पाठवावी. काहीतरी निमित्ताने तिने संधी मिळताच पीठमर्दाबरोबर त्याच्या घरी जावे. जेव्हा-जेव्हा तो पुरुष तिच्या घरी येईल, तेव्हा तिने त्याचे अत्यंत प्रेमाने स्वागत करावे आणि त्यास विड्याचे पान, विविध वस्तू – वेलची, केशर, बडीशेप वगैरे घालून द्यावे. त्याला चंदनाच्या लेपाने सुगंधित करावे आणि फुलांची नीटनेटकी विणलेली माला द्यावी व त्याच्याबरोबर काव्यसाहित्यकलादी विषयांवरील चर्चा आयोजित करावी. जसजसे परस्परांतील प्रेम वृद्धिंगत होत जाईल, तसतशा त्यांनी एकमेकांतील देणग्या वाढवाव्यात. तिने त्याला विविध प्रकारच्या भेटवस्तू देऊन खूश करावे आणि त्याने तिला त्या बदल्यात अंगठ्या आणि उत्तरीय कपडे (ओढणी, कंचुकी, रुमाल वगैरे) द्यावेत आणि अशा प्रकारे त्यांनी आपल्यातील शारीरिक संभोगासाठीची कामेच्छा व्यक्त करावी. त्यानंतर तिने त्याच्यावर भेटवस्तूंचा जणू वर्षाव करून त्याची मर्जी संपादन करावी आणि हे करीत असताना तो यत्किंचितही दुखावला जाणार नाही, याची प्रेमळ काळजी घ्यावी आणि स्वत: किंवा पीठमर्दाद्वारे त्याला सूचित करावे की, 'ती आता शारीरिक संभोगास तयार आहे किंवा हे कार्य संभोग होईपर्यंत सूचनावजा करीत रहावे.' किंवा पीठमर्दाने असे सुचवावे की, 'तुम्ही आता एकमेकांची शय्यासोबत का करीत नाही. तसे करण्यास आता कोणताच प्रत्यवाय नाही.'

गणिकेने आपल्याशी शय्यासोबत करणारा पुरुष कसा निवडावा आणि त्याच्याबरोबर कसे वर्तन ठेवावे, याचे प्रशिक्षण वात्स्यायनांनी कामसूत्रातील 'वैशिक अधिकरण' या प्रकरणाद्वारे दिले आहे. यात त्यांनी प्रियकराशी गणिकेने तो अंकित झाल्यानंतर कफल्लक होईपर्यंत कसे वर्तन ठेवावे, याचे सूक्ष्म व तपशीलवार विवेचन आहे. असा पुरुष हा आपले सर्वस्व आहे, असे मानून तिने त्याची मर्जी सांभाळण्यासाठी सर्व प्रकारचे – निष्ठावान स्त्रीचे अनुकरण करून विश्वास संपादिला पाहिजे. याकरिता तिने आपण आपल्या मातेला – कुट्टिनीलासुद्धा भीड घालत नाही, असे वरकरणी पण अगदी खरे वाटेल असे सकृतदर्शनी सर्व नाटक जमविले पाहिजे, असे वात्स्यायनांनी प्रस्तुत प्रकरणात सांगितले आहे. शेवटी गणिकेला त्यांनी असा सल्ला दिला आहे की, "उत्तम गणिका बनण्यासाठी तिने पुरुष जातीचा, विशेषत: त्याच्या स्वभावाचा सखोल अभ्यास केला पाहिजे." स्त्री-जातसुद्धा तिचे मन

अनाकलनीय आहे, असे त्यांचे म्हणणे आहे. ते म्हणतात, "जेव्हा गणिका आपल्या प्रियकरांबरोबर अखेर एकरूप होते (त्याला मनसोक्त शय्यासोबत देते.), तेव्हा तिने आपण एकच त्याची प्रेयसी व पत्नी आहोत, असे वर्तन ठेवले पाहिजे. तिने अशा पद्धतीने त्याच्याशी जवळीक व प्रेम साधले पाहिजे की, त्याला सदैव तिचेच आकर्षण वाटले पाहिजे. परंतु तो जर पूर्णत: तिच्या कह्यात नसेल, तर तिने आपल्या वर्तणुकीने असे दाखवून दिले पाहिजे की, ती फक्त त्याचीच आहे. परंतु हे सर्व करीत असताना तिने आपल्या मातेच्या आज्ञांचे पालन केले पाहिजे. ती नेहमीच स्वभावत: क्रूर आणि अतिलोभी असते. तिला जर नैसर्गिक माता नसेल, तर तिने मानलेल्या गणिकामातेला – कुट्टिनीला – आज्ञाधारकपणे मान दिला पाहिजे.

गणिकामाता ही कधीच कन्येच्या प्रियकराला फारशी दया व प्रेम दर्शविणार नाही. उलट पैशांच्या लोभाने परिस्थितीनुसार ती एखाद्या प्रियकराकडून तिला काढून घेऊन बळजबरीने दुसऱ्या प्रियकराकडे पाठवून देईल. याचा दृश्य परिणाम अगदी तारुण्यात आलेल्या भावनाप्रधान गणिकांवर दिसतो. त्या प्रेमाच्या बाबतीत तिरस्करणीय बनतात आणि त्यांना मानसिक ताण व क्लेश सहन करावा लागतो. कधीकधी त्या भितऱ्या बनतात व नाराज होतात; तरीसुद्धा त्यांना मातेची अवज्ञा करण्याची बुद्धी वा धारिष्ट्य होत नाही. कधीकधी अशा बाबतीत गणिका कोणत्या तरी व्याधीने त्रस्त झाल्याचा बहाणा करते. अशावेळी प्रियकर या आकस्मिक आजाराचा अर्थ वेगळ्या पद्धतीने एक अचानक घटना म्हणून करतो. अन्यथा ती दोषी आहे, याची खातरी झाल्याशिवाय तो तिला दोषी ठरवत नाही आणि तात्पुरते तो तिच्याकडे दुर्लक्ष करतो (डोके दुखणे किंवा पोट दुखणे अशा प्रकारचे आजार सहजासहजी दिसत नाहीत आणि ते तात्कालिक असतात.); परंतु प्रत्यक्षात तिला गणिकामातेच्या आज्ञेनुसार श्रीमंत गिऱ्हाइकाकडे जावयाचे असते. त्यामुळे हे आजाराचे ढोंग पूर्वीच्या पहिल्या प्रियकरास तिला बुद्धिपुरस्सर सांगावे लागते आणि ते त्यास टाळण्यास पुरेसे असते. अशा परिस्थितीत गणिकेने आपल्या दासीला प्रियकराकडे आपली वापरलेली वेणी आणि राहिलेल्या विड्याची पाने आणण्यासाठी पाठवावे (त्याने त्यांचा उपयोग केल्यानंतर...).

"नवीन येणाऱ्या सधन प्रियकरास तिने प्रथम आपल्या, त्याच्या हुशारीसंबंधीच्या भावना व्यक्त कराव्यात व आश्चर्य दर्शवावे आणि त्याच्याकडून ६४ कलांचे ज्ञान आणि विशेषत: कामक्रीडेचा पाठ घेण्यासाठी शिष्यत्व पत्करणार असल्याचे सांगावे. त्यानंतर तिने त्याने शिकविलेल्या विविध आसनांचे प्रात्यक्षिक करावे. त्याला प्रिय वाटेल-आवडेल तसे वागावे. त्याच्या सर्व आशा-आकांक्षांत एकरूप व्हावे, आपल्या शरीरातील शारीरिक सौंदर्यातील दोष झाकून ठेवावेत-दडवावेत. त्याने दुसरीकडे पाहिले, तर त्याला कुशीवर झोपवून आपल्यापासून दुसरीकडे पाहण्याची सवय

आहे, असे समजून दुर्लक्ष करावे. त्याला आपले लाड करण्यास प्रवृत्त करावे. तो जेव्हा गाढ झोपेत असेल, तेव्हा त्याचे चुंबन घ्यावे. अखेर त्याला पूर्ण आलिंगन देईपर्यंत हे सर्व तिने करीत राहावे.''

''त्याचे मन जेव्हा इतरत्र एकाग्र झालेले असेल, तेव्हा गणिकेने त्याच्याकडे एकटक पाहावे. तो रस्त्यावरून जेव्हा जात असेल, तेव्हा तिने आपल्या घराच्या सज्जामधून त्याचे निरीक्षण करावे आणि त्याच्या नजरेस ती आली, तर लाजून मान खाली घालून दाद द्यावी. अखेर ते एक धूर्तपणाचे उपयुक्त साधन आहे. त्याला ज्या गोष्टी आवडत नाहीत, त्या आपल्यालाही आवडत नाहीत, असा तिने खोटा बहाणा करावा आणि त्याला आवडतात त्या वस्तू मलाही आवडतात, असे सांगावे. तो जेव्हा सुख-कुशल असेल, त्या वेळी आपणही सुखी असल्याचे दर्शवावे. तो दुःखी झाला असता आपल्यालाही दुःख झाल्याचे सांगावे. तिने तो दुसऱ्या एखाद्या स्त्रीकडे आसक्त झाला आहे का, याचा सूक्ष्मपणे शोध घ्यावा आणि तसे घडले असेल, तर तिने मूर्च्छा आल्याचे सोंग घ्यावे आणि संशयाने त्याच्याकडे पाहून त्याला सांगावे की, 'दात आणि ओठ यांनी मी तुमच्या शरीरावर केलेले ओरखडे, किंवा चिन्हे दुसऱ्या स्त्रीकडून पाहिली गेली तर नाहीत ना!' गणिकेने आपले प्रेम किंवा आसक्ती कधीही सरळसरळ प्रत्यक्ष व्यक्त करून नये; परंतु हावभाव आणि प्रतीकात्मक चिन्हांनी ती प्रदर्शित करावी. प्रसंगोपात् तिने प्रेम व्यक्त करण्यासही हरकत नाही; परंतु ते उन्मादाच्या ढोंगात किंवा बहाणा करून, विशेषतः त्याने बांधलेली मंदिरे, विहिरी, तलाव वा खेळातील प्रावीण्य इत्यादी गुणांचा उल्लेख करून त्याचे कौतुक करण्याच्या निमित्ताने व्यक्त करावे.''

''प्रियकर जे काही सांगत असेल, ते गणिकेने लक्षपूर्वक ऐकावे. त्याचा अर्थ उमजताच त्याचे कौतुक करावे आणि त्याला असे दाखवून द्यावे की, यांतील मलाही खूप समजते आणि त्याच्या प्रश्नोत्तरांना धूर्तपणे उत्तरे द्यावीत, मात्र तो आपल्यावर खरोखरीच प्रेम करतो का, याची मात्र खातरजमा करून घ्यावी. जेव्हा तो एखादी कथा (आपल्या एखाद्या पत्नीव्यतिरिक्त) सांगत असेल, तेव्हा त्याला तिने असे दाखवून द्यावे की, ती त्याचे सर्व मनापासून ऐकत आहे. तो जेव्हा दुःखवेगाने सुस्कारा सोडेल किंवा दुःखाने जांभई देईल किंवा विस्मरणाने कथानकात खंड पडेल, त्या वेळी तिने आपण त्याची अत्यंत काळजी घेत आहोत, असे दर्शवावे. जर तो संभाषणाच्या वेळी शिंकला किंवा हसला, तर तिने प्रेमापोटी 'देव तुमचे भले करो, तुम्हाला दीर्घायुष्य लाभो' असे उद्गार काढावेत.''

''जेव्हा केव्हा ती एखाद्या आपल्या अन्य प्रियकराबद्दल वाईट बातमी ऐकते तेव्हा ती तात्काळ खचून जाते आणि आजारी असल्याचा बहाणा करते. तिला ही वार्ता एखाद्या शत्रूने हल्ला केल्याप्रमाणे त्रासदायक वाटते. तथापि तिने आपल्या

समोर असलेल्या प्रियकरासमोर दुसऱ्या प्रियकराचे दोष सांगून तुझ्यातही हे आहेत असे म्हणून खिजवू नये. तिने जवळच्या प्रियकराने जे सांगितले असेल तेच स्वीकारावे. जर तिच्या प्रियकरावर एखादी आपत्ती कोसळली, तर तिने कोणतेही अलंकार परिधान करण्याचा मोह आवरावा आणि जर त्याने तिच्यावर खोटा आरोप केला, तर तिने काही काळ खाणेही वर्ज्य करावे. तसेच तिने प्रियकराच्या कमनशिबाबद्दल सहानुभूती दर्शवावी आणि हे स्थळ सोडण्याचा प्रसंग उद्‌भवल्यास, 'मीसुद्धा तुमच्या बरोबर येथून बाहेर पडण्यास तयार आहे,' असे वरकरणी दर्शवावे. राजाने या बाबतीत तिला जर अडकविले, तर दंड देऊनही जाण्याची स्वखुशी तिने दाखवावी. तिने आपल्या समोरील प्रियकरास नेहमी आपण तुझे प्रेम संपादल्यामुळे किती भाग्यवान आहोत, याचा पुनरुच्चार करावा. जेव्हा तो एखाद्या आजारातून बरा होईल, किंवा त्याच्या इच्छा फलद्रूप होतील, किंवा त्याला नशिबाची साथ मिळून लाभ घडेल आणि त्याची संपत्ती वृद्धिंगत होईल, त्या वेळी तिने देवाचे आभार मानून त्याप्रीत्यर्थ पूजा बांधावी आणि आपण यापूर्वीच याकरिता नवस बोलला होता, त्याची ही प्रचिती आहे, असे मुद्दाम सांगावे.''

''काही निवडक प्रसंग वगळता सर्वसाधारण परिस्थितीत गणिकेने सर्व अलंकार परिधान करावेत आणि उत्तम प्रकारची वेशभूषा करून सकस अन्न ग्रहण करावे. तिने गाताना नेहमी आपल्या प्रियकराचा आणि त्याच्या कुटुंबाचा गौरवाने स्तुतिसुमने उधळून उल्लेख करावा. त्याला थकवा आला असता प्रेमाने त्याचा हात हातात घेऊन तो कपाळाला आणि हृदयाला लावावा आणि थकवा कमी होत आहे, हे लक्षात आल्यानंतरच झोपी जावे. जर तिला झोप येत नसेल, तर तिने त्याच्या मांडीवर डोके ठेवून जणू आपण झोपी जात आहोत, असा अविर्भाव आणावा आणि जर तो बाहेर जात असेल, तर त्याच्या पाठीमागून जावे. तिने शारीरिक संभोगाच्या संयोगातून आपणास मुलगाच व्हावा, अशी इच्छा प्रदर्शित करावी; परंतु दीर्घायुष्याची इच्छा-आकांक्षा करू नये. तिने प्रियकराला इतर पुरुषांनी खासगीरीत्या तिला सांगितलेल्या कोणत्याही गोष्टींचा थांगपत्ता लागू देऊ नये आणि शक्यतो प्रियकराला उपास-तापास करण्यापासून परावृत्त करावे. आपण करीत असलेल्या कृत्यांमुळे काही वाईट घडले वा त्यापासून काही पापनिष्पत्ती उत्पन्न झाली, तर त्या पापाचे धनी होण्याचा तिने अंगीकार करावा. जर प्रियकर यांपासून परावृत्त होत नसेल, तर तिनेही त्याच्याबरोबरच हे सर्व उपास-तापास करावेत.''

''दुसऱ्या एखाद्या व्यक्तीच्या संदर्भात तंटा-बखेडा झाल्यास, तिने हस्तक्षेप करून असे म्हणावे की, ''माझ्या प्रियकरासारखा सुज्ञ माणूससुद्धा या बाबतीत निर्णय घेण्यास असमर्थ ठरतो आहे.'' तिने आपल्या संपत्तीप्रमाणे त्याच्या संपत्तीची अत्यंत काळजीपूर्वक देखभाल करावी. कोणतेही सार्वजनिक समारंभ-सभा यांना

त्याच्याशिवाय जाऊ नये. त्याने वापरलेल्या पुष्पमाला अंगावर घालण्यात अभिमान आणि आनंद दाखवावा आणि त्याच्या सान्निध्यात असेपर्यंत नेहमी त्याचे भोजन झाल्यानंतरच जेवण करावे. तिने त्याचे कुटुंब, शारीरिक सौष्ठव, खेळांतील नैपुण्य, उच्च कुलातील जन्म, सखोल ज्ञान, नैसर्गिक गोरेपण, संपत्ती, शेजारी, त्याच्या मित्रांचे सद्‌गुण, त्याचे तरुणपण आणि त्याचे संभाषणातील चातुर्य या सर्वांची तोंड भरून स्तुती करावी. त्याला जर संगीतात रस असेल आणि इतर कलांतही तो प्रवीण असेल, तर तिने त्याला या सर्व कलांत कौशल्य प्राप्त करण्यासाठी सतत उत्तेजन द्यावे. वसंत, ग्रीष्म, शिशिर, हेमंत, वर्षा, अशा ऋतुंत विशेषत: संकटसमयी तिने त्याच्याजवळ राहावे. जेव्हा-जेव्हा ती गरिबांना दानधर्म करीत असेल आणि पुढील आयुष्यात (जन्मात) सुखप्राप्ती मिळावी म्हणून प्रार्थना करीत असेल, तेव्हा तिने पुढील जन्मी हाच प्रियकर लाभावा, अशी इच्छा प्रदर्शित करावी. तिने त्याच्या आवडीनिवडींची, हावभावांची, विशिष्ट सवयींची दखल घ्यावी आणि असे दाखवावे की, स्त्रियांना आपलेसे करण्याकरिता मूलदेवाने जी काही मांत्रिक सूत्रे रचली आहेत, ती गणिकांनी आत्मसात केल्याचे दर्शवावे. तिने आपल्या आईबरोबर (कुट्टिनीमाता) आपण प्रियकराशी किती विश्वासू आहोत, यावर वादंग घालण्याचा घाट घालावा वा निरर्थक वादंग करावा आणि जर आईने बळजबरीने तिला दुसऱ्या पुरुषाकडे (प्रियकराकडे) नेले, तर तिने आईला – "मी विष घेऊन या प्रियकरासाठी जीव देईन किंवा आमरण उपोषण करीन" अशी धमकी द्यावी किंवा स्वत: आत्मघात करीन वा आत्महत्या करून जिवाचे बरे वाईट करीन, असे सुचवावे. गणिकेच्या गुप्त मदतनीसांनी तिच्या प्रियकराला असे कळवावे की, हा तिचा दोष नसून हा तिच्या आईचा (दुसऱ्या प्रियकराकडे नेण्याचा प्रयत्न) आहे. तिने (गणिकेने) आपल्या व्यवसायाविषयी अत्यंत चिकित्सक असावे. तिने धन-दौलतीच्या सौद्याविषयी वादविवाद करू नये. आपल्या आईच्या पश्चात तिने कोणताही पैशासंबंधीचा व्यवहार ठरवू नये.

जर गणिकेचा प्रियकर प्रदीर्घ काळ बाहेरगावी गेला असेल, तर तिने जातेवेळी त्याच्याकडून स्वत:च्या जीविताविषयी आणाभाका घ्याव्यात आणि त्याला शक्य तितक्या सत्वर परत येण्याविषयी विनंती करावी. तो प्रवासावर गेल्यानंतर गणिकेने कसे वागावे, याबाबतीतही वात्स्यायनांनी काही संकेत घालून दिलेले आहेत, ज्यांमुळे गणिकेने कब्जात ठेवलेले श्रीमंत गिऱ्हाईक तिच्या मगरमिठीतून शक्यतो बाहेर पडणार नाही. म्हणून वात्स्यायन म्हणतात, "जेव्हा तिचा प्रियकर घरापासून दूर असेल, तेव्हा तिने कोणताही खास शृंगार करू नये, फक्त स्वच्छता-टापटीप पाळावी. तिने अलंकार वापरू नयेत, फक्त तिचा प्रियकर जिवंत आहे, हे दर्शविणारा मंगल अलंकार (मंगळसूत्र) घालावा आणि एकच शिंपल्याची बांगडी घालावी. तिने प्रियकराच्या संगतीत उपभोगलेल्या क्षणांचे नेहमी स्मरण करावे, स्त्री-

भविष्यवेत्त्यांच्या भेटी घ्याव्यात, मध्यरात्री गावातील चौकात शुभशकुन पाहण्यासाठी जावे आणि सूर्य, चंद्र, अन्य तारे आणि नक्षत्रांचे निरीक्षण करावे. त्यांची शुभाशुभ फले पडताळावीत. जेव्हा तिला रात्री चांगले शुभ सूचक स्वप्न पडेल, तेव्हा तिने आपल्या मित्रमैत्रिणींना आणि नातेवाइकांना मी लवकरच माझ्या प्रियकराला भेटत आहे किंवा प्रियकराचा पुनर्मिलनाचा काळ आता जवळ आला आहे, असे सांगावे. परंतु जेव्हा अशुभ स्वप्न पडेल, तेव्हा तिने चिंताग्रस्त बनून देवतांना संतुष्ट करण्यासाठी समारंभ-विधी करावेत, म्हणजे कोणतीही अशुभ घटना प्रियकराबाबतीत घडणार नाही.''

''जेव्हा तो सुखरूपपणे परत येईल, तेव्हा तिने मन्मथ देवाचे आभार मानावेत. तसेच अन्य देवतांचे ॠण मान्य करावे. आपले इप्सित साध्य झाले म्हणून दानधर्म करावा.''

प्रियकराची पुन्हा भेट झाल्यानंतर प्रथम मन्मथ देवाची पूजा आणि इतर सर्व धार्मिक कृत्ये पार पाडावीत आणि नंतर कावळ्यांना सवडीने दाणे (खाऊ) घालावेत.

जेव्हा तिची अशी पूर्ण खातरी होईल की, तो तिला पूर्णत: आसक्त झालेला आहे, तिच्या कह्यात आलेला आहे, तेव्हा तिने असे म्हणावे की, ''मी मृत्यूनंतरही तुझीच प्रेयसी बनेन.'' प्रियकराचा पूर्ण विश्वास संपादण्यासाठी हे सर्व नाटक तिने अत्यंत काळजीपूर्वक करावे.

गणिकेच्या पूर्ण आहारी गेलेल्या प्रियकराची विशेष लक्षणे कामसूत्रात नमूद केलेली आहेत. ''जो प्रियकर तिला पूर्णत: आसक्त झाला आहे, तो गणिकेच्या सर्व कृत्यांवर पूर्ण विश्वास ठेवतो. तिने करावयाच्या प्रत्येक गोष्टीस संमती दर्शवितो, तिच्या सर्व इच्छा-आकांक्षा पूर्ण करतो, तिच्याविषयी कोणताही संशय घेत नाही आणि तिच्यापासून कोणत्याही धनाची अभिलाषा करीत नाही.''

वैशिक-अधिकरण या गणिकेच्या एकूण वर्तनासंबंधीच्या प्रकरणाच्या अखेरीस वात्स्यायन ॠषी म्हणतात की, ''या प्रकरणात मी जे-जे सांगितले, ते ॠषितुल्य दत्तकांच्या म्हणण्यानुसार सांगितले आहे. या व्यवसायात चाणाक्ष असलेल्या गणिकेला जर यात काही उणिवा वा दोष आढळले, तर तिने निरीक्षण करून इतर पुरुष कसे वागतात, याचा अनुभव घेऊन आपल्या वर्तनात सुधारणा वा निर्दोषता आणावी. तसेच पुरुषांच्या नैसर्गिक वृत्तीचा (स्वभावाचा) अभ्यास करून योग्य तो धडा घ्यावा.'' असा सल्ला देऊन झाल्यावर वात्स्यायनांनी एकूण स्त्री-जातीविषयक स्थूल अनुमान काढले आहे. ''स्त्रिया या लोभी असतात आणि स्त्री-आसक्ती ही भावनाच मुळात अत्यंत नाजूक व सूक्ष्म आहे. शिवाय स्त्रियांची कृती कसबी आणि उन्मार्गी (चुकीचा मार्ग दर्शविणारी) असते. कामशास्त्रात निपुण असलेले पुरुषसुद्धा काही वेळा त्यांच्या खऱ्या प्रेमाचा ठाव घेऊ शकत नाहीत, त्यांचे प्रेम योग्य प्रकारे

ओळखू शकत नाहीत. काही वेळा गणिका (स्त्रिया) आपल्या प्रियकराबद्दल वाजवी प्रेमासक्ती दर्शवितात, काही वेळा त्यांच्या मनात प्रियकराला खूश करण्याची इच्छा असते; तर काही वेळा त्याला त्या धुडकावून वा हाकलूनही बाहेर काढतात, काही वेळा त्या पुरुषांकडून त्यांच्याकडे असेल नसेल, ती सर्व संपत्ती लुबाडून घेतात. एकूण या व्यवसायातील गणिकांचा मूळ उद्देश धनलाभ हाच असतो.''

'शृंगार-हाट' हा गुप्तकालीन चार संस्कृत भाणांचा गुच्छ! यांतील प्रत्येक भागात गणिका आणि विट यांच्या वर्तनाविषयी त्यांनी समाजात कसे वागावे आणि पोशाख कसा करावा, याविषयी संवादांतून माहिती मिळते. विट तत्कालीन समाजाला या गणिकांच्या धंद्याविषयी तसेच त्यांच्या पोशाखाविषयी सांगतो, तद्वतच त्यांच्या लबाडपणाच्या गोष्टी निवेदन करतो. एके ठिकाणी विट म्हणतो, ''मित्रहो, गणिकेत फार गुंतून राहू नका. गणिकांच्या संगतीचे सुख तर घ्यायला हवेच, पण त्यांच्यावर कधी कुणी विश्वास ठेवू नये. त्यांची मने तुमच्या-आमच्या सारखी नसतात, त्या तुमच्यावर प्रेम करतील, तुम्हाला बिलगतील, नाना विभ्रमांनी तुमचे लाड करतील, पण एकदा का तुमचे सर्वस्व धुतले गेले की, तुम्हाला लाथ मारतील आणि दुसऱ्याला जवळ करतील. आत्मा जेवढ्या सहजपणे देह बदलत असतो, तितक्याच सहजपणे या गणिका प्रियकर बदलत असतात. म्हणून मित्रहो, सावध राहा!'' दुसऱ्या एका भाणात विट माधवसेना नावाच्या सुस्वरूप गणिकेला पाहून म्हणतो, ''तिचा चेहरा अजून टवटवीत आहे, वेणीमधील एक फूलही उस्कटलेले नाही. ओठांना लावलेला रंग चुंबनांनी आणि चाव्यांनी ढळलेला नाही. कुशींना लावलेले चंदन कुणीही अद्याप आलिंगन न दिल्यामुळे अजून ढळलेले नाही. कौशल्याने शरीररेखा स्पष्ट करील अशी बांधलेली मेखला अस्ताव्यस्त झालेली नाही.'' यावरून तत्कालीन गणिका कशा नटून-थटून वावरत असत याची कल्पना येते. त्यांच्या नीटनेटक्या वेशभूषेबद्दल अनेकांनी लिहिले आहे. अशा या वेषभूषेतील माधवसेना एका कुरूप पुरुषाला चुकवून पुढे जाते. तेव्हा तिला उद्देशून विट म्हणतो, ''पोरी, तू गिऱ्हाईक कुरूप आहे म्हणून पळून आलीस, हे योग्य केले नाहीस. गणिकेने असे वागावयाचे नसते. धनवान मनुष्य कुरूप असला तरी त्याला गणिकेने सुख हे द्यावयालाच पाहिजे. समोर धन घेऊन बसलेला पुरुष अप्रिय असला, तरी गणिकेने त्याच्यावर जीव ओवाळण्याचे आणि प्रेमाचे नाटक केलेच पाहिजे. प्रेमाचे ढोंग करून त्याला वश केले पाहिले. धन कमविणे हा गणिकेच्या प्रीतीचा एकमेव हेतू हवा. शृंगाराचे सुख भोगणे हा असता कामा नये.''

गणिकांची वेशभूषा, सौंदर्यप्रसाधनं

प्राचीन भारतीय साहित्यातील गणिकांची वर्णने वाचल्यानंतर त्यांच्या वर्तन-प्रशिक्षणाबरोबरच त्यांची वेशभूषा, पोषाख, दागदागिने, केशभूषा, अंगविलेपन, सौंदर्य-प्रसाधन, मद्यपान इत्यादींविषयी काही माहिती मिळते आणि तत्कालीन सामाजिक, आर्थिक व सांस्कृतिक जीवन त्या वेळी कसे होते, याची कल्पना येते, तसेच त्या काळी अंगविलेपनासाठी कोणती द्रव्ये वा साधने वापरात होती, याचीही माहिती मिळते. गणिका आपण अधिक आकर्षक, अधिकतर तरुण आणि सुंदर दिसावे, म्हणून सतत प्रयत्नशील असल्याचे अनेक दाखले मिळतात; कारण तरुणांना आपल्या मोहपाशात अडकविण्यासाठी त्यांना आकर्षक व्यक्तिमत्त्व ही बाब आवश्यक होती. किंबहुना या व्यवसायासाठी सुंदरता, बांधेसूद अंगकाठी, आनंदी आणि खिलाडू वृत्ती आणि प्रेमाचे नाटक वठविण्यासाठी भपकेबाज वेशभूषा आणि अलंकरण हे गणिकांचे भांडवल होते. नव्हे, या गोष्टींना त्यांच्या जीवनात अनन्यसाधारण महत्त्व असे.

त्यांचा पोषाख तत्कालीन अद्ययावत फॅशनप्रमाणे श्रीमंती थाटाचा व तलम-रेशमी वस्त्रांचा असे. यांकरिता त्या रंगीबेरंगी जरतारी वा रेशमी साड्या नेसत. त्यावर कशिदाकामही केलेले असे. बाणभट्टाच्या कादंबरीत तसेच ललितविस्तारात अनुक्रमे इंद्रधनुष्याच्या रंगाच्या साड्या आणि रंगीत वस्त्रांचा उल्लेख आढळतो. चायना सिल्क (चीन : अंशुकम), चीट, पाटलित वस्त्र, विचित्र इत्यादी प्रकार त्या वेळी गणिकांमध्ये लोकप्रिय असल्याचे उल्लेख मिळतात. अजिंठा गुंफांतील भित्तिचित्रांतील स्त्री-प्रतिमांवरून असे दिसते की, स्त्रिया सामान्यत: उत्तरीय-कंचुकी वा चोळी वापरीत नसाव्यात. वात्स्यायनाच्या कामसूत्रातही एके ठिकाणी असे म्हटले आहे की, ''जेव्हा एखादा नवखा पुरुष दुरून तरुण युवतीच्या स्तनद्वयांवरील नखांचे व्रण (नखक्षत) पाहत असे, तेव्हा तो आदराने दुसऱ्या बाजूने जात असे.'' याचा अर्थच मुळी असा की ती विवाहित स्त्री असावी, म्हणून त्याबद्दल तो आदर व स्त्रीदाक्षिण्य आपल्या कृतीने व्यक्त करी. परंतु पुढे-पुढे हळूहळू स्तनाग्रे आणि उरोज उघडे ठेवण्याची प्रथा संपुष्टात आली असावी आणि शाल, शेला, ओढणी वा कंचुकी

यांचा वापर उत्तरीयासारखा करण्यात येऊ लागला. बाणभट्टाच्या कादंबरीतच पोपटाच्या रंगाचे उत्तरीय नायिकेने वापरल्याचा उल्लेख येतो. यावरून गुप्तकाळाच्या अखेरच्या दिवसात उत्तरीय वापरण्याची प्रथा स्त्री-वर्गात प्रचारात आली असावी, असे दिसते. कारण त्यानंतरच्या मंदिर शिल्पांतील सुरसुंदरीच्या, यक्षींच्या शिल्पांकनात कंचुकीचे शिल्पांकन आढळते. एवढेच नव्हे, तर काही सुरसुंदरीच्या अंबाड्याखाली (जिथे अशा मूर्तींचे शिर वा मुख वळलेले आहे.) कंचुकीची गाठही शिल्पकाराने कौशल्यपूर्णरीत्या खोदलेली पाहावयास सापडते. यांतूनच काही स्त्रिया साडीऐवजी अंगाबरोबर पायजमा किंवा पंजाबी पद्धतीप्रमाणे पायघोळ झगा घातलेल्या वा घागरा, सलवार परिधान केलेल्या दिसतात. बहुतेक गणिकांचे केस लांबसडक असून त्या वेणी वा अंबाडा घालीत असत. शिल्पांतील सुरसुंदरीच्या केशभूषा विभिन्न प्रकारच्या असून त्यांत पोनीटेल ही आधुनिक केशभूषाही दृग्गोचर होते. केसात त्या-त्या ऋतुमानाप्रमाणे गणिका सुवासिक फुलांचा गजरा वा माला वा वेणी घालीत. त्यांच्या बहुविध अलंकारांचे उल्लेख काव्य-नाट्यादी तत्कालीन ललितसाहित्यातून मिळतात. सामान्यतः ताडंक, दन्तपत्र आणि कुंडले वा कर्णफुले हे त्यांचे कानांतील प्रमुख अलंकार असून त्या गळ्यात मोत्यांच्या माळा, रत्नांच्या माळा आणि फुलांचे हार घालीत. वलय, कंकण आणि केयूर हे त्यांचे हातातील अलंकार होत. पायात बहुतेक सर्व गणिका नूपुर वा पैंजण घालीत. नुपूरांचा मधुर स्वर त्यांच्या उत्फुल्ल यौवनाशी एकरूप झालेला असे. गणिकेच्या आर्थिक परिस्थितीप्रमाणे त्यांच्या अलंकारांचे वैविध्य असे. वसंतसेनेसारख्या गणिकेकडे अत्यंत मूल्यवान असे रत्नजडित बहुविध अलंकार असल्याचा उल्लेख मृच्छकटिकात येतो.

अंगविलेपनासाठी त्या वेळी अनेक आयुर्वेदिक द्रव्यांचा उपयोग गणिका करीत असत. त्यांना आपण तरुण व आकर्षक दिसावे, असे नेहमी वाटे. सौंदर्य-प्रसाधनासाठी त्या अनेक कृत्रिम साधने वापरीत, असा कामसूत्रात उल्लेख मिळतो. गणिकांना अनेक दंतमंजनांची तसेच दात सुशोभित दिसावेत, अशा द्रव्यांची माहिती होती. भरताच्या नाट्यशास्त्रात मोत्याप्रमाणे शुभ्र दातांचे वर्णन आढळते. काही गणिका दात रंगवून घेत. डोळ्यांत काजळ घालण्याची प्रथा पूर्वापार चालत आलेली असून ओठ आरक्तकाने रंगवीत. मध्ययुगीन मंदिरशिल्पांतून काजळ घालणाऱ्या सुरसुंदरींची अनेक संभ्रम-विभ्रम अवस्थेतील शिल्पे आढळतात. याशिवाय पान किंवा विडा खाऊन ओठ आरक्त ठेवण्याची प्रथा होतीच. याचा उल्लेख अब्दुल रझाक याने आपल्या विजयानगर भेटीनंतर लिहिलेल्या ग्रंथात केला आहे. लाखेपासून केलेल्या रंगाने तळपाय रंगवीत. शिवाय हाता-पायांवर मेंदी काढण्याचीही पद्धत रूढ होतीच. सर्व शरीर हळदीने माखून नंतर उष्णोदकाने स्नान केल्यामुळे गौरवर्ण वा कांती प्राप्त होते, या कल्पनेने सर्वांगाला हळद लावण्याची पद्धत प्रचारात होती.

'उव सग्गदाओ' या जैन ग्रंथात तोंडाला लावण्याच्या सुगंधी भुकटीचा (पावडर) उल्लेख असून कालिदासाने मेघदूत काव्यात लोध्राच्या फुलांचा अशा प्रकारची भुकटी करण्यासाठी उपयोग होत असल्याचे म्हटले आहे. याशिवाय चंदनाची भुकटी वा लेप तोंडाला आणि स्तनांना, उरोजावर लावण्याची पद्धत होती. बृहत्संहितेत गंधयुक्ती असे एक स्वतंत्र प्रकरण द्रव्यांवर आहे. यातून कापूराचा उपयोग स्तनांवर सुगंधी द्रव्य म्हणून करण्यात येई. शरीरावरील गुप्त ठिकाणचे केस काढून टाकण्यासाठी त्या वेळी काही खास औषधे वा द्रव्ये होती. अशा केस नष्ट करण्याच्या औषधांचा उल्लेख तत्कालीन आयुर्वेदावरील ग्रंथांत तसेच कुचिमरातंत्रांत आणि वात्स्यायनांच्या कामसूत्रात आढळतो. वात्स्यायनांनी हे द्रव्य वा औषध कसे बनवावे, याविषयी काही सूचना दिलेल्या आहेत. ते म्हणतात, "शंखभस्मात हरिताल म्हणजे सोमलाची पिवळसर गंधयुक्त भुकटी मिसळून केळीच्या खुंटातील रसात ती कालवून एकरूप करावी आणि त्यापासून खळ तयार करावी व ती केसांच्या मुळाशी चोळावी. म्हणजे काही वेळात येथील केस आपोआप गळून पडतील." प्राचीन गणिका केसांना कलप लावीत. कामसूत्रातील 'नगरसर्वस्वम्' या प्रकरणात कलप कसा करावा, याचे वर्णन आहे. सुगंधित तेल व उटणी यांचा उपयोग शरीराला लावण्यासाठी सररास केला जात असे. कामसूत्रातच 'फेनक' नावाच्या द्रव्याचा उल्लेख असून त्याचा स्नानाच्या वेळी साबणासारखा उपयोग केला जात असे. केशर, कस्तुरी, चंदन, कापूर, शिलाजित इत्यादींचा सुंगधी द्रव्ये करण्यासाठी उपयोग करण्यात येत असे आणि सर्वांगावर ही सुगंधित व सुवासिक द्रव्ये शिंपडण्याची प्रथा होती. गणिका विशेषत: वसंत ऋतूत व त्यानंतरच्या ग्रीष्मात स्तनांवर चंदनाचा लेप देत असत आणि अंगालाही चंदन लावीत. त्यामुळे दाह कमी होतो, अशी त्यांची व तत्कालीन लेखकांची कल्पना होती. चंदन, कापूर यांबरोबरच लोध्राच्या फुलांतील परागापासून बनविलेली भुकटी आणि कुंकुम यांचाही अशा प्रकारे उपयोग करण्यात येत असे. तत्संबंधीही अनेक उल्लेख मिळतात.

महाभारत आणि अन्य काही धर्मग्रंथ मद्यपानास विरोध दर्शवितात; तथापि मनुस्मृतीत आचारधर्माची जी काही तत्त्वे सांगितली आहेत, त्यांत मांसभक्षण, मद्यपान आणि मैथुन यांच्या सेवनात कोणत्याही प्रकारचे पाप वा दोष नाही. कारण त्या देहधारणेच्या एकूण प्रवृत्तीच्या अंतर्गत असतात.

याविषयी मनु म्हणतो :

त मांसभक्षेण दोषा: न मद्ये न च मैथुने ।
प्रवृत्तिरेषा भूतांना निवृत्तिस्तु महाकला।।

मनु:स्मृति ५/५६

मनुष्यांच्या जीवनाची धर्म, अर्थ आणि काम ही प्रमुख उद्दिष्टे होत. त्यांचा समतोल ज्या आचारपद्धतीने साधेल, तीच आचारपद्धती मनुस्मृतीत चित्रित केली आहे. गणिकांवरील स्वतंत्र ग्रंथांतून प्रसंगोपात् विशेषत: समारंभाच्या वेळी सौम्य मद्यपानास अनुमती होती. गणिकांच्या मद्यपानाचे काही पुरातत्त्वीय अवशेष उपलब्ध झाले असून मथुराशैलीतील एका शिल्पात मद्यपान करून बेहोश झालेल्या एका गणिकचे शिल्प दिल्लीच्या राष्ट्रीय वस्तुसंग्रहालयात आहे. त्यात एका बाजूला शकार, वसंतसेना या गणिकेचा पाठलाग करीत असून मागील बाजूस तोल गेलेल्या एका गणिकेला तिच्या दासी उभे करण्याचा प्रयत्न करीत असतानाचे दृश्य खोदले आहे. कदाचित वसंतसेनेच्या महालातील सहाव्या प्रकोष्टकातील समापानकाचे ते दृश्य असावे. कामण्डक 'नीतिसारा'त म्हणतो, "शिक्षित पुरुषाने गणिकेबरोबर समागम करून नंतर माफक प्रमाणात मद्यपान करावे." (नीतिसार-१५.६६) गणिकांच्या सान्निध्यात मद्यपानाचा आनंद लुटण्याच्या प्राचीन प्रथेचा वात्स्यायन महर्षींनीसुद्धा कामसूत्रात उल्लेख केलेला आढळतो. वात्स्यायन म्हणतात की, "गणिका आणि त्यांचे प्रियकर यांनी परस्परांच्या घरांत आसव, मधु, ऐरेय, सार अशा प्रकारचे कडवट चव असलेले सौम्य मद्य घ्यावे; परंतु प्रथम पुरुषांनी गणिकांना मद्यप्राशन करण्यास आग्रह करावा आणि नंतर त्यांनी मद्यपान करावे." मृच्छकटिक नाटकात शूद्रकाने वसंतसेनेच्या प्रशस्त प्रासादाचे तपशीलवार वर्णन केले आहे. त्यातील सहाव्या चौकाच्या वर्णनात त्याने तत्कालीन कारागीर रत्नांची पारख करून सोन्या-रुप्याचे दागिने घडवीत असल्याचे सांगितले आहे. तसेच काही सेवक केशर, कस्तुरी, चंदन ही सुगंधी द्रव्ये वाटून त्यांची उटणी, लेप तयार करण्यात गर्क असल्याचे वर्णन आढळते. त्याच चौकात प्रियकरांना गणिका सकर्पूर विडे देत असून काही गणिका प्रियकरांसमवेत मद्यपान करीत असल्याचे वर्णन आहे. मद्यपानासोबत गणिकांच्या हसण्या-खिदळण्याला रंग चढलेला होता आणि गणिकांनी पिऊन उष्टावलेली मदिरा उच्चभ्रू धनवान तरुण अत्यंत उल्हासित होऊन आनंदाने पीत होते. 'चतुर्भाणी' ग्रंथातील भाणांतूनही मद्यपानाविषयी काही उल्लेख मिळतात. एका भाणात मैत्रेय विट म्हणतो, "गणिका आणि कामुक यांना सकर्पूर ताम्बुल दिला जात आहे. त्यांच्याकडे कटाक्षपूर्वक पाहिले जात आहे. हास्यविनोद चालू आहे. अनवरत सित्कारपूर्ण मदिरापान चालू आहे. हे चेट, या चेटिका, हे आणखी इतर लोक गणिकांनी चषकांमध्ये अवशिष्ट ठेवलेले मद्य पीत आहेत. वा! पुढे चला!" श्रीहर्षाच्या रतनावलीचा प्रयोग वाराणसीतील गणिकांना विशेष प्रिय होता; कारण त्यात नृत्य, गायन, हास्यविनोद यांबरोबर पानयुक्त मनोरम वातावरण या गोष्टी आहेत. शूद्रकाने 'पद्मप्राभृतक' या भाणात पहिले दर्शन घडविले आहे, ते मद्यपानाच्या आनंदात मग्न असलेल्या गणिकांचे आणि त्यांच्या प्रियकरांचे! या

विवेचनावरून आनंदी आणि अनुपम अशा या सुस्वरूप गणिका तनुविक्रय करणाऱ्या शहरातील अन्य वेश्यांहून अगदी भिन्न होत्या. त्यांचा पोशाख, दागिने आणि राहणीमान प्रतिष्ठित उच्चभ्रू लोकांप्रमाणे उच्च प्रतीचे होते आणि त्यांचे प्रियकरही समाजातील श्रेष्ठिपुत्र, युवराज, वणिकपुत्र, धनिक अशा संपन्न घराण्यांतील प्रसिद्ध तरुण असत.

'विट'

गणिका संस्थेत विट आणि गणिकामाता यांचे स्थान अनन्यसाधारण होते. किंबहुना गणिकेच्या व्यवसायाचे हे दोन पूर्ण आधारस्तभंच! दोघेही ऐन तारुण्यात संभोगसुख उपभोगून संतृप्त झालेले आणि उतारवयात शारीरिक-आर्थिक दृष्ट्या हतबल झाल्यामुळे पोटासाठी गणिकांच्या आश्रयाला आलेले; तथापि गणिकेच्या एकूण व्यवसायावर या दोन धूर्त व्यक्तींचे नियंत्रण मात्र होते. विट आणि गणिकामाता यांच्या व्यवहाराची-उचापतींची सविस्तर माहिती वात्स्यायनाचे 'कामसूत्र', 'कौटिलीय अर्थशास्त्र', दंडीचे 'दशकुमारचरित', दामोदर-गुप्ताचे 'कुट्टनीमतम्, क्षेमेंद्राचे 'समयमातृका', भोजदेवाचे 'सरस्वतीकंठाभरण' व 'शृंगारमंजरीकथा' इत्यादी ग्रंथांतून मिळते. यांतील विट व गणिकामातेचे जीवनचित्रण काही वास्तव, तर काही कल्पित असे आहे.

विट हा मूळ संस्कृत शब्द असून त्याची व्युत्पत्ती अमरकोशात दिली नाही, मात्र या शब्दाचे लिंग-पुल्लिंग यात निर्देषिले आहे. राजाचा मित्र, रंगेल मनुष्य असा त्याचा अर्थ संस्कृत व मराठी कोषांत (दाते-कर्वे) दिला आहे; तथापि या शब्दाची फोड 'शब्दकल्पद्रुम' आणि 'वाचस्पत्यम्' कोशांत दिली असून, 'शृंगाररस नायकानुचाराप्रमाणे संपत्तीचा भोग न घेणारा किंवा जो आपल्या पैशाचा वापर कधी करीत नाही, असे नाटकातील धूर्त व लबाड पात्र,' असा अर्थ दिला आहे. कोणत्याही कार्याचे अर्धवट फळ जाणणारा, वेशवस्तीतील व्यवहारात कुशल, गोड बोलणारा, वक्ता, सभेमध्ये बहुमान मिळविलेला असा धूर्त, असे 'वाचस्पत्यम्'मध्ये त्याचे वर्णन केले आहे; तर 'शब्दकल्पद्रुमात' वेटतीति। विट+क: असे त्याचे रूप दिले असून कामुकानुचर:। धूर्त:। असा त्याचा अर्थ दिला आहे.

भरताने 'नाट्यशास्त्रात' विटाविषयी म्हटले आहे की, गणिकांच्या सर्व व्यवहारांचे -मार्गांचे त्यास इत्यंभूत ज्ञान असल्यामुळे त्यांच्या मनांत विटाविषयी नेहमी एक भीतीचे सावट असे.

तो म्हणतो –

वेश्योपचारकुशलो मधुरो दक्षिणः कविः।
ऊहापोहक्षमो वाग्मी चतुरश्च विटो भवेत् ॥
भरत नाट्यशास्त्र / २४.१०४

क्षेमेंद्राने समयमातृकात विट ही व्यक्ती गुणहीन व सदोषयुक्त असून कृष्णकारस्थानात मशगूल असे, असे म्हटले आहे –

क्षीणाय गुणहीनाय सदोषाय कलाभृते।
विटाय कृष्णपक्षेन्दुकुटिलाय नमो नमः ॥

मात्र भोजदेव 'सरस्वतीकंठाभरण' ग्रंथात त्यास गुणवान म्हणतो आणि त्याचे वर्णन – मान्यः कलत्रवान भुक्तविभवो गुणवान विट : असे करतो.

सरस्वतीकंठाभरण / प्रकरण ५-१७०

भोज आणि वात्स्यायन या दोघांचे विटाविषयीचे म्हणणे सारखेच आहे; कारण कामसूत्रात वात्स्यायनही त्याचे वर्णन याप्रमाणे करतो : "भुक्तविभवस्तु गुण वान्सकलत्रो वेशे गोष्ट्यां च बहुमतस्तदुपजीवी च विटः।" भानुदत्त 'रसमंजरी'त त्याला कामतन्त्रकलाकोविद विटः। म्हणून कामतंत्रकलेतील त्याच्या गुणांचे कौतुक करतो, तर रुद्रट 'शृंगारतिलक' ग्रंथात त्याचे एकविद्यो विटः। एका विद्येत तज्ज्ञ असे करतो. अकबरशाह सर्व विद्यांत पारंगत असलेला पुरुष म्हणून त्याची ख्याती शृंगारमंजरीत सांगतो.

सकल विद्यापारङ्गमो विटः।

वयस्य, अनुचर, धूर्त आणि डिंडिक हे विटाप्रमाणेच गणिका संस्थेत वावरणारे अन्य पुरुष! मात्र वयस्य आणि अनुचर हे गणिकेच्या वयस्य आणि अनुचरा या सेविकांप्रमाणे प्रियकराचे मित्र असून अनुचर हा प्रियकरापेक्षा थोडा कमी पण विद्वान आहे; धूर्त हा मात्र ढोंगी, विषयासक्त आणि लबाड असून तो गणिका आणि प्रियकर या दोघांनाही बनवितो. अर्थात विटाची तुलना अनेकदा धूर्त आणि डिंडिक यांबरोबरही केली जाते. गणिकेची शेजारीण म्हणून प्रतिवेशिनीचा उल्लेख येतो. ही अत्यंत विश्वासू स्त्री असून गणिकेसाठी विट, प्रियकर यांच्यशी सौहार्दपूर्ण संवाद साधते. तिच्या कल्याणार्थ ती काहीही करण्यास तयार असते. प्रसंगोपात् हे सर्वजण दूत वा दूतीचेही काम करतात.

यावरून विट हा हुशार, प्रसंगानुसार पडेल ते काम करण्यास राजी असलेला आणि गुणदोषांचा मिलाफ झालेला, सर्व कलांत पारंगत असलेला एक मध्यस्थ होता.

विट हा धूर्तपणाने विषयासक्त धनवान लोकांशी मैत्री संपादून त्यांना स्त्रीविलासास उद्युक्त करणारा आणि परिणामतः गणिकांच्या व्यवसायास पूर्ण सहकार्य देणारा एक

मध्यस्थ असावा. कामसूत्रातील नागरकाच्या वर्णनावरून श्रीमंत लोक आपल्या पदरी विट, पीठमर्द, चेट अशांना जवळ बाळगीत असत. संस्कृत नाटकातील नायकाजवळ विनोद आणि क्रीडा यांत सहाय्य करणारे तीन प्रकारचे नर्मसचिव असत. ते म्हणजे पीठमर्द, विट आणि विदूषक. नर्मसचिवांच्या अंगी मसलत गुप्त ठेवून प्रणयात रागावलेल्या स्त्रीची मनधरणी करण्याचे चातुर्य हे गुण पाहिजेत. पीठमर्द हा नायक आणि नायिका यांच्या नेहमी बरोबर असे. नर्मसचिवाच्या लक्षणांविषयी 'शृंगारतिलक' आणि 'अग्निपुराण' यांत चर्चा असून विटाची तुलना पीठमर्द व विदूषक यांच्याबरोबर केली आहे ती अशी :

गूढमन्त्र शुचिर्वाग्मी भक्तो नर्मविचक्षण:
स्यान्नर्मसचिवस्तस्य कुपितस्त्रीप्रसादक:।
पीठमर्दो विटश्चापि विदूषक इति त्रिधा।
स भवेत् प्रथमस्तत्र नायिकानायकानुराग:।।

(रुद्रभट्ट-शृंगारतिलक १.२९-३१)

तर अग्निपुराणात म्हटले आहे :

पीठमर्दो विटश्चैव विदूषक इति त्रय:।
शृंगारे नर्मसचिविवा नायक स्यानुनायका:।।
पीठमर्दो सम्भलक: श्रीमांसद्देशजो विट:।
विदूषको वैहसिकस्त्वष्ट नायकनायिका:।।

(अग्निपुराण-अध्याय ३३९ श्लोक ३९-४०)

शृंगारातील नायकाचे सहाय्यक म्हणून साहित्यदर्पणात विश्वनाथाने विट, चेट यांचा उल्लेख केला आहे (साहित्यदर्पण ३.४०,४२). गणिका आणि सधन प्रियकर नागरिक यांचे निरोप एकमेकांस पोहचविणे, हे विटाचे प्रमुख काम असून तो धूर्त, कलाकुशल, स्वभावाने अतिशय गोड आणि लोकांस आवडणारा असा असे. शूद्रकाच्या 'मृच्छकटिकात' शकार आणि वसंतसेना या दोघांचेही स्वतंत्र विट आहेत. ते मोठे कल्पनाकुशल आणि विद्वान दिसतात. मात्र चेट हे नीच पात्र असून, तो साधा सेवक असतो. असाच चेट-विटांचा अढळ हर्षाच्या 'नागानंदा' नाटकात आहे. यातील विट मद्यपी असून नवमालिका ही त्याची प्रेयसी आहे. पीठमर्द आणि पीठमर्दिका हे नायक-नायिकांच्या प्रेमप्रकरणातील उत्तम प्रतीचे सहाय्यक होत. दूत व दूती यांमध्ये निसृष्टार्थ (स्वबुद्धीने काम करणारा), मितार्थ (मध्यम प्रतीचा) व संदेशहारक (सांगकाम्या) असे आणखी काही प्रकारही आढळतात.

वेशवस्ती हे गणिकांचे वसतिस्थान आहे. प्राचीन भारतातील तत्कालीन समाजरचनेचे

व विशेषत: त्यातील वेश-संस्कृतीचे सर्वांगपूर्ण चित्र चतुर्भाणीमध्ये दाखविले आहे. याच्या जागेबद्दल काही विशिष्ट संकेत साहित्यातून मिळत नाहीत. मात्र काही शिलालेखांतून त्यांची वसती मंदिराशेजारीही असल्याचे दाखले मिळतात. या दृष्टीने शिलाहार वंशातील गंडरादित्य (बारावे शतक) याचा कोल्हापूरच्या शेषशायी मंदिरातील शिलालेख उल्लेखनीय आहे. प्राचीन साहित्यातील भाणांतून विट या व्यक्तीची सम्यक चर्चा आढळते. उभयाभिसारिका (वरुची) आणि पद्मप्राभृतक (शूद्रक) हे भाण विशेषत: विटांचा संपूर्ण व्यवसाय व कार्यपद्धती वर्णन करणारे आहेत. इतर भाणांपैकी वामन भट्टबाणाने (इ.स. १४००) 'शृंगारभूषण' नावाचा भाण रचला आहे. तसेच काशीपती कविराजाचा मुकुंदानंद भाण हाही प्रसिद्ध आहे. चतुर्भाणी म्हणून चार भाण गुप्तकालाच्या अखेरच्या काळात (इ.स. पाचवे शतक) रचण्यात आले. वेशवसतीत वारांगनांना आपली जाहिरात करणारे व संपन्न गिऱ्हाइके गाठून देणारे दलाल पाहिजे असतात. या दलालांना, मध्यस्थांना विट ही समर्पक संज्ञा प्राचीन साहित्यकारांनी विशेषत: भाणांनी दिली आहे.

भाण हे एकपात्री नाट्य असून त्यांची गुंफण वेशवस्तीत वावरणाऱ्या गणिका, कुलटा, कुम्भदासी, स्वैरिणी, रूपाजीवा यांच्या उच्छृंखल-प्रच्छन्न जीवनाभोवती केलेली आहे. त्यामुळे वेश या कल्पनेच्या पोटातच विट ही कल्पना समाविष्ट होते. विट चतुर, बोलका आणि ऊहापोहक्षम असतो. नटणारा, शृंगारात रमणारा, प्रसंगानुसार मद्यपान करणारा, ज्ञानी व शहाणा असतो; परंतु हे गुण असूनही त्याने भोगविलासात आपली सर्व संपत्ती उडविलेली असते आणि कफल्लक झाल्यामुळे उतारवयात चरितार्थासाठी त्याची ही धडपड चालू असते. अशाप्रकारे जी विटांची वर्णने आढळतात, त्यावरून या संकल्पनेची पूर्ण कल्पना येत नाही; तथापि विट हा संधिविग्रहक असतो, हे त्याचे खरे लक्षण होय. सधन पुरुष गाठून अशी गिऱ्हाइके आणून दिल्याबद्दल गणिकांकडून त्याला जी बिदागी मिळत असे, त्यावर त्याचे प्रामुख्याने पोट चाले. काही गणिकांनी आपल्या पदरी विटांना नोकरीत ठेवलेले उल्लेख आढळतात. अशा विटांना त्यांच्या कामाचा मेहनताना तर द्यावाच लागे. याशिवाय यातील जे काही तरुण वा प्रौढ असत, त्यांना भोगही द्यावा लागे. विट हा जसा मध्यस्थ वा दलाल असे, तसा तो गुंडही असावा लागे; कारण या व्यवसायात एखादी गणिका पटकावायाची म्हणजे साहजिकच दुसऱ्या विटाशी संघर्ष हा अपरिहार्यच असे. शिवाय गणिकांच्या विळख्यातून आपल्या धनिक पुरुषाला सोडवून आणणे, हेही काम त्यास करावे लागे. कलप, अत्तर, उत्तम, कपडे, फुले, मद्य या उपभोगांची आवड असणारा, किंबहुना त्यांतील गम्य जाणणारा असा विट असे. त्यामुळे विट हा वेशवस्तीशी संलग्न वास्तव समाजाचा एक भाग आहे. विट हा नेहमी उतारवयाचाच दाखविणे, हा कदाचित प्राचीन कवींनी अवलंबलेला

एक नाट्यसंकेत असावा. वास्तवातील विट हा कोणत्याही प्रौढ वयोगटातील असावा आणि विट या वर्गातील बहुतेक पुरुष हे गणिक संघातील पुरुष म्हणून जन्मलेले लोक असत. त्यांचे गणिकांशी काही नातेसंबंध असतील, तर त्यांचा स्पष्ट उल्लेख मात्र वाङ्मयात कुठेही सहसा आढळत नाही. विट हा आपल्या पोशिंद्या गणिकेसाठी गिऱ्हाइके शोधून वा फोडून आणी. गिऱ्हाइके गाठणे या कल्पनेतच इतरांची गिऱ्हाइके फोडणे, ही कल्पना अभिप्रेत आहे. त्यामुळे साहजिकच एका गणिकेची स्तुती वा प्रचार करताना दुसऱ्या गणिकेची निंदा ही स्वाभाविक बाब असे. याकरिता विट हा सफाईने खोटे बोलणारा, थापा मारणारा आणि प्रसंगोपात् वेळ निभावून नेणारा असा धूर्त नट आहे. शहरातील बहुतेक गणिकांशी विटांची ओळख असे आणि ती टिकविण्याचा व वाढविण्याचा प्रयत्न त्यांच्याकडून होत असे. फराळ, जेवण, मद्य, कपडेलत्ते, फुकट भोग आणि बिदागी या सर्वांसाठी सर्व गणिकांशी विनोद करणे, हसून-खेळीमेळीने त्यांच्याशी सतत संपर्क ठेवणे, हे त्याचे महत्त्वाचे काम. गणिकांनाही विटांची गरज असे. विट म्हणजे फुकट भोग हे जाणूनही विटांशी मैत्री करणे त्यांना आवश्यक असे; कारण त्यांना इतरांच्या गुंडगिरीपासून संरक्षण करणारा कोणीतरी हवा असे आणि दुसऱ्या विटापासून रक्षण करण्यासाठी व गिऱ्हाइकाचा शोध घेण्यासाठी परपुरुषाची गरज भासे. तात्पर्य विटांची गणिकामैत्री व गणिकांची विटमैत्री या दोन्ही परस्परांच्या हिताच्या दृष्टीने गरजेच्या बाबी असत; तथापि ही दृढ मैत्री नसे. हा व्यवहार होता आणि या व्यवहारातला वेशवसतीतील मैत्रीचा आधार असे. वात्स्यायनांनी एक व्यवसाय म्हणूनच विटाकडे दृष्टिक्षेप टाकला आहे. तो वेशवसतीतील वास्तव जीवनाचा एक भाग आहे. प्रतिष्ठितांची प्रेमप्रकरणे हाताळणे व प्रसंगी त्यांना कुलीन कन्या पत्नी म्हणून गाठून देणे, ही कामे तत्कालीन विदूषकाची असत. क्वचित गणिकांकडे दौत्य करणे, हेही विदूषकाचे काम असे आणि हेच काम करीत असताना वेशवसतीत वावरणे हे विटाचे काम असे. मात्र विदूषक हा राजाचा आश्रित असे. विदूषक आणि विट यांतील पडदा अगदी विरविरित आहे. विट जगतो तो गणिकांकडून मिळणाऱ्या कमाईवर. धनिक गिऱ्हाइकांकडून त्यास होणारी कमाई त्या मानाने कमी असे. विट कुणाही एकाचा क्वचित आश्रित असे; मात्र अनेक वेळा तो सधन गणिकांच्या सेवेत असलेला आढळतो. विट या गटातीलच पीठमर्द असून ते गरीब कुटुंबातील, पण ललितकलांत पारंगत झालेले असत. ते पोटासाठी शहरात नोकरीनिमित्त येत. ते गणिकांना नृत्यसंगीतादी कला शिकविण्याचे काम पत्करीत. त्यांना स्वतःचा संसार, पत्नी, मूलबाळ वगैरे काही नसे. 'मालतीमाधव' नाटकात विदूषक नसला तरी नायकाचा सहचर म्हणून पीठमर्द आहे.

नाटकांतील वा भाणांतील विटाचा विनोद, उपहास आणि उपरोध यांनी

भरलेला आहे. सफाईने खोटे बोलणे, दंभ उघडा करणे हे विटाचे काम आहे. प्रेमाच्या नाटकामुळे फसलेले मूर्ख पुरुष गणिकामातेला दोष देतात आणि प्रेयसीसाठी मात्र झुरतात. विटाचे म्हणणे असे आहे की, सर्व क्रूर कामे स्वत: करून जबाबदारी ढकलणाऱ्या राजांप्रमाणे या गणिका आहेत. सबंध भाणांत वा नाटकांत विट हे सतत गणिकांचा द्रव्यलोभीपणा आणि खोटारडेपणा यांविषयी बोलतात, पण हे त्यांचे बोलणे अनेकदा स्वगत असते. या ढोंगी जगात लबाडी करीतच आपण जगतो, याचे पूर्ण भान विटांना आहे. वासनेची ऊर्मी असणारे सधन, विलासी, कामुक लोक आणि तारुण्य व धंद्याची लालसा असणाऱ्या गणिका यांच्यात आपण केवळ निमित्तमात्र आहोत, हे आपले स्थान जाणणे व त्याचा उदरनिर्वाहासाठी चपखल उपयोग करणे, यासाठी आवश्यक तो लोचटपणा, निर्लज्जपणा व धूर्तपणा हे विटांचे खरे भांडवल असते. कलह झालेल्या दोन कामुक व्यक्तींत मध्यस्थी करताना, एकाच गिऱ्हाइकाला दोन गणिका बहिणी गाठून देताना विट सारे श्रेय ऋतूला, कामदेवाला आणि तारुण्याला देतो. तो स्वत:विषयी भ्रमात नसतो.

नरहर कुरुंदकर, साधल्यांच्या 'चतुर्भाणी बावन्नखणी' या पुस्तकाच्या प्रस्तावनेत विटांसंबंधी म्हणतात, 'विटांना वर्ज्य काहीही नाही. गणिका चालेल, दूती वा दासी चालेल, भिक्षुणी चालेल, मात्र त्यांना कोणताही बळजबरी भोग मान्य नाही; कारण बलात्कार त्यांच्या धंद्यात न परवडणारा आचार आहे. कामुकांना खर्च नाही, गणिकेला कमाई नाही म्हणजे विटांचा धंदा बुडाला. लफंगेपणा क्षम्य आहे; पण अत्याचार मात्र निंदनीयच मानला पाहिजे, हे त्यांचे नीतिशास्त्र आहे. विट नेहमी उपहासच करतो असे नाही, तर तो परिहासाचाही पंडित आहे. आशीर्वाद म्हणून तो गणिकेला सांगणार. 'तुझ्या दारातील तरुणांची गर्दी कमी होणार नाही. कुणा एकाकडे नांदण्याची सुरक्षितता तुला लाभणार नाही' वगैरे. तरुणांना तो सांगणार, "गणिकांकडे जाणे हा राजरस्ता आहे. लग्न करून संसार थाटणे म्हणजे गल्ली बोळात शिरणे, नको नको, सोड सोड, म्हणून दर्शनी कांगावा करणाऱ्या दूतीचा भोग घेणे म्हणजे मृदंगवादनाविना नाटकास आरंभ करणे होय, असे तो म्हणतो. असे परिहासाचे अनेक क्षण विटांनी अनेक ठिकाणी शब्दबद्ध केलेले आढळतात."

विट हे व्यवसाय करीत असताना वा भूमिका बजावीत असताना, सहजत: एखाद्या गणिकेशी अधिक परिचित होतात आणि कधीकधी त्या व्यक्तीशी जन्मभरासाठी जोडले जातात. गणिकेच्या तरुणपणी तिला गिऱ्हाइके गाठून देताना व आपण भोग व धन वसूल करताना आलेले हे संबंध परिचयाने दृढतर होतात. मग ती गणिका व्यवसायातून हळूहळू निवृत्त होते. मूलबाळ नाही म्हणून ती गणिकामाता होऊ शकत नाही. निवृत्त गणिकेने दूतीचे काम करावे, विटाने दुसऱ्या कुणाचे तरी मध्यस्थ व्हावे, अशा विचारातून म्हातारा-म्हातारीने एकत्र राहून जगावे, असाही

उद्योग विटांच्या बाबतीत घडतो, असेही उल्लेख भाणांतून येतात. विटांची संघटना नाही, त्यामुळे कदाचित हा मार्ग भाणांनी सुचविला असावा. सुरुवातीच्या भाणांमधून 'विट' या मध्यस्थ व्यक्तीबद्दल गौरवोद्‌गार आढळतात. यातील विट हे विवाहित असून सुसंस्कृत, नृत्यसंगीतादीचे जाणकार व विनोदी होते; तथापि नंतरच्या भाणांतून उल्लेखिलेले गणिकाव्यवसायातील विट हे पूर्णत: धंदेवाईक दलाल असून इष्कबाज आढळतात. ते आपण एवढ्या गणिकांना भोगले, अशी गणिकांच्या जगतात फुशारकी मारताना दाखविले आहेत. त्यांची नावेसुद्धा या पेशाला सयुक्तिक अशी आढळतात. उदा. विलासशेखर, अनंतशेखर, भुजंगशेखर, शृंगारशेखर, रसिकशेखर इत्यादी. भाणांच्या प्रारंभी आत्मगत भाषणाऐवजी सामान्य नाटकाप्रमाणे या भाणांत सूत्रधार आणि त्याचा साहाय्यक यांत संभाषण होते आणि नांदी संपण्याच्या वेळी विट एखाद्या प्रेमी तरुणाप्रमाणे रंगमंचावर प्रवेश करतो आणि इकडे तिकडे कटाक्ष फेकीत मध्यरात्रीचे गणिकावसतीचे रोमांचकारी वर्णन करतो आणि वेशवसतीतून (बाटमधून) एक सफर करतो वा फेरी मारतो, असे आपल्या संभाषणाद्वारे दाखवितो.

गणिकामाता

गणिकांच्या व्यवहारात गणिकामाता किंवा संरक्षित स्त्री किंवा कुट्टिनी वा कुट्टनी हिला अतिशय महत्त्वाचे स्थान आहे. गणिका शय्यासोबत देते आणि सधन पुरुषांचे मनोरंजन करून त्यासाठी मोबदला वा बिदागी घेते. हा सरळ व्यवहार सुसंस्कृत पद्धतीने व्हावा, यासाठी गणिकामाता किंवा कुट्टिनी आवश्यक होती. गणिका ही फक्त एखाद्या तरुणाच्या प्रेमात पडते. तिला फक्त प्रणयचाळे ठाऊक असतात आणि छानछोकी जीवन कसे व्यतीत करावयाचे एवढेच माहीत असते. तिला व्यवहाराच्या गोष्टी नको असतात, म्हणून गणिकेने फक्त रतिविलास आणि त्याकरिता आवश्यक असणारे चाळे वा प्रेम बोलावे, असा अलिखित संकेत गणिका या संस्थेत परंपरागत चालू असे. याउलट गणिकामाता उपभोक्त्याकडे म्हणजे गिऱ्हाइकाकडे वारंवार पैशाची मागणी करणार. तिला गणिका, तिच्या दासी, दूती, विट आणि आपण या सर्वांचा कार्यभार सांभाळावयाचा असतो. एवढेच नव्हे तर धनसंचय हा तिचा प्रमुख उद्देश असतो. म्हणून ती द्रव्यलोभी आहे आणि या द्रव्यलोभी आईच्या आज्ञेत गणिका वावरत असणार, हे या संस्थेतील एक अपरिहार्य व महत्त्वाचे अंग आहे. प्रत्यक्षात चित्र असे आहे की, गिऱ्हाईक गाठण्याची यंत्रणा म्हणून विट आहे. मोबदला वसूल करण्याची यंत्रणा म्हणून गणिकामाता आहे. या दोन व्यक्ती गणिका हे चलन केंद्रस्थानी ठेवून कार्यरत झालेल्या असतात. दरिद्री वा निर्धन लोकांना हाकलून देणे. सधन गिऱ्हाइकांकडून पैसा वसूल करणे आणि गणिकेला कुणाही तरुणाच्या खऱ्या प्रेमापासून पूर्णतः अलिप्त ठेवणे किंवा मोहपाशात अडकू न देणे, ही कामे गणिकामाता अत्यंत चोखपणे बजावते आणि म्हणूनच गणिकेला खोट्या प्रेमाच्या आणाभाका देणे वा तसा अभिनय करणे सोयीस्कर ठरते. गणिकेच्या घरातील परिस्थितीवर तिचा ताबा असतो. गणिकेने कितीही अभिनय केला, तरी ती गणिकामातेच्या आज्ञेबाहेर जात नाही. आईने निवारण केलेल्या प्रियकराला चोरून भेटणे, आईने आणलेल्या सधन गृहस्थाला नाइलाजाने शय्यासुख देणे, या साऱ्या बाबी प्रायः अभिनयाचा व योजनाबद्ध कार्यक्रमाचा एक भाग असतात. गणिका हीसुद्धा एक माणूस आहे. खरे प्रेम आणि खरा तिरस्कार तिच्याजवळ नसतो, असे

मानण्याचे काहीच कारण नाही; परंतु ज्या वेळी ती या पद्धतीने वागावयास सुरुवात करते, त्या वेळी तिच्या व्यवसायाची हानी होते. व्यवसायातील हिताच्या दृष्टीने गणिकेला एक माता असणेच आवश्यक आहे, असा आदेश या क्षेत्रातील वात्स्यायन, कौटिल्य, राजा भोजदेव, क्षेमेंद्र, दामोदर-गुप्त इत्यादी तज्ज्ञ व्यक्तींनी दिलेला आहे. जेव्हा खरी (नैसर्गिक) माता नसेल, तेव्हा सुरक्षितता आणि सुस्थिरता यांकरिता गणिकांनी बिनदिक्कत खोटी माता-कुट्टिनी निर्माण करावी, अशाही सूचना या तज्ज्ञांनी दिलेल्या आहेत.

कौटिलीय अर्थशास्त्र, वात्स्यानाचे कामसूत्र इत्यादी ग्रंथांतून गणिकामातेच्या कार्याविषयी तसेच कर्तव्याविषयी उल्लेख सापडतात. याशिवाय दामोदर-गुप्ताचे कुट्टनीमत, क्षेमेंद्राचे समयमातृका, राजा भोजाचे शृंगारमज्जरी-कथा इत्यादी काव्य ग्रंथांतून कुट्टिनी वा गणिकामाता यांची इत्यंभूत माहिती सोदाहरण दिलेली आहे. किंबहुना ही काव्ये कुट्टिनींच्या एकूण वर्तनाची, कार्याची, कर्तव्यांची आणि स्वभावांची चर्चा करणारी महत्त्वाची लिखित साधने असून त्यांनी गणिकामातेची आवश्यकता व महत्त्व अतिशय चपखल शब्दांत काव्यमय भाषेत आणि कथात्मक शैलीत प्रतिपादन केले आहे.

दामोदर-गुप्त याचे कुट्टनीमत हे मूलत: प्रणयकाव्य असून त्यातील काही भागाचा संदर्भ लागत नाही. दामोदर-गुप्त हा काश्मीरच्या जयापीड राजाचा (इ.स.७७९-८१३) अमात्य, मंत्री होता, असे राजतरंगिणीत म्हटले आहे. या काव्याचे नाव चमत्कारिक व बुचकळ्यात पाडणारे असले, तरी त्यातील विषय अतिशय मनोरंजक आहे. विनोद आणि शृंगार असे त्याचे संमिश्र स्वरूप आहे.

दामोदर-गुप्त याने इ.स. नवव्या शतकात कुट्टनीमत हे कुट्टिनींना उपदेश करणारे काव्य लिहिले. यातील त्याची नायिका मालती असून ती बनारसची नगरकन्या गणिका आहे. ती तरुण, देखणी, यौवनाने मुसमुसलेली आणि या व्यवसायात पदार्पण करणारी नवखी असून आपण व्यवसाय कशा पद्धतीने करावा, याच्या सूचना घेण्यासाठी, सल्ला विचारण्यासाठी शहरातील वृद्ध कुट्टिनी-विकाराला हिच्याकडे जाते. तेव्हा ही कुट्टिनी आपल्या घराबाहेर टेबलावर बसलेली असते आणि तिच्या सभोवती मालतीप्रमाणेच तारुण्यात पदार्पण केलेल्या अनेक उत्फुल्ल यौवना-गणिका सल्ला घेण्यासाठी आलेल्या असतात. विकाराला या कुट्टिनीचे कवीने केलेले वर्णन अतिशय बोलके नि वास्तव आहे. तो म्हणतो, ''तिचे हलणारे दात आणि लोंबणारी हनुवटी, बसके नाक आणि मांसाळ लिबलिबीत उदर तिच्या लोंबणाऱ्या स्तनद्वयांनी झाकले गेलेले असून तिचे डोळे खोल गेले होते आणि कानाच्या पाळ्या लोंबत होत्या. तिचे पांढरे शुभ्र केस मानेवर रेंगाळत होते. तिने पांढरा झगा घातला असून तिच्या एका बोटात अंगठी होती व ती कृश दिसत

होती." तिने या व्यवसायावर आणि भाडोत्री प्रेमावर अधिकारवाणीने दिलेली व्याख्याने हाच या पुस्तकाचा प्रमुख विषय असून तिच्या मते यशस्वी गणिकेने कृतीत आणावयाची पहिली गोष्ट कोणती असेल, तर कठोरपणा अंगी बाणला पाहिजे, आत्मसात केला पाहिजे. तिचे हृदय रेवाळ दगडाप्रमाणे कठीण असे हवे आणि ओठांत संभाषणात मात्र मध असला पाहिजे. याचा अर्थच असा की, गोड वाणी आणि कठोर कृती यांचा सुरेख समन्वय तिने साधला पाहिजे. मनात ढोंगी प्रेमाविषयी कितीही तिरस्कार असला, तरी तिने वरकरणी आपल्या प्रियकराला असे भासविले पाहिजे की, 'मी तुझ्यासाठी किती झुरत आहे,' ज्यामुळे त्याची कामासक्ती वाढेल आणि शारीरिक सुखासाठी तो काहीही करण्यास उद्युक्त होईल. कोणताही प्रियकर केवळ सुस्वरूप आहे किंवा सुप्रतिष्ठित आहे, म्हणून त्याला आपल्या घरी प्रवेश न देता, कोणता प्रियकर धनवान आहे आणि पैशाची रास मोकळी करेल, याकडे पाहूनच तिने त्याला आपल्या घरात प्रवेश द्यावा आणि जो प्रियकर संपत्ती घेऊन गणिकेच्या घरात घुसतो, त्याला त्यातील एक कवडीसुद्धा परत नेण्यास सवड देऊ नये. म्हणजे त्याला पुरा निष्कांचन करावा. जर एखादे गिऱ्हाईक कुट्टिनीकडे पैसे देण्यास प्रारंभी कुरकुर करू लागले, तर हुशार गणिकेने त्याला प्रवेश देऊन आत आल्यानंतर प्रथम त्याच्याकडून गोड बोलून पैसे वसूल करावेत. धनवानांना गणिकेकडे जाताना आपण किती श्रीमंत आहोत, याचा बडेजाव मारण्यासाठी अलंकार घालण्याची, विशेषत: अंगठी, सोन्याची कडी, गळ्यातील साखळी इत्यादी सवय असते. जाणकार गणिकेने या सर्व वस्तू प्रेमाच्या खेळात गोड बोलून प्रणयचेष्टेत त्याच्याकडून स्वेच्छेने काढून घ्याव्यात; अशाप्रकारे प्रियकराकडील सर्व धन घेतल्यानंतर तिने त्याच्याबद्दल तिरस्कार दर्शविला पाहिजे आणि त्याच्यावरील मर्जी काढून टाकली पाहिजे. अशावेळी प्रेमिक तिला काहीही देण्यास, आपला स्वत:चा आत्मा अर्पण करण्यास राजी होतो." हे सर्व सांगितल्यावर विकाराला मग हारलता, मंजरी वगैरे गणिकांनी प्रियकरांना आपल्याकडे आकर्षून घेऊन त्यांचे सर्वस्व कसे हरण केले, त्याची हकीकत सांगते आणि चिंतामणी नावाच्या मोठ्या अधिकाऱ्याला वश करून घेण्याचा सल्ला देते.

दामोदर-गुप्ताच्या या काव्यग्रंथात वात्स्यायनाच्या कामसूत्रविषयीचे ज्ञान पदोपदी जाणवते. कुट्टिनी आपल्या तरुण विद्यार्थिनींना लोकांना कसे वश करावे, या कलेचे धडे देते. तिची या व्यवसायाच्या संदर्भातील व्याख्याने कामसूत्रातील या विषयीच्या अध्ययनावर आधारित आहेत. याशिवाय दामोदर-गुप्ताने गणिकांच्या प्रेमपाशात सर्वस्व हरलेल्या महामूर्ख प्रियकरांनाही, जे पुन:पुन्हा गणिकांचा उंबरठा झिजवीत आहेत, त्यांना सल्ला दिला आहे. "आपले काव्य जो मन:पूर्वक वाचील, त्याला धूर्त, विट आणि गणिका फसवू शकणार नाहीत." एकूण गणिकांविषयी तो

म्हणतो, "गणिका ही जातच गारुड्याप्रमाणे निर्घृण असून ती स्मितहास्य करून प्रियकराला आपलासा करते. खरे पाहता ते प्रेमाचे तेलदिवे आहेत, तेलाप्रमाणे ते इकडून तिकडे सळसळतात." त्यांच्या मनुष्य स्वभावाविषयीच्या अभ्यासाबद्दल कवी म्हणतो, "गणिका राजपुत्राची सोय पाहतात. त्या अभ्यासपूर्णरीत्या कौशल्याने निर्धन माणसांची संगत-संबंध चुकवतात. त्या मनुष्य-भक्षक पक्षिणी आहेत." अखेर त्याने गणिकांची तुलना मधमाशांबरोबर केली आहे.

"स्त्रिया आणि मधमाशा उघडपणे आपल्या बळींना गोंजारतात आणि नंतर जळूप्रमाणे त्यांचा रेंदाचोथा करतात. कोणत्या वस्तूत आपणाकडे आकर्षून घेण्याची अशी कल्पनातीत शक्ती आहे? फक्त स्त्री आणि लोहचुंबक."

"गणिका आणि हत्ती यांमध्ये एक समान गुण आहे, त्यांचा वाहक मनुष्य असून त्या खाली असतात, म्हणून तो प्रेम करतो. त्या पाठीमागून मार खातात आणि एका मालकाकडून दुसऱ्याकडे जातात."

या सर्व वर्णनात विनोद, परिहास, प्रणय, कामशास्त्र आणि एकंदर तत्कालीन समाजाची स्थिती या गोष्टी आढळतात. कामशास्त्र व वैशिक कला यांच्या अध्ययनाचा परिपाक कुट्टिनीमत– काव्यात झालेला दिसतो. या काव्यात हर्षाच्या 'रत्नावली' नाटकाचा सारांश आलेला आहे. हे काव्य साहित्यिकदृष्ट्या उच्च प्रतीचे आहे. अनेक साहित्यकारांनी आपल्या ग्रंथात यातील पदे उद्‌धृत केली आहेत. संस्कृत साहित्यात विनोद फारसा आढळत नाही. त्यामुळे दामोदर-गुप्ताच्या विनोद निर्माण करणाऱ्या प्रतिभेबद्दल विशेष कुतुहल वाटते.

समयमातृका हे क्षेमेंद्र (इ.स.११वे शतक) या काश्मीरच्या अलौलिक व प्रतिभासंपन्न संस्कृत पंडिताचे काव्य. अनंत व कलश या दोन राजांच्या कारकिर्दीत क्षेमेंद्राचे जीवन व्यतीत झाले. या काळात काश्मीरचे वातावरण असंतोष, कारस्थाने, रक्तपात आणि राजकीय अस्थैर्य यांनी दूषित झाले होते. हे बिघडलेले वातावरण शुद्ध, शिष्ट, नैतिक आणि मानवतापूर्ण बनविण्याच्या हेतूने त्याने अनेक ग्रंथांच्या लेखनकार्यास वाहून घेतले आणि 'कविकंठाभरण,' 'चतुर्वर्गसंग्रह', 'चारुचर्या' यांसारखे सदाचारांची शिकवण सांगणारे उपदेशपर ग्रंथ लिहिले. त्याबरोबरच 'बृहत्कथामंजरी' आणि 'समयमातृका' हे गणिकांच्या जीवनावर प्रकाश टाकणारे आणि तत्कालीन शृंगारिक जीवन वर्णन करणारे ग्रंथ लिहिले. त्यांपैकी 'समयमातृका' या काव्यमय ग्रंथात क्षेमेंद्राने कुट्टिनी वा गणिकामाता हिच्या भूमिकेविषयी सविस्तर लिहिले आहे. काश्मीरमधील प्रसिद्ध सधन व्यापारी शंख आणि त्याचा तरुण मुलगा पंक, मदोन्मत नवयौवना गणिका कलावती आणि तिची रक्षित (भाडोत्री) कुट्टिनी कंकाली यांच्या षड्यंत्रात कसे सापडतात त्याचे वर्णन आहे. प्रारंभी या दोघी त्यांच्या संपत्तीचा उपभोग घेतात आणि त्यांना मानसन्मानाने वागवून त्यांचे धन लुबाडतात.

पुढे काही काल-गेल्यानंतर या दोघी पंक या तरुण मुलाकडे वारसाहक्काने येणारी सर्व संपत्ती कलावतीच्या नावाने लिहून घेऊन दस्तऐवज करून आणि त्याच्या बापालाही एक लाख मुद्रांना फसवून त्यांना घरातून बाहेर काढतात, असा एकूण या कथेचा भाग आहे. त्यात कंकालीचे चरित्र- म्हणजे तिच्या पूर्वायुष्यातील कामुक जीवन, लबाडी आणि उचापती यांची माहिती असून गणिकामातेने-कुट्टिनीने आपल्या आश्रयास आलेल्या गणिकेला शरीरविक्रयाच्या धंद्यात कसे वागावे, कोणती भूमिका केव्हा व कुठे घ्यावी, गिऱ्हाइके कशी शोधावीत व त्यांना कसे लुबाडावे इत्यादी माहिती कवीने दिली आहे.

कलावती ही गणिका पूर्ण वयात आली असून उन्नत उरोजांची अनुपम मदोन्मत यौवना आहे. ती मातृविहीन (कुट्टिनीरहित) झाल्यामुळे हतबल झाली आहे. त्यामुळे आपल्या असहाय्यतेचा गैरफायदा धूर्त, विट आणि कामुक लोक घेतील, म्हणून ती निराश झाली आहे. अशावेळी कंक नावाच्या नापिताने तिला धीर देऊन कंकाली नावाच्या एका वृद्ध स्त्रीस तिची रक्षित माता (कुट्टिनी) बनण्याची विनंती केली. कंकाली हिने ऐन तारुण्यात जीवनातील सर्व आनंदाचा उपभोग घेतलेला असून या व्यवसायातील खाचखळगे आणि उणिवा तिला ज्ञात आहेत. कंकालीनेही उतारवयात चरितार्थासाठी काहीच उद्योग नसल्यामुळे कलावतीच्या विनंतीचा स्वीकार केला आहे आणि ती कृत्रिम गणिकामाता, कलावतीला गणिका व्यवसायात यशस्वी होण्यासाठी प्रारंभीच सांगते, "हे मानिनी, अत्यधिक धनाच्या अभिवृद्धीसाठी षड्यंत्रकलेत तुला प्रवीण होणे क्रमप्राप्त आहे."

प्रस्तुत काव्यात क्षेमेंद्राने कुट्टिनीचे महत्त्व प्रतिपादन केले आहे. तो म्हणतो की, "प्राय: कुट्टिनी गणिकेची रक्षित माता असून ती तरुणांवर नियंत्रण ठेवते, त्यांच्या गाठीभेटीचे वेळापत्रक ठरविते आणि त्याबद्दलचा मोबदला वसूल करते. या रक्षिकेशिवाय सुंदर तरुणीचे (गणिकेचे) घर उपद्रवग्रस्त बनेल. ज्या गणिकेच्या घरात रक्त-पान-मांस भक्षण करणाऱ्या वाघिणीप्रमाणे कुट्टिनी नसेल, तर कामुकजन कोल्ह्याप्रमाणे दांडगेपणा करतात."

व्याघ्रीव कुट्टनी यत्र रक्तापानाभिषैषिणी।
नास्ते तत्र प्रगल्भन्ते जम्बुका इव कामुका:॥

एवढेच नव्हे तर गणिका विट आणि चेटांद्वारा निरर्थक भोगली जाते. या स्पष्टीकरणार्थ कवी म्हणतो,

अकण्टका पुष्पभही वेशयोषिदमातृका।
मंत्रिहीना च राज्य राज्यश्रीर्भुज्यते विटचेटकै:॥

अखेरीस कुट्टिनीचे महत्त्व व आवश्यकता सांगताना क्षेमेंद्र म्हणतो,

तस्मान्मानिनि कापि हेमकुसुमारामोच्चयाय त्वया।
माता तावदनेककूटकुटिला काचित्समन्विष्यताम् ।
एताः युध्रु भवन्ति यौवनभरारम्भे विजृम्भाभुवो।
वेश्यानां ही नियोगिनामिव शरत्काले धनाः संपदः।।

याचा अर्थच असा की, यौवनावस्थेमध्ये गणिकांनी मातेच्या आश्रयाने-सल्ल्याने व्यवसाय करावा; त्या त्यांच्या संपत्तीच्या प्रमुख कारण होत.

अशाच प्रकारचे विवेचन पण थोड्या वेगळ्या प्रकारे 'शृंगारमंजरीकथा' या ग्रंथात परमारनृपती राजाधिराज भोजदेवाने केले आहे; मात्र या ठिकाणी शृंगारमंजरी या गणिकेची विषमशीला ही नैसर्गिक माता-जन्मदात्री असून आपल्या यौवनात नुकत्याच पदार्पण केलेल्या लावण्यवती कन्येस शृंगारमंजरीस या व्यवसायातील वर्तनाविषयी उपदेश करीत आहे. सुरुवातीस कवीने विषमशीलाच्या वार्धक्याचे सविस्तर तपशीलवार वर्णन केले असून ती तरुणांची मने ओळखण्यात निष्णात आहे आणि तिच्याकडे त्यांना लुबाडण्याची कलाही आहे. ती हुशारातल्या हुशार माणसालासुद्धा फसवू शकते आणि नुकत्याच व्यवसायात स्थिरावलेल्या तरुणालाही कफल्लक बनवू शकते. अशी ही गणिकामाता आपल्या मुलीस सांगते, "तू आता पूर्णतः यौवनात आली आहेस. तेव्हा चूक करू नकोस. ज्यांना गणिकामातेचा आश्रय नसतो, अशा बहुतेक सर्व गणिका धूर्तांकडून फसविल्या जातात आणि मग त्या सर्वस्व गमावून भिकेला लागतात. तेव्हा गणिकाव्यवसाय करताना हे मुली, सावधगिरी बाळग आणि इतरांची मने समजून घेऊन, त्यांचे धन लुबाडून मग त्यांना शय्यासोबत दे. त्यांना दरिद्री नादार करून नंतर घरातून बाहेर काढ. ते पुन्हा धन घेऊन आले, तर त्यांच्याशी पुन्हा गोड बोलून मैत्री कर, प्रेमाचा बहाणा कर. तसेच सधन दुसऱ्या गणिकेकडे जात असेल, तर त्याचे मन वळव आणि त्याला आपल्या प्रेमपाशात अडकव; कारण सर्वांची मने व स्वभाव सारखे नसतात. म्हणून तू मानवी स्वभावांचा प्रथम कानोसा घे. त्यांच्यातील शृंगाररस जाणून घे आणि वेश्यावृत्ती सांभाळताना त्यांच्या सर्व संपत्तीचे हरण कर. मग त्यासाठी खोटे बोलणे, स्तुती करणे, त्याची पिळवणूक करणे, त्याला धमकी देणे वा त्यावर कृपाछत्र धरणे, यांपैकी जे आवश्यक वाटेल ते धंद्याच्या सोयीप्रमाणे कर."

गणिकांच्या व्यवसायात गणिकामाता हिचे स्थान अपरिहार्य असून कामुकजनांना आवर घालण्यास व गणिकांना खऱ्या प्रेमापासून वंचित ठेवण्यात तिचा वाटा मोठा होता. भारतीय कुट्टिनी ही स्त्री वयोवृद्ध असून तारुण्यात तिने गणिका म्हणून या व्यवसायातील सर्व उपभोग, संपत्ती, संभोग आणि सामाजिक मानसन्मान घेतलेला

असून केवळ वार्धक्यामुळे या व्यवसायातील तिचा सक्रिय सहभाग संपुष्टात आला आहे. त्यामुळे तिचे समाजातील लौकिक स्थान अशिष्ट-अनादरणीय खाष्ट सासूप्रमाणे निंदनीय झाले आहे. ती आपल्या हाताखालील नवोदित सुंदर तरुणींना भाडोत्री प्रेमाचे धडे देते आणि कामतंत्र कला शिकविते. या प्रेमचाळ्यात कळत नकळत एखादी तरुणी जर सहजगत्या एखाद्या तरुणाच्या निरपेक्ष प्रेमात आणि आणाभाकांच्या जाळ्यात अडकू लागली, तर कुट्टनी तिची संभावना करते, टर उडविते आणि तिला आपल्या मूळ धंद्याविषयी जाण देते. एवढेच नव्हे तर आवश्यक ते कृत्रिम नाटक करून गणिका आणि तिचा प्रियकर या दोघांनाही त्यांची जागा दाखवून देते. ती गणिकांकडे येणाऱ्या प्रत्येक व्यक्तीचा सूक्ष्म अभ्यास करते. कामुकांचे मानसशास्त्र तिला पूर्णत: ज्ञात असते, म्हणून पुरुषाचे गुणदोष, त्यांच्या स्वभावातील नाजूक धागेदोरे आणि मानसन्मान व मोठेपणाच्या कल्पना, यांवर ती आपले सर्व आडाखे रचते आणि त्यानुसार गणिकेला सल्ला देते. अर्थात त्यामुळेच विट, दूत, दूती, गणिका आणि प्रियकर सर्वच जण तिची थट्टा करतात व गणिका तिला घाबरतात. तरुण पुरुष तिचा तिरस्कार करतात; परंतु गणिकांवर म्हणजे पर्यायाने या धंद्यावर तिचे पूर्ण वर्चस्व असते. ती संपत्तीचे रक्षण करते, तद्वतच धनिकांकडून जेवढी संपत्ती लुटता येईल, तेवढी 'गणिका' या साधनाद्वारे हरण करते. गिऱ्हाइके व गणिका या दोघांवर तिची करडी नजर असे. गणिकांच्या व्यवसायात तिचे स्थान अपरिहार्य असून कामुकजनांना आवर घालण्यास व गणिकांना खऱ्या निरपेक्ष प्रेमापासून वंचित ठेवण्यात तिचा वाटा मोठा होता, किंबहुना गणिकामाता हे या व्यवसायातील प्रमुख पात्र नसते, तर कदाचित गणिका ही संस्थाच नामशेष झाली असती; कारण गणिका या अखेर स्त्रियाच आहेत, आणि स्वभावत: त्या नैसर्गिक प्रेमाने जखडल्या गेल्या असत्या आणि परिणामत: संसारी स्त्रिया बनून गार्हस्थ जीवनात एकरूप झाल्या असत्या.

प्रियकराचा राग-रंग

गणिकांच्या व्यवसायाचे प्रमुख आकर्षण आणि आश्रयस्थान म्हणजे धनिक-वर्ग! त्यातही विशेषत: तरुण पिढी! या पिढीतील पुरुषाची-नायकाची-मनोवृत्ती, प्रवृत्ती, स्वभाव, गुणविशेष, विशेषत: रागलोभ जाणून घेऊनच गणिकांना त्यांच्या दैनंदिन जीवनात व्यवसायाचे आडाखे मांडावे लागत असत. या गुणविशेषांची-प्रामुख्याने स्वभावाची त्यांनी पारख कशी करावी, पुरुषाचा राग-रंग कसा ओळखावा, पुरुषाची आसक्ती आणि प्रेम थोडक्यात त्याची मानसिकता कशी जाणावी, यांविषयी काही विशिष्ट संकेत असत. या मन:प्रवृत्तीला प्राचीन संस्कृत लेखकांनी 'राग' ही तांत्रिक संज्ञा ग्रंथातून वापरली आहे आणि 'राग' या संज्ञेच्या विभिन्न छटा आणि प्रकार यांची तपशीलवार चर्चा व विश्लेषण गणिका संस्थेच्या संदर्भात विविध उदाहरणे देऊन केले आहे.

'राग' या शब्दाचा अर्थ आणि व्युत्पत्ती विविध शब्दकोशांतून मिळते. मराठी-संस्कृत शब्दकोशांमधून त्याचा अर्थ अनेक प्रकारे दिला असून त्याच्या अर्थछटा विशेषत: महाराष्ट्रीय शब्दकोश (दाते व कर्वे), आदर्श मराठी शब्दकोश (प्र. न. जोशी), मोनिअर-विल्यम्सचा संस्कृत-इंग्रजी कोश, गीर्वाण लघुकोश आदींमधून सविस्तर मिळतात. महाराष्ट्रीय शब्दकोश आणि आदर्श मराठी शब्दकोश यांत राग शब्दाचा अर्थ रंग, रंग देणे, वर्णछटा, रंगविणे, रंजन करणे, प्रीती, आवड, विषयी, विषयासक्त, मनोविकार, कोपयुक्त, रागीट इत्यादी दिला आहे; तर संस्कृत शब्दकोशात रंगविण्याची क्रिया, मूर्धज, तांबडा रंग, रंग देणे, तांबडा, अळता, आसक्ती, प्रेम, अनुराग या अर्थी दिला आहे. याशिवाय त्याच्यामागे विशेषण लावून कृमिराग वगैरे शब्दही बनतात आणि राग या शब्दाचा असाही प्रयोग करतात. या व्यतिरिक्त भैरव, कौशिक, हिंदोला, दीपक, श्रीराग, मेघ हे ऋतुंबरोबर संबद्ध असलेले सहा राग दर्शविले आहेत. त्यांचे रेखाटनही आढळते. राग हा संगीतशास्त्रात पाच स्वरांपेक्षा कमी नाही, असा वादीसंवादी स्वर व आरोह-अवरोह यांनी शोभा असल्याने जो जनमनरंजनास योग्य होतो, असा स्वरसमुदाय होय. रंजकतेच्या कसोटीला उतरणाऱ्या अशा सुमारे अडीचशे-तीनशे संहतींनाच राग मानण्यात आले

असावे, असे गोविंदराव टेंबे आपल्या 'कल्पना संगीत' या ग्रंथात म्हणतात. भरतमुनींनी 'रंजयति इति रागः।' अशी 'राग' या शब्दाची व्याख्या केली आहे.

गणिका व्यवसायाच्या संदर्भात वरील बहुविध अर्थछटांपैकी 'राग' या संज्ञेच्या आसक्ती, प्रीती आणि रंजन या तीन मूलभूत अर्थछटाच अधिक उपयुक्त असल्याने त्यांचेच विश्लेषण प्राचीन ग्रंथकारांनी केले आहे. ऋतुप्राप्तीनंतर नवयौवन गणिका व्यवसायात पदार्पण करीत असे. त्या प्रत्येक गणिकेला या भावभावना उमजून घेणे क्रमप्राप्त होते. अशा वेळी गणिकामाता आणि विट या उत्फुल्ल तरुणींना पुरुषांच्या स्वभावातील गुणदोषांचे बारकावे कसे शोधावे आणि ते शोधून काढण्यासाठी कोणत्या क्लृप्त्या योजाव्यात, यांबाबतीत अत्यंत मौलिक अशा सूचना देत. त्याचबरोबर काही धोक्याच्या व सावधगिरीच्या खाचाखोचा त्यांना सांगण्यात येत. पुरुषाचे राग-रंग कशा स्वरूपाचे असतात, याची तपशीलवार माहिती 'राग' या शब्दाच्या विविध लेखकांनी केलेल्या सूक्ष्म निरीक्षण-स्पष्टीकरण यांतून ज्ञात होते.

'राग' या तांत्रिक संज्ञेचा विस्तार आणि अर्थविवरण मध्ययुगातील काही संस्कृत लेखकांनी, शब्दकोशकारांनी आणि विशेषत: राजा भोज याने केले असून वात्स्यायन ऋषींनीही हा विषय अनुषंगाने आपल्या कामसूत्रांत हाताळला आहे. क्षेमेंद्राने 'समयमातृका' या ग्रंथातही याविषयी काही माहिती दिली आहे. 'सरस्वतीकंठाभरण' या ग्रंथात भोजदेव नीली, कुसुम्भ आणि मंजिष्ठा या तीन रागांचा उल्लेख करतो; तर शृंगारमंजरी कथेत नीली, मंजिष्ठा, कुसुम्भ आणि हरिद्रा या चार रागांचा उल्लेख आहे. 'शृंगारप्रकाश' या ग्रंथात हाच विषय त्याने सुसूत्ररीत्या तपशीलवार मांडला आहे आणि त्याच्या स्पष्टीकरणार्थ काही उदाहरणे दिली आहेत. या ग्रंथाच्या मते राग हा शृंगाररसाच्या विकासातील आत्यंतिक महत्त्वाचा घटक आहे. काव्यशास्त्रकारांनी स्वीकारलेल्या नऊ रसांपैकी शृंगाररस हा सर्वांत अग्रेसर आहे. शृंगाररस हा भोजदेवाला अभिप्रेत असलेल्या रस-शृंगाराहून भिन्न आहे. रस-शृंगार ही भोजदेवाचीच संस्कृत-काव्यशास्त्राला दिलेली मूलभूत देणगी आहे, असे काही संस्कृत तज्ज्ञ मानतात. काव्यशास्त्रावरील भोजोत्तर लेखक शृंगाररसाच्या संदर्भात भोजाचेच अनुकरण करतात; परंतु रस-शृंगार या उपपत्तीच्या संदर्भात घोटाळा करतात; कारण रस-शृंगार व शृंगार-रस या दोन शब्दांत भोजदेवाने 'शृंगार' हा समान शब्द वापरला आहे, परंतु या दोन्ही शब्दांचे गर्भित अर्थ भिन्न असून दोन्ही प्रकारच्या शृंगारावर त्याची भिस्त आहे.

भोजदेवाच्या मते रस-शृंगार म्हणजे अभिमान वा अहंकार! तो सर्व मनुष्यप्राण्यांत कमीअधिक प्रमाणात वास करीत असतो. भोजाच्या मते सर्व रसांच्या मुळाशी रस-शृंगाराचा एक तरी धागा असतो. म्हणून तो 'शृंगारप्रकाश' या ग्रंथात म्हणतो, 'शृंगारी हि रमते (रतिः), उत्सहते (उत्साहः – वीरः), हसति (हासः – हास्य),

विस्मयते (विस्मय: – अद्‌भुत) इति। या भावांतून रस उत्क्रांत होतो आणि सर्व रसांतून एक महत्त्वपूर्ण रस उद्‌भवतो, त्यालाच तांत्रिक दृष्ट्या 'प्रेमन' म्हणतात. त्याचे विभाजन भोजदेवाने याप्रमाणे केले आहे –

अवस्था	नैसर्गिक अवस्था	नाव
१.पूर्वकोटी	एक आणि एकच	रस,अभिमान-अहंकार
२. मध्यमावस्था	सर्व ४९ भाव	रति-प्रकाश-शृंगार इत्यादी
३. परमकाष्ठा किंवा उत्तरकोटी	एक आणि एकच	प्रेमन

थोडक्यात 'शृंगारप्रकाश' यात भोजदेवाने सांगितलेली ही शृंगाराची उपपत्ती होय. यासाठी त्याने दंडीच्या काव्यादर्शाचा उपयोग केला आहे. त्याप्रीत्यर्थ त्याने काव्यादर्शातील हा उतारा उद्‌धृत केला आहे :

प्रेय: प्रियतराख्यानं रसवद्रसपेशलम् ।
उर्जस्वि रूढाहंकारं युक्तोत्कर्षं च तत् त्रयम् ॥

भोजाच्या अहंकार, अभिमान आणि शृंगार (भावप्रशर्ष), रस व प्रेमन या संज्ञा दंडीच्या रूढाहंकार, रसवाद आणि प्रेयस यांच्याशी मिळत्या-जुळत्या आहेत. सामान्यत: शृंगाररसाला रति-प्रकर्ष-शृंगार असे म्हटले जाते. शृंगाररसात रति हा सर्वोच्च भाव असतो. शृंगारप्रकाशातील छत्तीस प्रकरणांपैकी सुमारे १९ प्रकरणे या रसाच्या विश्लेषणात भोजदेवाने खर्ची घातली आहेत. यालाच तो 'कामशृंगार' असेही म्हणतो. भोज रसशृंगाराला 'चतुर्वर्गैककारणम्' म्हणतो; कारण फक्त शृंगारच पुरुषांना धर्म, अर्थ, काम आणि मोक्ष या चार पुरुषार्थांच्या प्राप्तीसाठी उपयुक्त ठरतो वा चेतना देतो. त्याच्याशी सुसंगत असे चार शृंगार म्हणजे – धर्मशृंगार, अर्थशृंगार, कामशृंगार आणि मोक्षशृंगार होत. भोज कामशृंगाराचा रतिप्रकर्ष शृंगाराशी घनिष्ट संबंध दर्शवितो (रतिर्नाम कामशृंगाराख्यां लभते।). चार शृंगारांमधील हा अत्यंत महत्त्वाचा घटक तो मानतो; कारण तोच इतर शृंगारांचा कार्यकारणभाव असतो. याशिवाय या शृंगाराला तो कामशृंगार किंवा रतिप्रकर्ष शृंगार असेही म्हणतो आणि त्याचीही विभागणी निप्रलंभ व संभोग अशा दोन प्रकारांत करतो. हे प्रकार पूर्वानुराग, मान, प्रवास व करुण या चार अवस्थांमध्ये विकसित झाले असून संभोगामध्ये पूर्वानुरागांतर, प्रवासांतर आणि करुणांतर हे सामान्य घटक असल्याचे रसासंबंधी चर्चा करणारे बहुतेक सर्व काव्यशास्त्रावरील ग्रंथकार म्हणतात; मात्र भोज याचे विश्लेषण अधिक खोलवर जाऊन करतो. भोज

व्युत्पत्तिशास्त्रदृष्ट्या वि आणि सम् या उपसर्गांचा गर्भित अर्थ लक्षात घेऊन शृंगाररसाचे प्रकार आणि टप्पे (पायऱ्या) विस्तृतपणे निवेदन करतो.

विप्रलंभशृंगाराची चर्चा 'शृंगारप्रकाशा'च्या चोवीस ते बत्तीस अशा आठ प्रकरणांत असून संभोगाची तपशीलवार मीमांसा तेहतीस ते छत्तीस या चार प्रकरणांत विस्तृतपणे आलेली आहे; तथापि गणिकांच्या संदर्भात फक्त संभोग-शृंगार याचाच विचार अधिकतर करणे सयुक्तिक ठरेल.

सम् या उपसर्गाने चार भाव दर्शविले आहेत. उदा. संक्षिप्त, संकीर्ण, संपूर्ण आणि सम्यक. म्हणून भोज जेव्हा विप्रलंभ आणि संभोग हे प्रकार पूर्वानुरागांतर इत्यादी चार अवस्थांद्वारे विकसित झाले असे प्रतिपादन करतो, त्या वेळी संभोगशृंगाराचे चार प्रकार व्यक्त होतात. पूर्वानुरागांतर संभोग हा कालाचा विचार केला असता संक्षिप्त प्रकार होय. मानांतर हा संकीर्ण आणि प्रवासांतर हा संपूर्ण प्रकार होय. तर करुणांतर हा सम्यक म्हणजे परिपूर्ण प्रकार होय. या चार प्रकारच्या संभोगांत चार अवस्था असून त्यांचा विचार शृंगारप्रकाशच्या ३६व्या प्रकरणात केला आहे. या चार प्रकारच्या चार अवस्थांतून सत्ता, अभिव्यक्ती, अनुबंध आणि प्रकर्ष हे भाव व्यक्त होतात भोज म्हणतो –

संक्षिप्तो भोगः सत्तावस्थायाम् , संकीर्णो भोगः
अभिव्यक्त्यवस्थायाम् संपूर्णो भोगः अनुबंधावस्थायाम्
सम्यक भोगः प्रकर्षावस्थायाम् ।

नायक आणि नायिका यांच्या मीलनातील सत्ता अवस्था ही रतीचे मूलस्थान आहे. विभावानंतर कामोत्कटता निर्माण झाल्यानंतरची अभिव्यक्ती अवस्था होय. अनुबंध हे त्या स्त्री-पुरुषांतील सततचे आकर्षण असून प्रकर्ष अवस्थेत रतीचा उच्चांक गाठला जातो – म्हणजे शृंगार-रसाची परिपूर्णता होते. या संदर्भातही भोजदेवाने आणखी बारा सूक्ष्म छटा सांगितल्या आहेत. थोडक्यात 'राग' या संज्ञेची संभोगशृंगारातील अवस्था अशी आहे. रती किंवा प्रेम, त्यांची नैसर्गिक अवस्था व प्रकार रागाच्या गुणावगुणांवर अवलंबून असतात. रागाला उपाधी (अनुबंध) असेही म्हणतात; कारण त्याचे रूपांतर त्या रागाशी संबंधित अशा रंगात होते (राजते रज्जते वापि रागः कारण भावयोः)

पंधराव्या प्रकरणात भोजाने नायकांची माहिती दिली असून त्यांचे वर्गीकरण धीरोदत्त, धीरोधत्त, धीरललित आणि धीरशांत असे चार प्रकारांत केले आहे. त्यांचेही त्याने पुन्हा गुण, प्रकृती, प्रवृत्ती आणि परिग्रह यांनुसार भेद पाडले आहेत. प्रकृतीच्या बाबतीत तो म्हणतो की, नायक सात्त्विक, राजस आणि तामस असू शकतो. म्हणून त्यांच्या स्वभावविशेषांनुसार तीन प्रकारच्या या नायकांचे बारा रागात विभाजन केले

आहे. त्याचे स्पष्टीकरण तो या श्लोकात देतो –

तत्र हरिद्ररागं रोचनरागं कांपिल्यरागं रीतिरागं इति सात्त्विकस्य ।
कुसुम्भरागं लाक्षारागं अक्षीबरागं इति राजसस्य ।
कमदरागं कषायरागं सकलरागं नीलीरागं इति तामसस्य ।

म्हणून राग या संज्ञेचे तांत्रिक स्पष्टीकरण देताना असे म्हणता येईल की, राग ही बारा छटांतील आसक्ती असून ती नायकांच्या मनातील रंगछटा प्रकट करते, जेव्हा नायक सत्ता अवस्थेतील रतीचा अनुभव घेत असतो.

अशा प्रकारची 'राग' या संकल्पनेची अत्यंत तपशीलवार चर्चा 'शृंगारप्रकाश' या भोजलिखित ग्रंथाएवढी अन्य कोणत्याच ग्रंथाने केलेली नाही; मात्र तत्संबंधीची काही फुटकळ माहिती वा 'राग' ही संकल्पना विविध नावांनी भोजापूर्वी प्रचारात असल्याचे काही दाखले मिळतात.

वात्स्यायन कामसूत्रात राग आणि रति हे समानार्थी शब्द वापरतो. उदा. रसो रति: प्रीतिर्भावो रागो वेग: समाप्तिरिती रतिपर्याया:। जयमंगल त्याचे स्पष्टीकरण अष्टगुणोऽपि राग:। असे देतो. वात्स्यायन स्पष्टपणे रागांचे प्रकार सांगत नाही, परंतु सहाव्या अधिकरणात तो याप्रमाणे रागांचे वर्णन करतो –

"बालो वा नैकत्रदृष्टिरतिसंधानप्रधानो वा हरिद्रारागो वा यत्किंचनकारी वेत्यवेत्य संदिध्न वा। असे वर्णन करतो. त्यावर टीका करताना जयमंगलाचा लेखक म्हणतो – "हरिद्रारागो वेति। हरिद्राराव इव रागो यस्य न चिरस्थायी । मयि विरक्तो यत्र गतस्तत्रापि विरक्त: पुनरागंन्तुकाम: किं दास्यति।" यावरून असे दिसते की, वात्स्यायन कामसूत्रात रागांचे प्रकार सांगत नाही. तद्वतच त्यांची लक्षणे आणि व्याख्याही करत नाही; मात्र तो आणि जयमंगला टीकेचा लेखक हे दोघेही या भिन्न रागांच्या नावांबाबतीत परिचित असावेत आणि त्या रागांचे स्वरूपही त्यांना ज्ञात असावे.

अग्निपुराणाच्या अलंकार प्रकरणात तीन रागांचा उल्लेख काव्याचे उभयगुण म्हणून केला आहे. त्यात म्हटले आहे –

हरिश्चंद्र कौसुम्भो नीलीरागश्च स त्रिधा ।
वैशेषिक: परिज्ञेयो य: स्वलक्षणगोचर: ॥

हा भाग अग्निपुराणाने बहुधा भोजराजाच्या 'शृंगारप्रकाश' काव्यातून उचलला असावा. भोजापूर्वी रागांचा स्पष्ट उल्लेख करणारे एकमेव काव्य म्हणजे क्षेमेंद्राचे समयमातृका हे होय. यात शृंगारमंजरी कथेप्रमाणेच कुट्टनी नुकत्याच यौवनात पदार्पण केलेल्या गणिकेस म्हणजेच व्यवसायात प्रवेश करू इच्छिणाऱ्या सुंदरीस सबुरीचा सल्ला देतात. या व्यवसायातील खाचाखोचा स्पष्ट करताना क्षेमेंद्र पुरुषांच्या

स्वभावाविषयी, त्यांच्या प्रवृत्तीविषयी म्हणजेच रागांविषयी माहिती देतो. गणिका व्यवसायात यशस्वी वाटचाल करण्यासाठी रागांचे सम्यक ज्ञान अपरिहार्य आहे, असेच जणू समयमातृकात क्षेमेंद्रास सुचवावयाचे आहे. त्याच्याच भाषेत सांगावयाचे झाल्यास तो म्हणतो –

अथ मन्मथमत्तानां करिणीमिव कामिनाम् ।
बन्धाय बन्धकीशिक्षामाचचक्षै जरच्छिखा ॥
पूर्व भावपरीक्षैव कार्या यत्नेन कामिनाम् ।
ज्ञातरागविभागानां कर्त्त्यव्यौ त्यागसंगग्रहौ ॥

क्षेमेंद्राने वर्गीकरण केलेले राग बहुविध आहेत. तो आठ वर्गात त्यांची विभागणी करतो आणि या प्रत्येक वर्गात आणखी आठ रागप्रकार असल्याचे सांगतो. याशिवाय सोळा फुटकळ रागांची नावेही त्याने प्रस्तुत ग्रंथात उद्धृत केली आहेत. त्याच्या आठ वर्गांची नावे अशी –

१. वर्णानुकारिन्	२. धात्वनुकारिन्	३. गगनसंगिन्
४. इन्द्रियसंज्ञक	५. प्राणिभेदज	६. पक्षिजाति
७. अंगविभागिन्	८. महाराग	

शृंगारमंजरीकथेत रीतिराग सांगितलेला आहे, मात्र समयमातृकातील अन्य राग त्यात आढळत नाहीत.

भोजराजानंतरच्या काळातील म्हणजे बाराव्या शतकानंतरच्या काही लेखकांनी रागांविषयी माहिती दिलेली आहे. त्यांपैकी विश्वनाथाच्या 'साहित्यदर्पणात' काही रागांचा उल्लेख मिळतो; परंतु तो प्रामुख्याने भोजपरमारलिखित 'सरस्वतीकंठाभरण'चेच अनुकरण करताना दिसतो. त्यामुळे त्याने स्वतंत्ररीत्या रागांची चर्चा केलेली नाही. तो म्हणतो –

आदौ वाच्यः स्त्रिया रागः पश्चात् पुंसस्तदिङ्गितैः ।
नीलीकुसुम्भं मञ्जिष्ठा पूर्वरागोऽपि च त्रिधा ॥

विश्वनाथाव्यतिरिक्त यादवप्रकाश, हलायुध, हेमचंद्र इत्यादी कोशकारांनी अनुक्रमे 'वैजयन्ति', 'अभिधानरत्नमाला' आणि 'अभिधानचिंतामणि' या ग्रंथात फक्त नीलीराग आणि हरिद्राराग यांचा उल्लेख केला आहे. एवढेच नव्हे तर त्या रागांच्या स्पष्टीकरणात्मक व्याख्या दिल्या आहेत.

बहुविध ग्रंथपाठांतून उद्धृत केलेल्या रागांचे वर्गीकरण, स्वरूप आणि त्यांच्या स्पष्टीकरणानिमित्त दिलेली उदाहरणे चिकित्सक दृष्टिकोनातून पाहिली असता असे

आढळते की, शृंगारमंजरीकथेतील रागांचा मूळ पाया हा या वर्गीकरणावर आधारित आहे. त्यात प्रथम नीली, मंजिष्ठा, कुसुम्भ आणि हरिद्रा या चार प्राथमिक वर्गातील रागांचे विश्लेषण दिले असून त्या प्रत्येक वर्गात व त्याच्या पोटात आणखी तीन राग अंतर्भूत होतात; परंतु या विभाजनासाठी कोणते विशिष्ट कारण असावे, हे मात्र सांगितले नाही.

याउलट शृंगारप्रकाशमधील रागांचे वर्गीकरण अधिक शास्त्रशुद्ध आहे. ते तीन प्रकारच्या नायकांच्या स्वभावविशेषानुसार केलेले आहे. त्यामुळे 'शृंगारमंजरीकथा' आणि 'शृंगारप्रकाश' यांतील विभाजनातील रचनाबंधांत फरक जाणवतो उदा. शृंगारमंजरीकथेत याप्रमाणे चार भागांत वर्गीकरण केले आहे –

नीली	मंजिष्ठा	कुसुम्भ	हरिद्रा
रीति	कषाय	लाक्षा	रोचन
अक्षीब	सकल	कर्दम	काम्पिल्य

तर शृंगारप्रकाशमध्ये स्वभावविशेषानुसार ते दिले आहेत –
उदाहरणार्थ,

हिरद्रा	कुसुम्भ	कर्दम
रोचन	लाक्षा	कषाय
काम्पिल्य	अक्षीब	सकल
रीति	मंजिष्ठा	नीली

हे दोन्ही ग्रंथ एकाच लेखकाने म्हणजे भोज परमार राजाने लिहिलेले असूनही त्यांत हा भेद का आढळतो? ही गमतीची व विस्मयकारक गोष्ट होय; परंतु हा फरकसुद्धा एकमेकांस पूरक असाच आहे. कारण 'शृंगारप्रकाश' हा राग या संकल्पनेची सैद्धांतिक मिमांसा करणारा ग्रंथ असून 'शृंगारमंजरीकथा' हा त्यातील सिद्धान्तांची सोदाहरण उकल करणारा अनुप्रयुक्त कथात्मक ग्रंथ आहे. त्यामुळे शृंगारप्रकाशमधील चर्चिलेला तांत्रिक फरक शृंगारमंजरीकथेतील उदाहरणांतून स्पष्ट होतो.

याउलट समयमातृकामधील आठ विभागांतील वर्गीकरण प्रामुख्याने, रंग, धातू इत्यादी विशिष्ट द्रव्यगुणांवर आधारित आहे. त्यामुळे ते विभाजन अतिशय सूक्ष्म व तांत्रिक झाले आहे. तथापि त्यातील भिन्न प्रकारच्या पुरुषांचे वैषयिक वर्गीकरण भिन्न प्रकारच्या पशुपक्ष्यांवर आधारित बनविले आहे. ते प्रस्तुत वाटत नाही. परिणामत: त्यांत नायकांच्या मानसिक प्रवृत्तीतील गुणदोषांचा मूलभूत भागच विचारात घेतलेला नाही.

संबंधित ग्रंथांचा साकल्याने विचार केला असता, रागांच्या वर्णनात फारसा

फरक जाणवत नाही. नीली, हरिद्रा, मंजिष्ठा आणि कुसुम्भ हे शृंगारमंजरीकथेत उद्धृत केलेले चार प्रमुख राग बहुतेक सर्व लेखकांनी नायकांच्या स्वभावाच्या दृष्टीने महत्त्वाचे म्हणून मान्य केले आहेत. म्हणून त्यांचा गणिकांच्या संदर्भातील ग्रंथांतून वारंवार उल्लेख केला जातो. भोजराजाचे शृंगारमंजरीकथा आणि शृंगारप्रकाश हे दोन्ही ग्रंथ रंगाचा पक्केपणा विचारात घेतात. स्थिरास्थिरतारतम्यता ही त्यांचा दर्जा ठरविण्याची गुरुकिल्ली होय. शृंगारप्रकाशामध्ये भोजाने रागांचे स्पष्टीकरण देण्यासाठी एक विशिष्ट पद्धत अवलंबिली आहे. त्यानुसार भोजदेवाने प्रथम सात्त्विक प्रवृत्ती, नंतर राजस आणि मग तामस प्रवृत्तीचा ऊहापोह केला आहे. या गुणविशेषांचे सहकारी रंग म्हणजे अनुक्रमे शुभ्र, रक्तवर्ण आणि काळा होत. इतर रंगांतून या तीन प्रमुख रंगांच्या कमी-अधिक छटा जाणवतात. या विभाजनात त्याने अत्यंत फिकट आणि क्षणभंगुर (कमी टिकाऊ) रंगाचा विचार केला आहे. अशाप्रकारे उदाहरणादाखल तामस वर्गात तो कर्दम, कषाय, सकल आणि नीली यांचा अनुक्रमे उल्लेख करतो आणि त्यांची आसक्तीबाबतची तीव्रता स्पष्ट करतो.

कोणत्याही रागाचा-मनुष्यप्रवृत्तीचा विचार करताना गणिकांची आवड-निवड आणि त्यांचा प्रियकरांकडे पाहण्याचा दृष्टिकोनही विचारात घेतला पाहिजे, असे काही प्राचीन ग्रंथांचे, विशेषत: शृंगारमंजरीकथासारख्या ग्रंथाचे म्हणणे आहे. म्हणून एका मागून एक असा रागांचा विचार करताना आपण शृंगारप्रकाश या ग्रंथातील रागांची पद्धत आचरणात आणली असता आपणास सात्त्विक प्रवृत्तीचा विचार प्रथम करावा लागतो. प्रियकरांतील जबरदस्त सात्त्विक प्रवृत्तीमुळे त्यांच्यात इतर रागांचे वर्चस्व विशेष आढळत नाही. त्यामुळे त्यांच्या नेहमीच्या वर्तनात फारसा फरक आढळत नाही. त्यांच्यातील सामान्य राग म्हणजे हरिद्राराग होय. हरिद्रा म्हणजे हळद, तिचा रंग गडद पिवळा असतो. तो पक्का नसतो आणि सूर्यप्रकाशाने फिकट बनतो. त्यामुळे हरिद्रा-रागाच्या व्यक्तींचा राग (स्वभाव) साध्या क्षमायाचनेनंतरही शांत होतो. म्हणून तो गणिकांना अधिक उपयुक्त ठरतो.

सुरक्षितोऽ पि हारिद्रः क्षणेनैव विरज्योते। असा उल्लेख 'समयमातृकात' आढळतो. या ठिकाणी समयमातृकाचा लेखक क्षेमेंद्र फक्त रंगाचाच विचार मांडतो. तो रागाचे स्पष्टीकरण देत नाही. म्हणून शृंगारप्रकाश या ग्रंथात म्हटले आहे की, सात्त्विक प्रवृत्तीच्या पुरुषात अनुकंपा हा गुण प्रकर्षाने वास करीत असल्यामुळे तिथे काम हा निष्क्रिय ठरतो. याउलट नीली रंगाचा रंग-निळा अत्यंत टिकाऊ व गडद असूनही तो अनेकांना प्रिय असतो; परंतु गणिकांच्या व्यवसायाच्या हिताच्या दृष्टीने तो कुचकामी ठरतो.

रोचन राग हा दुसरा राग असून तो रंग चकाकणारा टिकाऊ पिवळा आहे. रोचन नायक वा प्रियकर हा सात्त्विक पुरुषाप्रमाणेच सत्त्वगुणी असतो; परंतु गणिकांकडे

तो गेला तरी त्याचे अन्य धार्मिक आचरण पूजाअर्चा इत्यादी यथास्थित चालू असते. हरिद्रा रागाप्रमाणेच तो काहीसा असतो, मात्र काम्पिल्य रागाचा रंग जास्वंदीप्रमाणे लाल भडक असतो; कारण काम्पिल्य वृक्षाचे बी हे रक्तवर्णी असते. तो रोचन रागाच्या रंगापेक्षा अधिक गडद असतो. साहजिकच तो घालविण्यासाठी अधिक श्रम पडतात. म्हणून तो अतिसात्त्विक प्रवृत्तीच्या व्यक्तीत आढळतो. त्यामुळे अशा पुरुषांचे प्रेम दीर्घकाळ टिकून राहते.

थोडक्यात 'राग' या तांत्रिक संज्ञेचा अर्थ सत्त्व, रजस आणि तमस या तीन गुणविशेषांच्या संदर्भात स्पष्ट करताना 'राग' ही बारा छटांतील काम आसक्ती आहे, असे म्हणता येईल; कारण ती प्रणयाची सत्ता अवस्था अनुभवीत असलेल्या नायकाच्या (पुरुषाच्या) मन:प्रवृत्तीला त्याच्या स्वभावानुसार प्रेरणा वा रंग देते.

कथांविषयी थोडसे

राजाधिराज भोजदेव विरचित 'शृंगारमंजरीकथा' या संस्कृत ग्रंथात लेखकाने स्त्री-पुरुषांच्या मनोवृत्तीचे दर्शन घडविणाऱ्या प्रामुख्याने तेरा कथा शेवटच्या भागात निवदेन केल्या आहेत. तत्पूर्वीच्या प्रकरणांत– धारानगरी, नायिकाशृंगारमंजरी आणि नायिकामाता विषमशीला इत्यादींचे वर्णन असून भोजदेवाने गणिका व्यवसायातील काही नीतिनियमांचे सोदाहरण स्पष्टीकरण दिले आहे. गणिकेमध्ये निरपेक्ष-नैसर्गिक प्रेमभावना वा आसक्ती उद्‌भवू नये आणि त्या पुरुषाच्या मोहजालात अडकू नयेत, म्हणून गणिकामाता नेहमी सतर्क असे, संरक्षक-पालक या नात्याने तिचे हे कर्तव्य असे; कारण तिने अथक परिश्रम घेऊन गणिकेला प्रशिक्षण दिलेले असे. त्यामुळे तिची ही भीती स्वाभाविकच होती. म्हणून विविध प्रकारच्या मोहांपायी उद्‌भवणाऱ्या धोक्यांविषयी सुज्ञ माता गणिकेला नेहमी पूर्वसूचना देत असे. एवढेच नव्हे, तर धूर्त पुरुषाच्या षड्‌यंत्रातून कशी सुटका करून घ्यावी, याचेही धडे देई. थोडक्यात गणिकेने जागरूक राहून, तारतम्याने पुरुषाची निवड करावी आणि आपले कर्तव्य व ईप्सित पार पाडावे, यासाठीच गणिकामातेचा सतत प्रयत्न असे. हाच विषय 'शृंगारमंजरीकथा' ग्रंथात राजा भोजदेव याने या कथांतून मांडला आहे. त्यात विषमशीला ही गणिकामाता गणिका व्यवसायात पदार्पण करण्यापूर्वी शृंगारमंजरी या भाग्यवान व सुस्वरूप कन्येला प्रियकराच्या मनोवृत्तीविषयी (राग) आणि धूर्त पुरुषांच्या डावपेचांविषयी महत्त्वाच्या सूचना देते. सर्व पुरुषांचे स्वभाव सारखे नसतात, ते समजून घेणेही अवघड असते, म्हणून 'तू आपले मन अविचल ठेव आणि संपत्तीचे सर्वतोपरी रक्षण कर! तसेच अत्यंत काळजीपूर्वक प्रियकराचे मन प्रसन्न कर; कारण जो पुरुष प्रसन्न आणि आसक्त झालेला असतो, तोच संपत्ती आणि सर्वस्व अर्पण करतो.' गणिका व्यवसायाचे हे गुपित आहे की, गणिकेने निरपेक्ष प्रेमापासून नेहमी अलिप्त राहिले पाहिजे आणि प्रेमाचा बहाणा करून पुरुषांची सर्व संपत्ती लुबाडली पाहिजे.

या उपदेशाच्या स्पष्टीकरणार्थ या कथा विषमशीलेने शृंगारमंजरीस कथन केल्या आहेत. त्यांतील पहिल्या चार कथांत विषयमशीला प्रामुख्याने नीली राग, मंजिष्ठा

राग, कुसुम्भ राग आणि हरिद्रा राग या चार प्रमुख राग-मनोवृत्ती धारण केलेल्या पुरुषांविषयी सांगते. उर्वरित कथांत स्त्री-पुरुषांच्या स्वभावातील विभिन्न छटांचे दर्शन घडते, तद्वतच धूर्त, कुट्टनी इत्यादींच्या डावपेचांचीही प्रचिती येते.

या कथांचा स्वैर अनुवाद किंबहुना भावानुवाद पुढे कथाक्रमानुसार देण्याचा प्रयत्न केला आहे. मूळ संस्कृत ग्रंथातील हस्तलिखितात एकूण १५८ भूर्जपत्रे असून त्यांपैकी १६ अद्यापि उपलब्ध झालेली नाहीत आणि २६ भूर्जपत्रे अतिशय जीर्णशीर्ण अवस्थेत आहेत. त्यामुळे कथांतील मजकूर अनेक ठिकाणी सुटलेला आहे. कथा क्रमांक १२ पूर्णत: आढळत नाही, त्यातील शेवटच्या काही ओळी उपलब्ध आहेत. यांमुळे अनेक ठिकाणी संवाद-वर्णने संदर्भानुसार जुळवून घ्यावी लागली आहेत. अनुवादात निसर्गरम्य स्थळे, वेगवेगळ्या नायिका, उत्सव-समारंभ यांचे भोजदेवाने केलेले सविस्तर-रसभरित अलंकारिक वर्णन शक्य तो टाळले आहे; मात्र अनुवाद करताना त्यांतील मागील-पुढील मजकुराचा संदर्भ जुळवून घेतला आहे. अर्थात भोजदेवाला अभिप्रेत असलेल्या आशयाला बाधा येणार नाही, असा हा भावानुवाद आहे.

***

रविदत्ताची कथा

सोमदत्त नावाचा एक श्रीमंत ब्राह्मण कुण्डिणपूर नगरात राहत होता. त्याला सूर्यदेवाच्या-विशेषत: विजयासप्तमी या व्रताच्या उपासनेमुळे म्हातारपणी एक मुलगा झाला. रविदेवाने हा पुत्र दिला म्हणून त्याचे नाव 'रविदत्त' ठेवण्यात आले. त्याचा धर्मविधीनुसार व्रतबंध विधी झाल्यानंतर वयाच्या सोळाव्या वर्षापर्यंत त्याने वेद, वेदांगे, षड्दर्शने आदींचे अध्ययन पूर्ण करून अनेक शास्त्रांत प्रावीण्य संपादन केले. त्याच्या पिताजींना आपल्या श्रीमंतीची जाण होती, म्हणून त्यांनी त्याला भविष्य काळात कोणतेही संकट आल्यास त्याबरोबर मुकाबला करण्यास योग्य ते ज्ञान असावे, यांकरिता बहुविध विद्यांचे शिक्षण दिले. त्यांमध्ये दत्तकाने लिहिलेला वैशिकशास्त्रावरील ग्रंथही होता; कारण वेश्यांपासून त्याचे संरक्षण व्हावे, हा त्यांचा मूळ उद्देश!

एके दिवशी पिताजींनी त्यास खासगीत बोलावून काही मौलिक सूचना दिल्या. ते म्हणाले, "हे मुला, तारुण्य हे निबिड अंधकाराप्रमाणे आहे आणि त्यातून

कोणत्याच मानवाची सुटका झालेली नाही. मदन हा क्रूर आहे आणि संपत्ती हे उन्मादाचे एक घर आहे. मन हे कमलपत्रावरील जलबिंदूप्रमाणे चंचल असते, ज्ञानेंद्रिये रानटी हत्तींप्रमाणे अनिर्बंध असतात. आनंदाची उद्दिष्टे निसर्गतः मोहक असतात आणि त्यांतही नवयौवना कुमारिकेचा मोहपाश विशेष! मान्सूनचा प्रारंभ त्यानंतरचा शिशिरऋतू आणि त्यापाठोपाठ येणारा वसंतऋतू इत्यादी उत्तेजक काल आहेत. यांपैकी कोण त्या रतिराजाला – मन्मथाला विरोध करणार? म्हणून तू षड्रिपूंवर विजय मिळव. शेजारच्या अधम व्यक्तींपासून (धूर्त) हातभर दूर राहा आणि नीतिभ्रष्ट स्त्रियांपासून सतर्क राहा. कारण त्या दृष्टिविषसर्प योनीतील भगिनी असून त्या दुरूनही एखाद्यावर भुरळ पाडतात. त्यामुळे वडीलधाऱ्या माणसांनी दिलेली शिकवणूक मोहित मनातून नकळत बाजूला होते. शास्त्रांचा विसर पडतो, अध्ययन शून्यवत होते, स्वाभिमानाची संवेदना नष्ट होते आणि अभिमान वगैरे गोष्टी तर लुप्तच पावतात. चारित्र्यहनन होते, धैर्य संपते, तारतम्यभाव संपुष्टात येतो. सामर्थ्य कमकुवत बनते आणि परिपक्वता विराम पावते. ज्यांनी वाकडे पाऊल टाकले, त्यांचा सर्वनाश झाला... मौजमजेसाठी तयार केलेली उद्याने म्हणजे संपत्तीवरील मर्मभेदी तडाखाच! जलक्रीडेसाठी घेतलेली पाण्यातील सुळकी उडी म्हणजे पाण्यात बुडणारे धन! वेश्यांचे कुंटणखाने म्हणजे कत्तलखानेच होत. तेव्हा हे पुत्रा, तू सावध राहून आपल्या इभ्रतीप्रमाणे विचारपूर्वक पाऊल टाक. हे श्रुतच आहे की, पुरूरवा आणि त्याच्यासारखे अन्य बलवान राजेसुद्धा उर्वशी आणि इतर अप्सरांच्या हातातील बाहुले बनले.''

काही कालावधीनंतर त्याचे पिताजी निधन पावले. पिताजींपाठोपाठ माताही अनंतात विलीन झाली. जसजसा काळ लोटला, तसे त्याचे दुःख हळूहळू कमी झाले. पुढे एकदा मन्मथाचा प्रिय मित्र वसंतऋतू याचे आगमन झाले. फलपुष्पांना बहर आला. प्रेमी युगुलांना आणि प्रणयाला उधाण आले. अशा बहरलेल्या वसंतऋतूत रविदत्तला विट भेटले आणि त्यांतील एक म्हणाला, ''आज मदनोत्सव आहे. तो पाहिला नाहीतर जीवन व्यर्थ ठरेल! मग या दृष्टीचा उपयोग तो काय? हे सभ्य गृहस्था, तुला जरी उत्सुकता नसली, तरी आमच्या इच्छेला मान देऊन तू हा उत्सव पाहावास, असे आम्हाला वाटते. तुला जर इच्छाच नसेल, तर आमची बळजबरी नाही, पण तू आमच्याबरोबर एकदा तरी यावेस असे मनापासून वाटते.'' त्याला वडीलधाऱ्यांनी दिलेल्या सूचनांचे स्मरण झाले आणि जाऊ नये अशी भावना झाली; परंतु त्याच्यातील मुसमुसलेले तारुण्य त्याला 'पुढे सरक' असे आतून उत्तेजित करीत होते आणि विट या संवेदनांना उल्हासित करीत होते. परिणामतः उन्नत हत्तीप्रमाणे तो कुसुमाकर नावाच्या विलासमय उद्यानात गेला.

ती बाग म्हणजे आनंदमय वस्तूंचे भांडारच होती. कारण ते स्थान (गृह)

मत्स्यरूपी ध्वज धारण करणाऱ्या अनंगाचे सुखमय घरच होते. तिथे अनेक अर्धोन्मीलित कलिका लगडलेले वृक्ष आणि बहरलेली फुले यांचा सुगंध दरवळलेला होता. ती बकुळ वृक्षांनी अधिक सुंदर दिसत होती. यौवन मदमत्त कामिनी आपल्या मुखाच्या मदिरेचा वास येऊ नये, म्हणून सौरभ कुसुमांचा सुगंध हुंगत होत्या. जिथे ठिकाणी-ठिकाणी आनंदाच्या क्षणी; कुरुबक वृक्ष उभे होते. त्यांना फुटलेल्या नवीन पर्णांनी वातावरण रम्य झाले होते. तेथील कलिका सुंदरीच्या कुंभसदृश स्तनांच्या स्पर्शाने उत्फुल्लित होत होत्या. एकूण हे उद्यान म्हणजे बहुविध लतावेलींनी, फुलांनी नि वृक्षांनी बहरलेले तरुण-तरुणींच्या प्रणयक्रीडेची खाणच होती.

कुसुमाकर बागेत रविदत्त मदनाचा प्रासाद पाहतो. तो पांढऱ्या शुभ्र संगमरवरी दगडांचा असून त्यात रविदत्त रतीसारखी अनुपम कामिनी-विनयवती पाहतो. ती पाहिल्याबरोबर हे अनुपम सौंदर्य निर्माण करणाऱ्या प्रजापतीच्या निर्मिती कौशल्याचे त्याला आश्चर्य वाटते.

ही एकमेव सुंदर कामिनी तिच्या सुडौल अंगकाठीने स्वर्गातील अप्रतिम अप्सरांनाही मागे टाकेल. तिला ब्रह्मदेवाने आपले सर्व कौशल्य पणाला लावून महात्प्रयासांनी निर्मिली असावी.

तिला पाहिल्यानंतर रविदत्ताच्या मनात नानाविध विचारांनी थैमान घातले. अशा अनुपम अद्वितीय सौंदर्याची कामिनी पाहून मदनालाही प्रजापतीच्या निर्मितीबद्दल आश्चर्य वाटले. तेव्हा रविदत्ताची ती काय कथा! तो तर या सौंदर्याने दिङ्मूढ झाला.

तिने या सुरेख आणि संपन्न तरुणाला पाहिले. क्षणभर ती गोंधळून गेली आणि नंतर पुन:पुन्हा त्याच्यावर ती नेत्रकटाक्ष टाकू लागली आणि आपले प्रेम शृंगारिक हावभावांनी व्यक्त करू लागली. त्याच्या प्रसन्न व्यक्तिमत्त्वातून तिने त्याच्या वैभवाची कल्पना केली. तिला वाटले, 'अरे, खूप दिवसांनी हा संपत्तीचा मोठा ठेवा मिळाला आहे, अनेक दिवसांनी हा कल्पवृक्ष बहरला आहे. इच्छाशक्ती फलद्रूप झाली आहे आणि माझ्या महत्त्वाकांक्षेला फल प्राप्त झाले आहे, तेव्हा आता माझ्यातील प्रणयचाळ्यांना कलात्मक झालर लाभू द्या आणि गणिका व्यवसायाला पोषक अशा सर्व सुप्त गुप्तकला उफाळून वर येऊ द्यात,' असे मनाशी म्हणत जवळच्या मैत्रिणीशी ती स्मित करीत बोलू लागली आणि अधूनमधून त्याच्यावर नेत्रकटाक्ष टाकू लागली. शिवाय गोड व आकर्षक हावभाव करून त्याच्यावर नजर रोखू लागली. रविदत्तला या विलासी शृंगारांपैकी कोणत्याच गोष्टींचा आत्तापर्यंत अनुभव नव्हता आणि तिला तर त्याचा मोह झालेला त्याला दिसला. प्रत्यक्ष मदनाने प्रशिक्षण द्यावे, अशा आविर्भावात त्याने ओळखले की, तिच्या या प्रेमलीला आपल्यासाठीच आहेत. तेव्हा तो अधिक कामासक्त झाला आणि आपले हावभाव दुसऱ्याच्या नजरेत येणार नाहीत, अशी दक्षता घेऊन संथपणे मदनाच्या प्रासादात

गेला. तिन्ही जगांचा गर्व नष्ट करणाऱ्या कंदर्पाची पूजा करून आणि त्याला नतमस्तक अभिवादन करून तो तिथून निघून गेला. नंतर आनंदवन पाहण्याच्या निमित्ताने मन दुसरीकडे कुठेही न गुंतविता, फक्त तिचाच विचार करीत, तो आपल्या घराच्या दिशेने पुढे सरकला. तीसुद्धा आपल्या मैत्रिणींसह त्याच्या पाठीमागून त्याचे नेत्रकटाक्ष झेलीत आणि प्रेमाचे अनेक हावभाव करीत आपल्या घरी गेली.

जेव्हा दोन-तीन घटिका (नाडिका) दिवस मावळण्यास बाकी होती, तेव्हा विनयवतीने आपली प्रिय मैत्रीण संगमिका हिला त्याच्या घरी पाठविले. तिथे गेल्यानंतर ती द्वाराशीच काही क्षण थांबली आणि त्याच्या तरुण मित्रांनी तिला अस्तित्वाविषयी पुकारा करताच, तिने घरात प्रवेश केला. स्थानापन्न झाल्यावर ती म्हणाली, "मला तुम्हाला काही विशेष सांगावयाचे आहे. कृपया मला खाजगी बोलण्यासाठी एकांतवास हवा." आणि पुढे ती बोलण्याचे थांबली. रविदत्ताने तिचा हेतू लक्षात घेतला, कारण ती विनयवतीची मैत्रिण होती, हे जाणून खूश होऊन त्याने डोळ्यानेच आपल्या मित्रांना बाहेर जाण्याविषयी खुणावले.

या संधीचा फायदा घेऊन ती म्हणाली, "भाग्यवान पुरुषा! हे जरी तुझे पद आणि दर्जा यांविरुद्ध आहे, तरीसुद्धा मी माझ्या मैत्रिणीच्या कामविव्हल दुःखाने अस्वस्थ झाले, म्हणून तुला हे सर्व सांगते आहे. कृपा करून ऐकून घे. मदनोत्सवादिवशी माझ्या प्रिय स्वामिनीने महाराज, आपल्याला पाहिले आणि त्या दिवसापासून तुम्ही तिच्या हृदयात घर करून बसला आहात आणि स्मराच्या शतावधी प्रेमरूपी बाणांनी तिच्या हृदयात ठाण मांडले आहे. ती प्रेमाने दग्ध झाली आहे. त्या वेळेपासून तिच्या हृदयात तीक्ष्ण प्रेमबाण सारखा डाचत आहे. तिचे मन उन्मादाने बेहोश झाले आहे, शरीराचा थरकाप होत आहे आणि श्वास जड झाला आहे, तिचे डोळे आपले दर्शन घेण्यास आतुर झाले आहेत, तिच्या तोंडी आपल्या नावाशिवाय दुसरा शब्दच नाही आणि तिच्या आशा-आकांक्षा तुमच्यामध्ये एकरूप झालेल्या आहेत. आपण अत्यंत गुणवान सात्त्विक महापुरुष आहात! म्हणून माझ्या मैत्रिणीला अभय द्या. अशा दग्ध स्त्रीला तिथे प्रत्यक्ष येऊन करुणा दाखवा. तुमच्या स्मृतिपुराणोक्त ग्रंथात आणि इतर शास्त्रांत असे म्हटले आहे की, स्त्री हत्या हे महापातक आहे. जर तुम्ही आता तिथे येऊन तिला उपकृत केले नाही, तर असे समजा की ती मृत्युमुखी पडलेली दिसेल!"

एवढे बोलून ती थांबली. हे सर्व ऐकून रविदत्त काही क्षण कोड्यात पडला. त्याला नेमके काय करावे हे उमजेना. एका बाजूने तो लाजेने चूर झाला होता, तर दुसऱ्या बाजूने तो कामाने दग्ध झाला होता आणि त्याला कोणताच भेदभाव सुचत नव्हता. त्याचे मन क्रांतिकारक बनत होते. एका बाजूने त्याला ज्येष्ठ मंडळींच्या सूचना अस्वस्थ करीत होत्या; मात्र तारुण्याच्या उन्मादाने तो विव्हल झाला होता. थोडा वेळ थांबून विचार करून तो मनाशी म्हणाला, "सध्या असे तरी करू या!"

आणि संगमिकाला हळुवारपणे अतिशय प्रेमाने म्हणाला, "माझ्याविषयी तुला आणखी काय सांगावयाचे बाकी राहिले आहे, असे वाटते का? तुझ्या स्वामिनीचे डोळे चुकून माकून तर माझ्यासारख्या कमनशिबी पुरुषावर खिळले नाहीत ना? मग तिच्या हृदयातील माझ्याविषयीच्या प्रेमासंबंधी काय बोलावे? सर्व पुरुषांना तिच्या सहवासाची ओढ आहे आणि तिने एखाद्याच्याच सहवासाची अपेक्षा करावी, हे शक्य वाटत नाही; म्हणून मी तू जे म्हणतेस ते मान्य करतो, परंतु हे माझे व्यक्तिमत्त्व आणि दर्जा यांविरुद्ध आहे. माझे संबंध आणि माझे ज्येष्ठ –"

त्यानंतर रविदत्त एकदा विनयवतीकडे गेला आणि नंतर तो नित्यनियमाने तिच्याकडे हेलपाटे घालू लागला. तिला त्याने बऱ्यापैकी धन दिले. अर्थात त्याच्या परिचित वडीलधाऱ्यांना ही गोष्ट कळाली. तरीसुद्धा थोरामोठ्यांचा सल्ला धुडकावून देऊन निर्लज्जपणे आपण जे देतो, ते फारच अल्प आहे, असा विचार करून तो तिला मूल्यवान अलंकार, शेकडो सुवर्ण मुद्रा आणि हरतऱ्हेचे कपडे देऊ लागला.

तिला त्याचा नीलीराग पूर्णतः ज्ञात झाला होता. तिने त्याच्यासाठी वनभोजन, उत्सव, धार्मिक यात्रा इत्यादी आयोजित करून आनंदाप्रीत्यर्थ त्याच्याकडून अनेक देणग्या स्वीकारल्या आणि हळूहळू सर्व संपत्ती हिरावून घेतली आणि त्याला निःशेष केले. त्यानंतर तिने संगमिकाद्वारे त्याला निरोप धाडला, "आज माझ्या परिचयाचा जुना व्यापारी राजपुत्र मित्र वसुदत्त हा सुवर्णद्वीपाहून अमाप धनसंचय करून आला आहे. माझ्यावर त्याची प्रीती जडल्यामुळे तो गावातून इकडून-तिकडे भटकत आहे आणि म्हणत आहे की, एका रात्रीच्या सहवासासाठी जर विनयवतीने मला पाचारण केले, तर मी माझ्या जवळची सर्व संपत्ती तिला देऊन टाकीन. तेव्हा तू आपल्या घरीच एक-दोन दिवस राहा..." (तू सर्व संपत्ती देऊन रिकामा झाला आहेस. जवळ-जवळ तू सर्वस्व दिलेस आणि आता उरलेले तरी तुला उपयोगी पडो.)

असे सांगून संगमिकाने त्याला बाहेर हाकलले. रविदत्त आपल्या घरात "ती कोणता विचार करीत असेल." असा मनाशी विचार करीत बसला... ती खरोखरीच व्यापारी राजपुत्रात गुंतली असेल? तो तिचा प्रियकर बनणार नाही ना? या विचारांमुळे त्याला धड अन्न जाईना की झोपही येईना, त्याच्या तोंडून शब्द फुटेना किंवा त्याला दुसरे काहीच ऐकू येईना, त्याला कुठेच शांती लाभेना. त्याच्या मर्मस्थानी जणू तीक्ष्ण काटा बोचल्याप्रमाणे किंवा विंचवाने दंश केल्याप्रमाणे, तो मानसिक वेदनांनी अस्वस्थ झाला.

अशाप्रकारे दोन-तीन दिवस गेल्यानंतर तो चपलकाबरोबर विनयवतीच्या घरी गेला आणि इकडे-तिकडे भटकू लागला. कुणीही त्याची दखल घेतली नाही व कुणीही त्याच्याशी बोलले नाही. उलट त्याला पाहिल्याबरोबर सर्व जण त्याचा उपमर्द करू लागले. तरीसुद्धा त्याची आसक्ती त्याला अस्वस्थ करू लागली. त्याने

ती भेटेल या फोल आशेने सर्व दिवस उंच मान करून ती कुठे दृष्टीस पडते का, या खटपटीत घालविला.

दुसऱ्या दिवशी अशाच प्रकारे भटकत, तिच्या कुठल्यातरी नोकराबरोबर बोलत तो संगमिकेच्या घरी गेला. ती त्याच्याशी बोलत नाही, असे त्याने पाहिले. तेव्हा तो तिला म्हणाला, "मी माझ्या परीने तू सांगितल्याप्रमाणे सर्व ते केले. दोन-तीन दिवस गेले. तेव्हा आता का विलंब?" हे त्याने सांगितल्यावर संगमिकाने त्याच्याकडे दुर्लक्ष केले. तरीसुद्धा तेच शब्द पुन:पुन्हा बडबडत तो तिच्या पाठोपाठ गेला. मग संगमिका आपल्या परिचयाचा हा माणूस नसल्याचा अविर्भाव करून म्हणाली, "महाशय, तुम्ही कोण आहात? दोन-तीन दिवस आणि विलंब का? हे काय बोलणे आहे? तुम्ही असे वेड्यापिशासारखे का बडबडत आहात?"

अशाप्रकारे तिच्याकडून टोमणे खाऊनसुद्धा त्याने इकडून-तिकडे फिरण्यात आणखी दोन-तीन दिवस तिच्या परिसरात घालविले.

विनयवतीला दुरून पाहून तो वेड्यासारखा स्मित हास्य आणि शृंगारिक हातवारे करी. तिच्या नोकरांनी अखेर त्याला बाहेर काढले. तोपर्यंत त्याला काहीच ठाऊक नव्हते. विनयवतीकडून अपमानित होऊन आणि सर्व नोकरांकडून हास्यास्पद वर्तणूक मिळाल्यावर वडीलधाऱ्यांची लाज सोडलेला रविदत्त आज ना उद्या विनयवती आपल्याला केव्हातरी दिसेल आणि आपले नशीब पुन्हा उजळेल, या आशेवर उर्वरित जीवन व्यतीत करू लागला.

हे मुली! त्याचा न शमणारा राग लक्षात घेऊन गणिका व्यवसायाची अशाप्रकारे यशस्वी वाटचाल झाली. गडद निळ्या रंगाने एखादे वस्त्र रंगविल्यानंतर, जसे ते सोड्याने धुतले किंवा त्यावर अन्य संस्कार केले, तरीही त्याचा रंग जात नाही, तसेच नीली रागाच्या व्यक्तीचे असते. रविदत्तचा अनेक मार्गांनी सर्वनाश होऊनही खोलवर रुजलेली आसक्ती त्याने अखेरपर्यंत सोडली नाही.

***

विक्रमसिंहाची कथा

पहिली कथा सांगून झाल्यानंतर जेव्हा विषमशीला थांबली, तेव्हा शृंगारमंजरीची उत्सुकता वाढली आणि ती म्हणाली, "आई, तू नीली रागाचे स्पष्टीकरण केलेस, माझी उत्कंठा आता आणखी वाढली आहे. तेव्हा मला आता मंजिष्ठा रागाविषयी

सांग.'' हे ऐकून तिने दुसऱ्या कथेला सुरुवात केली –

तामलिप्ती नगरीत प्रताप मुकुट नावाचा राजा राज्य करीत होता. त्या नगरीत विक्रमसिंह नावाचा राजपुत्र राहत असे. तो उमदा, सधन, सुखाचा भोक्ता आणि पराक्रमी होता.

एकदा गणिकांच्या वस्तीत भटकत असताना त्याचे लक्ष, एकदंष्ट्रा या कुट्टिनीच्या मालतिका नावाच्या मुलीने वेधले. ती तारुण्याने मुसमुसलेली आणि जणू सौंदर्याची खाण होती. नशिबाने तिच्यावर खैरात केली होती आणि सुस्वरूपता तिच्यात एकवटलेली होती, जणू प्रजापतीने सर्व लोकांना रात्रं-दिवस नेत्रसुख देण्यासाठीच तिचे पौर्णिमेच्या चंद्राप्रमाणे सुरेख मुख निर्मिले असावे.

मालतिका वसुदत्त नावाच्या एका धनाढ्य व्यापाऱ्याच्या घरी त्याच्या आश्रयाने कसाबसा उदरनिर्वाह करीत असे. तिला पाहिल्यापासून राजपुत्र फार दुःखी झाला होता. त्याचे हृदय कंदर्पाच्या तीक्ष्ण शरांनी व्याकूळ झाले होते. त्याने आपला सहकारी प्रियंवदक तिच्यापुढे पाठविला. राजपुत्राच्या सूचनांप्रमाणे तो म्हणाला, ''भाग्यवान मुली, तुला पाहिल्याबरोबर राजपुत्र विक्रमसिंह तुझ्या प्रेमात पडला आहे आणि कामासक्तीने त्याचा दाह झाला आहे. तेव्हा तू त्याला केव्हा व कुठे भेटशील, याचा विचारविनिमय करण्यासाठी त्याने मला तुझ्याकडे पाठविले आहे. तेव्हा काय करावयाचे ते मला सांग.'' एवढे बोलून तो थांबला. हे सर्व ऐकून मालतिका उद्‌गारली, ''मीसुद्धा त्याला पाहिल्यापासून प्रेमाने व्याकूळ झाले आहे; परंतु माझ्या उदरनिर्वाहासाठी मी वसुदत्ताची सेवा स्वीकारल्यामुळे मी निराधार आहे. मला काय करावे सुचत नाही. वसुदत्तचा आणि माझा करार आहे. आणि हा करार मोडणे अप्रस्तुत आणि लाजिरवाणे ठरेल. तेव्हा मी काय करू? परंतु काही दिवसांनंतर मी समयोचित प्रसंग साधून त्याच्यासाठी प्रयत्न करीन. योग्यवेळी माझा त्यांच्याशी संपर्क होईल आणि ही गोष्ट आता उभयतांना तितकीशी प्रियही नाही. शिवाय हा करारही जवळजवळ संपत आला आहे.'' असे सांगून तिने प्रियंवदक या दूतास परत पाठविले. परत आल्यानंतर प्रियंवदकाने विक्रमसिंहाला तिच्या त्याच्या विषयीच्या प्रेमाची हकीकत सांगितली आणि ती काही दिवसांतच त्याला भेटेल अशी आशा व्यक्त केली...

नंतर विक्रमसिंहाने अत्यंत दुःख अनुभवीत वर्षाऋतू कसाबसा आतुरतेने घालविला. या काळात एका बाजूने त्यास मदनदाह झाला होता आणि दुसऱ्या बाजूने त्याचा स्वतःचा अनुराग त्यास पीडित होता. या अवस्थेत वर्षाऋतू आणि दुसरीकडे तिच्या प्रेमचाळ्याचे स्मरण त्यास अस्वस्थ करीत होते...

(काही दिवसांनंतर मालतिकेने विक्रमसिंहाला निरोप धाडला. त्याने तिला मूल्यवान देणग्या दिल्या; परंतु कशाने तरी विक्रमसिंह दुखावला गेला आणि त्याने

मालतिकेकडे भेट देण्याचे बंद केले– जावयाचे थांबविले.) त्याची तिच्याविषयीची आसक्ती दिवसेंदिवस घटत चालली आणि मग विषमशीला आपल्या मुलीला सांगते, ''की मंजिष्ठा रागाचे पुरुष लवकर अलग होतात म्हणून त्यांना जास्त सक्ती करू नये, ज्या वेगाने ते जवळ येतात, त्याच वेगाने ते लांबही जातात. ती आसक्ती विशिष्ट कालमर्यादा सीमित करते!

***

माधवची कथा

पुढे शृंगारमंजरी जेव्हा म्हणाली, ''आई तू सांगितलेल्या कथा ऐकूनही मी अतृप्तच आहे. तेव्हा कृपया मला कुसुंभरागाच्या पुरुषावर कुरघोडी करण्याचा मार्ग सांग....''

विषमशीलेने मग कथेस प्रारंभ केला :

विदेशी नावाच्या नगरीत भुजंगवागुरा नावाची एक कुट्टनी राहत असे. तिच्या कन्येचे नाव कुवलयावली. ती सौंदर्याची खाण होती. तारुण्य, स्वरूपता आणि डौल यांचे तिला वरदान होते. तिचा प्रमुख उद्देश फक्त धनदौलत कमविणे हा होता. ती गणिका ज्या नगरीत व्यवसाय करून सधन झाली होती, त्या नगरीत योगायोगाने तिची दृष्टी एका माधव नावाच्या विद्वान ब्रह्मपुत्राकडे वळली. माधवाने सिंहलद्वीपाहून प्रचंड धनदौलत गोळा केली होती. तिची कीर्ती ऐकून त्याने तिच्याकडे बिदागी पाठविली आणि एक रात्र तिच्या शय्यासोबतीत आनंदात घालविली. त्या रात्री तो संतुष्ट झाला आणि सकाळी त्याने तिला आणखी एक द्रव्य पाठवून दिले. अशाप्रकारे तिला संतुष्ट करून पुन्हा दोन-तीन दिवसांनंतर त्याने तिला एकांतवासात ठेवले. दोन-तीन दिवसांनी तिने त्याला पुन्हा बोलाविले. तिने त्याला अभ्यंगस्नान घातले, सुग्रास भोजन दिले आणि रात्रीच्या वेळी मनसोक्त शय्यासोबत केली. अशाप्रकारे काही वेळा निमंत्रण घेऊन तो तिच्याकडे जाई. तर काही वेळा तो तिला दूर ठेवी. असे काही दिवस त्याने तिच्या संगतीत मजेत काढले.

एके दिवशी तिने जुगाराच्या अड्ड्याची मांडणी केली आणि माधवाची बरीचशी संपत्ती निकालात काढली. अनेक दिवस ती अशा रीतीने त्याची संपत्ती काढून घेत होती. जेव्हा तो अर्थहीन झाला, तेव्हा त्याच्या लक्षात आले की, कुवलयावली आपल्याला आता हाकलून देईल, म्हणून तो अशा पद्धतीने वागू लागला की

आपल्या प्रतिष्ठेला बाध येणार नाही. काही दिवस थांबून मान्सून संपल्यानंतर माधवाच्या हे लक्षात आले की, प्रवासासाठी हा योग्य समय आहे आणि म्हणून संपत्तीच्या शोधार्थ तो मलय देशात जाण्याचा विचार करू लागला. तेव्हा तो कुट्टनीला म्हणाला, ''संपत्ती कमविणे आणि ती खर्च करणे हे आमचे कर्तव्य आहे. म्हणून मी धनाच्या शोधार्थ मलय देशात प्रवासास निघत आहे.'' हे ऐकून कुवलयावली रडू लागली आणि त्याला म्हणाली, ''मी तुझ्याविना एक क्षणही जगू शकत नाही.'' त्यावर माधव तिला म्हणाला, ''मी तुला वाघ-सिंहांनी व्यापलेल्या जंगलात घेऊन जाण्याचे धाडस तरी कसे करू? मी काही दिवसांनी परत येईन. तू विनाकारण दुःखी होऊ नकोस.'' त्याने हे बोलताच ती अधिकच आक्रोश करू लागली आणि मोत्याहून टपोरे अश्रू गाळू लागली आणि त्याला म्हणाली, ''मी तुझ्याशिवाय दोन-तीन दिवससुद्धा जगू शकणार नाही, मग इतक्या दिवसांची कथा कशाला? तेव्हा माझ्यावर दया कर आणि काही दिवस इथेच राहा.'' अशाप्रकारे गणिकेला शोभतील असे शब्द उच्चारीत तिने त्याचे मन वळविण्याचा प्रयत्न केला; परंतु तो आपल्या निश्चयापासून यत्किंचितही ढळला नाही. जाताना त्याने आपल्या अंगावरील जरतारी उपरणे तिला देऊन टाकले.

गणिका व कुट्टनी त्याच्यासोबत काही अंतर चालून गेल्या आणि नंतर कुट्टनी म्हणाली, ''गणिका तुझ्याविना कशी राहील? म्हणून तिला तुम्ही कृपया आठवण म्हणून तरी काही वस्तू द्या.''

त्याने उत्तर दिले, ''माझ्याजवळ प्रतीकात्मक खूण म्हणून देण्यासारखे काहीच नाही.''

हे ऐकल्याबरोबर तिने आपल्या पूर्वीच्या वाक्याला प्रतिटोला देण्यासाठी हे वाक्य उद्‌गारले, ''तुमची खूण म्हणून तुमच्या अंगावरचा हा जरतारी अंगरखा द्यावा, म्हणजे हे तुमचे वापरलेले वस्त्र पाहून तिला तुमचे नेहमी स्मरण राहील आणि ती तुमच्या परतीच्या वाटेकडे आशेने पाहील व ती अशाप्रकारे दिवस कंठेल!''

''तसे मी नक्कीच करतो,'' असे तो म्हणाला, ''परंतु या बाजूने अनेक वाटसरू येतात, त्यामुळे मला लाज वाटते. तेव्हा हा मार्ग सोडून आपण बाजूच्या आडमार्गाला जाऊ या आणि मग मी ते देईन.''

काही अंतर बाजूला गेल्यानंतर त्याने एकांत असे स्थळ पाहिले आणि कुट्टनीला हाक मारली. त्याने तिला जमिनीवर उचलून टाकले आणि ज्या वेळी ती उठण्याची धडपड करू लागली आणि आईऽऽ आईऽऽ अशी आर्त स्वरात ओरडू लागली, तेव्हा त्याने अतिशय जलदगतीने आणि जबरदस्तीने तिचे कान आणि नाक कापले आणि तिला तो म्हणाला, ''आठवण म्हणून जो जरतारी अंगरखा तू मागितला होतास, तो दीर्घकाळ टिकणार नाही, स्मरण राहावे म्हणून मी ही खूण ठेवली

आहे.'' एवढे म्हणून आपला उद्देश सफल झाल्याचा विचार करून आपल्या गेलेल्या संपत्तीची तमा न बाळगता, तो पुढे निघून गेला.

म्हणून मुली! एखादा कामुकसुद्धा वैताग दिल्यानंतर बेफिकीर बनतो. कुसुंभरागाच्या व्यक्ती तिरस्करणीय होतात आणि संकट निर्माण करतात. तेव्हा त्यांचा मानबिंदू न दुखविता आणि त्यांच्या कलाने नाती तुटतील असे ताणू नये व त्या पद्धतीनेच कुसुंभरागाच्या व्यक्तींकडील धन संचय काढून घ्यावा. ज्याप्रमाणे कुसुंभामध्ये रंगविलेले वस्त्र उष्णता सहन करू शकत नाही किंवा धुता येत नाही, त्याप्रमाणेच कुसुंभरागाच्या पुरुषाचे असते.

नंतर शृंगारमंजरी म्हणाली, ''आई, माझी उत्सुकता आता आणखी वाढली आहे. तेव्हा तू जे-जे संदर्भ दिलेस त्या सर्व कथा मला सांग.''

अशाप्रकारे कथन झाल्यावर विषमशीला म्हणाली, ''मुली ऐक, शोध घेतल्यानंतर दडलेली गुप्त संपत्ती उजेडात येते आणि मग हरिद्रारागाच्या पुरुषावरही विजय संपादन करता येतो.''

***

सूरधर्मनची कथा

गंगेकाठी ब्राह्मणांची वस्ती असलेली हस्तिग्राम नामक एक नगरी आहे. त्यात सूरधर्मन नावाचा एक ब्राह्मण राहत होता. तो अतिशय गरीब होता. त्याचे वडील आणि आजोबाही असेच गरीब होते. त्याला पुरेसे अन्नही मिळत नसे. वडिलांचे निधन झाले, तेव्हा तो ऐन उमेदीत आला होता. तो गावातील इतर श्रीमंतांची संपत्ती पाहात असे. त्यामुळे त्याला आपल्या परिस्थितीबद्दल कीव येई आणि आपल्याला अशी संपत्ती कशी प्राप्त होईल, या विचाराने तो भटकत राहिला. ''श्रीमंतांना अधिक धनवान बनता येते, परंतु माझ्याजवळ काहीच नाही. मी राजाची सेवा करीन; परंतु ती नोकरी कशी मिळवावयाची, हे मला ठाऊक नाही. तेव्हा मी आता काय करू? ठीक आहे! सध्या मी समुद्रदेवतेची आराधना तरी करतो.'' असा निश्चय करून तो भटकत समुद्रकिनाऱ्यावर आला आणि त्याने अथांग समुद्र पाहिला. तो रत्नाकर नेहमीप्रमाणे आपल्या प्रियतमेला आलिंगन देत होता. तिचे (मणिवलयकान्तीचे) पुष्ट स्तन लाटांच्या रूपांनी आकाशाला घासत होते. सभोवतालच्या पर्वतश्रेणींपेक्षा त्यांची उंची अधिक भासत होती आणि तिच्या कंठात विविध रत्ने शोभून दिसावीत

त्याप्रमाणे चंदन चूर्णापेक्षा पांढऱ्या शुभ्र अशा फेसांच्या गोल चेंडूंनी ती अलंकृत झालेली दिसत होती. तिने अनेक रूपे धारण केली होती.

अशा समुद्रदेवतेची आराधना त्याने सुरू केली. दरदिनी सकाळी लंगोटी नेसून, हातात दंड धारण करून तो समुद्रकाठी जाई आणि ओंजळभर फुले समुद्राला अर्पण करी आणि नम्र होऊन समुद्राच्या भरती-ओहोटीच्या लाटांबरोबर पुढे-मागे हलत असे. अशा पद्धतीने सर्व दिवस तिथे घालविल्यावर, सायंकाळी अथांग समुद्राला नमस्कार करून घरी परत येई. त्याने अशाप्रकारे अनेक वर्षे तपश्चर्या केली आणि केवळ भिक्षुकीवर उदरनिर्वाह केला.

समुद्रालाच त्याची एकदा दया आली आणि त्याने एका बालकाचे रूप धारण केले. ते बालक त्याला म्हणाले, 'हे ब्रह्मपुत्रा! तू इथे येण्याचा आणि जाण्याचा त्रास घेऊन आपले शरीर का थकवीत आहेस?'' हे बोलणे ऐकून तो म्हणाला, ''तरुण पोरा, तू कशासाठी काळजी करतोस? तू आल्या मार्गाने परत जा.'' परंतु जेव्हा ते बालक पुन:पुन्हा त्याला विचारू लागले, तेव्हा तो म्हणाला, ''मी दारिद्र्याने पिचलो आहे आणि ते वंशपरंपरागत माझ्यापर्यंत येऊन पोहोचले आहे. म्हणून मी समुद्रदेवतेची उपासना करीत आहे.'' त्याचा निश्चय पाहून, तो मुलगा (बालक) म्हणाला, ''मी या समुद्राचा अधिपती आहे. तुझ्या सेवेमुळे मी इथे अवतीर्ण झालो. म्हणून हे मूल्यवान महारत्न स्वीकार.'' असे म्हणून त्याने ते रत्न त्याला दिले. ते हातात घेतल्यावर त्याला आपल्या उपासनेची फलप्राप्ती झाल्याचे समाधान लाभले आणि तो आनंदाने घरी गेला. त्याला प्रश्न पडला की, हे रत्न कसे सांभाळायचे (सुरक्षित ठेवावयाचे.) विचार करून त्याने एक मार्ग काढला आणि आपली मांडी फाडली, आत रत्न ठेवले आणि ती जखम बांधली (व्रणरोपण केले.) नंतर त्याने वेड्याप्रमाणे पोशाख केला, अंगावर फाटके कपडे घातले, डोक्यावर एक शुष्क माला धारण केली आणि रस्त्यावरून जाता-जाता काहीतरी खाऊ लागला. कुठेही तो झोपू लागला. त्याचे सर्व शरीर धुळीने (घाणीने) माखले आणि तो तोंडाने 'आईला फक्त ठाऊक आहे,' एवढेच शब्द बडबडू लागला. लोक त्याच्या बढाईमुळे आकर्षित झाले आणि त्यांनी त्याचे घर बळकाविले, तेव्हा त्याचा मुक्काम कैलासावर-डोंगरावर गेला.

असाच भटकत-भटकत तो काही दिवसांनी उज्जयिनीला पोहोचला. त्या नगरीचे वर्णन काय करावे? जिथे प्रत्यक्ष तिन्ही विश्वांचा स्वामी, ऐश्वर्याचा मुकुटपणी श्रीमहाकालनाथ याचे वास्तव्य! तो कैलास सोडून इथे राहत आहे.

या नगराचे संरक्षण विक्रमार्क राजा करितो. त्याने आपल्या पराक्रमाने सर्व शत्रूंचा नाश केला असून त्रिविक्रमाप्रमाणे (बळीला पाताळात रेटणारा विष्णू) सर्व कर लादले आहेत. त्याच्या पदरी देवदत्ता नावाची सुंदर गणिका आहे. ती सर्वांची मने आकर्षून घेते. ती धनवान व ख्यातनाम आहे. तिच्यात सौंदर्य, तारुण्य,

मोहकता आणि हुशारी यांचा मिलाफ झाला आहे. ती नेहमी धनवानांच्या शोधात असते आणि त्याला गोंजारते. ती एकदा अश्वरथात बसून चालली होती. तिच्या सोबत पाच-सहाशे पायदळातील शिपाई (सैनिक) होते आणि सुज्ञ महिलांचा ताफाही होता. तेव्हा तिने एक वेडा माणूस पाहिला. त्याचे रूप पाहिल्यानंतर तिची खातरी झाली की, या माणसाजवळ तिन्ही विश्वात आढळणारा नाही असे अकल्पित धन असावे आणि हा धूर्त (लबाड) निसर्गत: वेडा नसावा; परंतु विशिष्ट हेतूने तो वेडेपणाचे सोंग घेत आहे. त्याच्याजवळ जाऊन ती त्याला म्हणाली, ''सद्‌गृहस्था, तू केव्हा इथे आलास? आणि तुला कुठे जावयाची मनीषा आहे,'' असे एक-दोन वेळा जरी तिने त्याला विचारले तरी एकच उत्तर ''आईला ठाऊक आहे;'' मग अंत:स्फूर्तीने तिने त्याच्या परिस्थितीचे निरीक्षण करून त्याला आपल्या रथाच्या पाठीमागील बाजूस बसण्यास सांगितले आणि घरी आणले. घरी गेल्यावर तिने त्याला स्नान घालून खाऊ-पिऊ घातले आणि कपडेलत्त्यांनी दिमाखदार करून मूल्यवान दागिने त्याच्या अंगावर घातले. सुगंधी अत्तराचे त्याच्या शरीरावर सिंचन केले. त्याच्याबरोबर तिने संभोगसुख घेऊन त्याला आनंदित केले (संतुष्ट केले.) अशा पद्धतीने तिने त्याच्या बरोबर रतिसुखात सहा महिने व्यतीत केले आणि आपला वेश्याव्यवसाय बाजूला ठेवला. शिवाय राजाच्या सेवेकडेही पूर्ण दुर्लक्ष केले. तो मात्र चुकूनसुद्धा तिच्या प्रश्नांना दुसरे काही उत्तर देत नसे आणि पूर्वी बोलण्याप्रमाणे ''आईला ठाऊक आहे,'' असे म्हणत असे. एकदा त्याच्या ध्यानात आले की, आपल्याजवळ काहीतरी आहे, हे ओळखूनच हिने आपल्याला घरी आणले आणि तिच्या मोहापोटी कदाचित आपण तिला सर्वस्व देऊन टाकू. म्हणून सर्वांत उत्तम म्हणजे आपण इथून दूर कुठेतरी निघून जावे. परंतु दूर कुठे जावयाचे, याची त्याला उत्कंठा लागली आणि तो दोन्ही हात जोडून आपल्या देशाकडील मार्ग दाखवू लागला आणि जाण्याची इच्छा सतत दर्शवून तो पुन:पुन्हा म्हणू लागला, ''आईला ठाऊक आहे.''

''मी तुमच्याविना एक क्षणभरसुद्धा जगू शकत नाही, मग आपण दूर का जाता? तुम्हाला संपत्ती मिळविण्याची इच्छा असेल, तर मग माझी सर्व संपत्ती तुमचीच आहे,'' असे देवदत्ता म्हणू लागली आणि तत्काळ तिने त्याला रत्नहार, मोत्यांचे कंकण आणि सुवर्णमुद्रा दिल्या व ती रडू लागली. ती म्हणाली, ''तू जर स्वजनांना भेटण्यासाठी स्वदेशात जात असशील, तर मग इथे असलेले माझे स्नेही त्यांना इकडे घेऊन येतील.'' हे ती त्याला सारखे म्हणू लागली. परंतु त्याचे पुन:पुन्हा एकच उत्तर, ''आईला ठाऊक आहे'' आणि तो आपल्या देशाकडे बोट दाखवू लागला. जेव्हा देवदत्तेची अशी समजूत झाली की, आपण याबाबतीत पूर्ण फसलो आणि आता फार काळ त्याचे मतपरिवर्तन करू शकत नाही. तेव्हा तिने

त्याला जाण्यास परवानगी दिली आणि तत्क्षणीच तो स्वदेशाकडे चालू लागला. त्यानंतर ती स्वत:शीच म्हणाली, "माझे जीवन निरर्थक आहे, हे मुसमुसलेले यौवन निष्फळ आहे, श्रीमंतीचा अभिमान व्यर्थ आहे, ठकांना बनविण्याचा अभ्यास मी जन्मापासून केला, तो फुकट गेला आणि गणिका व्यवसायाची गुपिते कुट्टिनींच्या समूहांनी शिकवूनसुद्धा आणि वंशपरंपरागत जपूनसुद्धा ती सर्व कुचकामी ठरली. तेव्हा आता तो जर मला असा बनवून इथून सुटला, तर मी माझे स्तन (छाटून) अग्नीत फेकून देईन." एवढा दृढनिश्चय करून तिचे दोन दासींना बोलविले आणि त्यांना त्याचा पाठलाग करण्याची सूचना दिली.

देवदत्ता म्हणाली, "तुम्ही दोघी त्याच्या दृष्टिपथात येणार नाही, अशा पद्धतीने दोन योजने उपरस्त्याने जा. दोन योजने अंतर चालत गेल्यावर तुमच्यापैकी एकीने समोरच्या ग्रामाकडून त्याच्या समोरून यावे आणि दुसरीने हळूहळू त्याच्या पाठीमागून जावे. मग पुढून येणाऱ्या दासीने त्याच्या पाठीमागून येणाऱ्या दासीकडे त्याच्याजवळ आल्यावर पृच्छा करावी, जणू तिची ओळख नाही असे दर्शवून आणि मग शिकविल्याप्रमाणे दोघींनी कृती करावी."

दोघींनी ठरल्याप्रमाणे उपरस्त्याने त्याचा पाठलाग केला आणि सांगितल्याप्रमाणे त्या रस्त्यावर एकमेंकीना भेटल्या आणि मग त्यांपैकी एक दासी म्हणाली, "प्रियंगिका! तू कुठून आलीस?" प्रियंगिका तेव्हा उत्तरली, "उज्जयिनीहून आले; पण लवंगिका, तू कुठून आलीस?" लवंगिका म्हणाली, "या खेड्यातून आले. मला उज्जयिनी सोडून बरेच दिवस झाले. तेव्हा राजा कसा आहे? ते मला सांग. राज्याची एकूण हालहवाल काय? आणि नवीन अशी काही बातमी आहे का?" असे संभाषण करीत त्या दोघी शेणाचे पो वेचत त्याच्याबरोबर काही अंतर चालू लागल्या.

प्रियंगिका म्हणाली, "लवंगिका भगिनी, मी तुला कसे सांगू? उज्जयिनीमध्ये मी एक आश्चर्याची गोष्ट ऐकली. देवदत्ता नावाची गणिका एका वेडसर पुरुषाच्या प्रेमात पडली. तिने जरी त्याला जखडून ठेवण्यासाठी सर्व संपत्ती आणि द्रव्य देऊ केले, तरीसुद्धा तो तिला सोडून गेला. तिचा अवमान करून तो कुठेतरी निघून गेला आहे. तो जाताक्षणीच तिचे अंत:करण त्याच्यावरील प्रेमाने फुटले आणि ती मृत्युमुखी पडली (ती अनंतात विलीन झाली.) आणि आता तिच्या सख्या आणि सर्व परिवार आत्मदहनाच्या तयारीत आहे."

हे शब्द ऐकून संथगतीने चाललेला सूरधर्मन एकाएकी थांबला. त्याने विचारले, "तुम्ही कशाविषयी, बोलत आहात?" जेव्हा त्याला सर्व हकीकत सांगितली, तेव्हा तो बाजूला दुसरीकडे जाऊन पुटपुटला, "मीच तो पापी (दुष्ट) पुरुष होय." आणि आपले जीवन संपविण्याचा निश्चय करून तो देवदत्तेच्या घरी परतला.

जेव्हा तो घरी पोहोचला, तेव्हा त्याने एका बाजूला चंदनाचे तुकडे पडलेले

आणि दुसऱ्या बाजूस जरतारी वस्त्रे, तुपाची भांडी इत्यादी पडले असून तिचे नोकरचाकर आक्रोश करीत असलेले ऐकले. त्याला (सूरधर्मनला) पाहून कुट्टनी-मकरद्रंष्ट्रा ओरडली, "अरे दुष्ट माणसा, तू परत फिरलास? माझ्या मुलीचा अंत करून, जी माझे सर्वस्व होती आणि साऱ्या जगाचा मुकुटमणी होती, आता आणखी काय करावयास तू इथे आलास? आता कुणाच्या कृपेने हा सर्व परिवार जगेल? मी आता कशी उदरनिर्वाह करू? तू माझ्या सर्व कुटुंबाची पोशिंदीच नष्ट केलीस."

ती हे वक्तव्य करीत असताना त्याने निर्जीव देवदत्तेचा देह तिरडीवर ठेवलेला पाहिला. मग तो मर्मभेदक शब्दांत म्हणाला, "मकरदंष्ट्रा, तू मला दोष का देतेस?" नियतीच अपरिहार्य ते घडविते. माझी कानउघाडणी करून काय उपयोग? मला शिव्या देऊन तू कोणता हेतू साधलास? तुझे कमनशिब म्हणून हे महासंकट तुझ्यावर कोसळले. ठीक आहे. मी देवदत्तेशिवाय जगू इच्छित नाही." एवढे म्हणून आपला शेवट करण्याचा निश्चय करून त्याने आपली मांडी चिरली आणि तो मूल्यवान खडा तिला दिला. त्याच्या तेजाने सर्व दिशा आरक्त झाल्या, पुढे तो सांगू लागला, "हा खडा आत्मसात केल्यानंतर दारिद्र्याला तू आणि तुझे कुटुंब कायमचा निरोप देईल." मग त्या कुट्टनीने आपल्या सांकेतिक भाषेत देवदत्ताला सांगितले, "ऊठ, अस्वस्थ झालेल्या कन्ये, ऊठ!" जशी ही अमृतवाणी तिच्या कानात घुसली तद्वतच देवदत्ताने एक उच्छ्वास सोडला. एक-दोन वेळा हात-पाय लांब करून आळस दिला आणि भानावर आल्याप्रमाणे सभोवर ती पाहू लागली. तत्काळ सगळीकडून आनंदाचे जल्लोष बाहेर पडले. अभिनंदनाचा वर्षाव होऊ लागला आणि अशी अफवा उठली की, देवदत्तेला मृत्यूने गाठले होते, परंतु मृत्यूच्या दाढेतून तिची देवाने सुटका केली. तिची मान घट्ट पकडून मकरदंष्ट्राने दुष्टचक्राची निर्भर्त्सना केली. कोणीतरी तिच्या पायावर लोटांगण घातले. काही जण तिच्यासमोर गडबडा लोळू लागले. हळूहळू हे सर्व आनंदमय दृष्य संपले. मकरदंष्ट्राने सूरधर्मनलाही दोष दिला. त्यानंतर त्याला तिने स्नान घातले, त्याच्यावर सुगंधी द्रव्ये शिंपडली आणि त्याला स्वच्छ कपडे घालून त्याचे पुन्हा स्वागत केले. देवदत्तानेही त्याला पुन्हा न्हाऊ घालून त्याच्या अंगावर सुगंधी द्रव्ये शिंपडली आणि छान कपडे घालून त्याच्या संगतीत तीन-चार दिवस रतिक्रीडेत घालविले.

एका मध्यरात्री तो अनुरागात विविध गोष्टींसंबंधी संभाषण करीत असताना त्याच्या तोंडून सहजगत्या सवयीनुसार 'आईला ठाऊक आहे,' हे शब्द बाहेर पडले.

तेव्हा देवदत्ताने विचारले, "अरे वा! तुझ्या आईला हे ठाऊक आहे? की मला हे ठाऊक आहे?" आपले हात जोडून नम्रतेने तो म्हणाला, "आईला काही ठाऊक नाही, मात्र तुला सर्वकाही माहीत आहे."

"मला जर हे सर्व माहीत आहे, तर तू इथून चालता हो!" असे देवदत्ता उद्वेगाने

म्हणाली आणि तिने त्याला लाथ मारून बाहेर काढले. देवदत्ताचे घर सोडताना तो अत्यंत दु:खाने म्हणाला, "मला प्रवासासाठी काही पैसे दे!" त्याला दोन सुवर्ण पल देण्यात आले आणि घराबाहेर काढण्यात आले.

"अशा प्रकारे, हे मुली देवदत्ताने त्याला आपला तोटा सहन करूनही वागविले. आणि त्याचा अंदाज घेतला, मग तो कितीही दुराग्रही असला, तरी त्याचा पिच्छा सोडला नाही; कारण त्याच्या जवळ कुठेतरी गुप्तधन आहे, हे जाणून हरिद्रा-राग समजून-उमजून त्याला पूर्णत: निष्कांचन करून त्याला घराबाहेर काढले. ही गोष्ट हरिद्रा-रागाची होय. म्हणून माझ्या मुली, ज्या वेळी हरिद्रा-रागाचा पुरुष तुला आढळेल, तेव्हा कोणताही विचार न करता, विलक्षण सहनशीलता धारण करून अलौकिक दिव्य करण्याची तयारी अशा व्यक्तीला आत्मसात करण्यासाठी दर्शविली पाहिजे. सूर्याच्या प्रखर उष्णतेने जसे कापड वाळते, तसे हरिद्रा-राग या विलक्षण कृतीने नष्ट पावतो. म्हणून हरिद्रा-रागाच्या पुरुषाला दमदाटी आणि तशाच प्रकारची तिरस्करणीय वागणूक उपयोगी पडते. त्याशिवाय त्याची संपत्ती हरण करता येणारच नाही."

***

देवदत्ताची कथा

"तुला आणखी सांगावयाचे झाल्यास, मुली आपण ज्या पुरुषाच्या सहवासात येतो, त्याच्या मनाचा ठाव घेतला पाहिजे," तेव्हा तू त्याविषयी ऐक:

उज्जयिनी नगरीतच श्री महाकालेश्वराचे मुख्य देवालय असून या नगरीवर विक्रमार्क नावाचा राजा राज्य करीत होता. त्याने स्वपराक्रमाने तिन्ही विश्वांचा अधिपती महाराजाधिराज हे बिरुद धारण केले होते. त्याच्या पदरी देवदत्ता नामक एक गणिका होती. ती सर्व नृपतींच्या बाहूतील रत्नजडित बाहूदंड (सकल क्षितिवलयरत्नभूता)! ती म्हणजे मकरध्वज धारण केलेल्या मदनाचे जीवन, उच्छ्वास, चैतन्य आणि प्राण असून सर्वांच्याच गळ्यातील ताईत होय. तिच्या ठिकाणी सर्व भाग्य नांदते, ती सौंदर्याची खाण (गृह) असून तारुण्याचा आश्रय होती. तिच्याजवळ सर्व कला वास करीत आणि सर्व सुखांचा तिच्यात समुच्चय झाला होता. प्रजापतीने जगातील सर्वोत्तम सुंदर वस्तू एकत्र करूनच तिची निर्मिती केली असावी, असे वाटते. एकदा मध्यरात्र झाली होती. त्या वेळी कुमुदिनीचा मित्र (चंद्र) तिथे अवतरला आणि कुमुदिनीचे तेज फाकले. सर्व दिशा उजळून निघाल्या. त्या वेळी सर्व

मानवजात गाढ निद्रेत होती.

त्या समयी राजवाड्याच्या वरच्या गच्चीवर देवदत्ता आणि राजा संभाषणात मग्न होते. राजाने तिला विचारले, "तू आपल्या जवळच्या पुरुष मंडळींशी बोलून-प्रेम करून इत्यादी मार्गे त्यांना आपलेसे करण्यासाठी काय करतेस?" तिने राजाच्या या चौकशीवर भुवया उंचावून आठ्या पाडल्या आणि आपला तिरस्कार व्यक्त केला. परंतु त्यांचे मन रंजविण्याच्या उद्देशाने ती म्हणाली, "मी तुम्हाला परवा अनुभविलेली एक गमतीदार कथा सांगते– "राजवाड्याच्या द्वारापासून काही अंतर गेल्यानंतर मी एक अश्वरत्न पाहिले. ते आपल्या सौंदर्याने (दिमाखाने) उच्चैःश्रवांचा-इंद्राचा घोडा उपहास करीत असे. या घोड्याला चंद्राप्रमाणे सुरेख कला होत्या, त्याचे पुढचे हाडपेर धष्टपुष्ट होते आणि त्यावरील कुरळे केस समुद्राप्रमाणे दिमाखाने मागे शांत पडलेले होते, जणू सुरेख शंखशिंपले फोडून त्यातून मोती बाहेर येत आहेत, असे ते दृष्य होते. तो तत्काळ जमिनीवर उभा राहिला. त्याचे खूर इंद्रनील मण्याप्रमाणे कभिन्न काळे होते. त्याचे शरीर (धड) विरोचमानाप्रमाणे मानेवर केसांचा झुपका धारण केलेले होते. तो उमदा होता, तरी अनुच्चैःश्रवासारखा दिसत होता. त्याचे खिंकाळणे सौम्य होते."

"त्याला पाहिल्याबरोबर मला वाटले, या राजघराण्यातच विविध प्रकारची रत्ने आहेत, आणि हे घराणे सर्व आश्चर्यांचे आश्रयस्थान आहे. कारण असा हा रत्नासारखा घोडा आज मी तिथे पाहिला आहे; परंतु मी जशी आश्चर्याने त्या घोड्याकडे पाहू लागले, तसा मी एक रूपवान तरुण पुरुष त्यावर बसलेला पाहिला. मग माझ्या डोक्यात एक विचार आला, 'खरोखरीच हा पुरुष मला निमंत्रण द्यावयास तर आला नसेल!' आणि मग मी तत्काळ त्या घोड्यावर आरूढ झाले. नंतर तो घोडा त्याने भरधाव सोडला आणि त्याने (घोड्याने) आकाशात उड्डाण केले, त्या वेळी सर्व आसमंत चंद्रप्रकाशाने व्यापले होते."

"त्याच्या शीघ्र गतीमुळे मला तो कुठपर्यंत घेऊन गेला, याचे भानच राहिले नाही. त्या रात्री काही अंतर गेल्यानंतर जेव्हा माझ्या हे ध्यानी आले..."

- - - -

- - - -

- - - -

(मग मला एका राजवाड्यात नेण्यात आले व नंतर तो घोडा पृथ्वीवर खाली परतला. आम्ही दोघांनी आत प्रवेश केला आणि तिथे मला एक सुंदर स्त्री अश्रू ढाळताना आढळली. दुसरा एक माणूस हातात सूड घेऊन तिथे आला होता, त्याने तू एक काम करशील का? म्हणून विचारले. कारण त्यांपैकी एकजण म्हणाला की, जन्मापासून तो विरहाचे दुःख भोगीत आहे. आणि म्हणून)

"देवदत्ता, तू यांच्यात तुझ्या इच्छेनुसार समेट घडवून आण." जेव्हा त्याने संभाषण थांबविले, तेव्हा दुसऱ्याने ती संधी पकडून तो म्हणाला, "थोर देवदत्ता, तू एकटीच हे करण्यास समर्थ आहेस, आणि म्हणून महत् प्रयत्नांनी आणि आशेने तुला या ठिकाणी आणले आहे." माझा राग वाढला होता (मी संतप्त होऊन त्याला म्हणाले), त्याला मी बोलले, "मी का स्त्री नाही? मी काही तुमची दासी आहे, म्हणून तुमच्या निरोप्याचे काम करू?"

"जेव्हा मी असे उद्‌गार काढले, तेव्हा त्याने क्रोधयुक्त भाव धारण करून (चिडून जाऊन) हातात छडी घेतली आणि मला बडवायला प्रारंभ केला. त्रासलेल्या उद्‌विग्न अवस्थेत मी पुन:पुन्हा वदू लागले, "तिन्ही विश्वांचा जगत् जेता विक्रमादित्य याचे पद हे माझे आश्रयस्थान आहे." तुमचे स्मरण करताना ते मला गोंधळलेले दिसले. तुम्ही खरेच तिथे यायला हवे होते. ते मला तिथेच टाकून देऊन गोंधळलेल्या मन:स्थितीत इकडे तिकडे सैरावैरा पळताना दिसू लागले. नंतर मी स्वत:ला पटांगणावर पडलेलीच पाहिली. हा प्रसंग नेमका त्याच माध्यान्ह रात्रीला घडला."

हे कथानक ऐकून राजा तिला म्हणाला, "देवदत्ता हे सर्व खरे आहे?" देवदत्ता म्हणाली, "हे जर असत्य असेल, तर महाराजांनी मला शिक्षा करावी."

पुन्हा राजाने हाच प्रश्न केला, "हे खरे आहे का?"

"जर हे खरे नसेल, तर राजाच्या आज्ञेने मला खरोखरीच वेडे ठरवावे. मी जसा आपल्या नावाचा उच्चार केला, तेव्हा त्या पळणाऱ्या व्यक्तींचा गोंधळ एवढा मोठा होता की, तो मला शब्दांनी व्यक्त करणेच शक्य नाही. त्यांचे फक्त 'विक्रमादित्य आले आहेत' एवढेच शब्द माझ्या कानावर पडले. त्या गोंधळात विमान कुठे दूरवर उडून गेले याचे मला भानच राहिले नाही."

आश्चर्याचा धक्का, महाराज पुन्हा म्हणाले, "देवदत्ता, हे खरे आहे का? मग देवदत्ता थोडीशी गोंधळून म्हणाली, "हे पूर्णत: सत्य आहे. मी आपल्या समक्ष खोटे बोलेन का?"

राजा सहसांक उपकृत झाला (संतृप्त होऊन म्हणाला) आणि म्हणाला, "ओ गजांच्या अधीक्षकांनो, उत्तमातील उत्तम हत्तीतील हत्ती सोडून देवदत्तेला तत्काळ द्या. गजांमधील शक्यतो दुसऱ्या क्रमांकाचा हत्ती आणि त्याबरोबर चार कोटी सुवर्णमुद्रा, उत्तम पोशाख, आणि मूल्यवान अलंकार देऊन टाका."

"महाराज," देवदत्ता अत्यंत नम्रपणे सांगू लागली, "ही गोष्ट आपणाला सांगितली पाहिजे. त्या बिछान्याच्या बाहेर ही गोष्ट समजली. बिछान्यावर मला दुसरी गोष्ट विणता येईल. आपण मला या संदर्भात आम्ही गणिका किती संपत्ती कमवितो, म्हणून पृच्छा केली. तेव्हा अशाप्रकारे आम्हाला धनप्राप्ती होते." स्मित करून तिने ही हकीकत सांगितली आणि ती थांबली.

हे ऐकून विक्रमार्क संतुष्ट झाला आणि म्हणाला, "देवदत्ता, तू फार छान केलेस, मी तुझ्या या कृतीने बेहद्द खूश झालो आहे. तुमच्या गणिका व्यवसायाची उच्च परंपरा अशाप्रकारे साहजिकच वाढेल." एवढे बोलून त्याने आपली देगणी दुप्पट केली.

म्हणून हे मुली! ज्या गणिका पुरुषांच्या मनाचा नेमका ठाव घेऊन कार्यसिद्धी करतात, त्या पुरुषांची संपत्ती पद्धतशीररीत्या लुबाडतात आणि निश्चित धनदौलत मिळवितात, ही सत्यस्थिती आहे. जगामध्ये अशी एकही थोर व्यक्ती नाही, जिची स्तुती केल्यानंतर ती काहीही देणार नाही.

***

लावण्यसुंदरीची कथा

हे मुली तुला आणखी सांगायचे म्हणजे ज्या स्त्रिया आपला उद्देश साध्य करण्याकरिता एखाद्या पराक्रमी आणि साहसी व्यक्तीच्या आश्रयाने राहात असूनसुद्धा कोणताही त्याग करण्याचे धाडस दाखवतात; त्यांना आपले इष्ट फलित मिळण्यास कठीण जात नाही. ही वस्तुस्थिती तुला यापूर्वी मी सांगितली आहेच. आता मी तुला प्रत्यक्ष एक उदाहरणादाखल कथा सांगते :

अहिच्छत्र नावाचं एक जगप्रसिद्ध महानगर आहे. तिथे थोर व श्रीमंत व्यापारी राहतात आणि इतरही सामान्यजन वास करतात. त्या नगरात वज्रमुकुट नावाचा राजा दीर्घकाळ राजपदाचे सुख उपभोगीत होता. त्याच्या सेवेत असलेल्या मंत्र्याच्या सहकार्याने त्याने शेजारच्या बहुतेक सर्व राजपुत्रांचा पराभव केला होता आणि पूर्वी वडिलांच्या कारकिर्दीतसुद्धा त्याने उद्धट व मस्तवाल शत्रूंवर अनेक विजय मिळविले होते आणि एक सामर्थ्यवान लवाजमा सभोवती गोळा केला होता.

याच नगरात घुड नावाचा एक तेली राहत होता. त्याची वडिलोपार्जित मालमत्ता विपुल होती आणि त्यामुळे तो सुस्थितीत जीवन कंठित होता. त्याला लावण्यसुंदरी नावाची पत्नी होती. ती तरुण आणि रूपवान होती. तिचे अनुपम लावण्य रतीलाही लाजवेल असे होते. समवयस्क रूपवान तरुणींमध्ये तिचे सौंदर्य अद्वितीय होते असे नव्हे, तर सर्वांमध्येच ती लावण्यवती होती आणि त्यामुळे नगरातील जनमानसात ती एक कुतूहलाचा विषय बनली होती. त्या तैलिकाचे, तिच्या प्रणयचाळ्यात व संभोगात सुखात दिवस जात होते."

एके दिवशी गावातून फेरफटका करणाऱ्या राजाला लावण्यसुंदरीचे, तिच्या

राहत्या घराच्या दारात दर्शन घडले. तिला पाहिल्याबरोबर तो तिच्या अनुपम सौंदर्याने अवाक आणि प्रेमविव्हल होऊन हतबल झाला. तो कसा तरी राजप्रासादात परत आला. त्याला एकाच विचाराने झपाटले की तिला कसे प्राप्त करून घ्यावयाचे! आपल्या गुप्तहेरांकडून त्याने बातमी काढली की, लावण्यसुंदरी ही घुड नावाच्या एका तेल्याची पत्नी आहे. तेव्हा त्याच्या डोक्यात एकच विचार घुसला की, या तेल्याला आपल्या कह्यात कसे आणावयाचे? त्याने तेलात भेसळ केली, या खोट्या सबबीवर राजाने त्याल अटक केली. तो तेली दंड म्हणून काही लाख सुवर्णद्राम देण्यास तयार होता. तरीसुद्धा राजाने त्याला मुक्त केले नाही. उलट त्याला तुरुंगात बहुविध शिक्षा फर्मावून छळवणुकीस प्रारंभ केला. मग लावण्यसुंदरीला राजाचा हेतू समजला. ती आपल्या पतीला म्हणाली, "तुम्ही राजा जे मागेल तो दंड देऊन स्वत:ची सुटका करून घ्या." त्याप्रमाणे त्याने राजाला विचारले, "महाराज, आपण मी देऊ केलेले सुवर्णद्रामही स्वीकारले नाहीत, तेव्हा कृपया मला सांगा आणखी आपणास मी काय देऊ? तुम्ही जो आदेश द्याल, त्याचे मी विश्वासपूर्वक पालन करीन." तेव्हा राजाने त्याच्याकडे शंभर हत्तींची मागणी केली; कारण त्याला हे ठाऊक होते की हे हत्ती त्याला मिळणे अशक्यप्राय आहे. हे ऐकून तो तेली पूर्णत: चक्रावला आणि त्याच्या डोक्यात एकामागून एक अनेक शंकाकुशंका डोकावू लागल्या. "माझी जात कोणती आणि हे हत्ती कुठले, त्यांच्याशी माझा काय संबंध? तेव्हा आता मी सपशेल हतबल झालो आहे. यातून मार्ग आता कोणता? आणि मी आता कुणाचा आश्रय घेऊ?" त्या वेळी लावण्यसुंदरी तिथे आली आणि तिने त्याला "राजाने काय मागितले," म्हणून पृच्छा केली. हताश होऊन त्याने उत्तर दिले, "त्याने माझ्याकडे शंभर हत्तींची मागणी केली. तेव्हा आता माझा अंतकाळ जवळ आला आहे. माझी आता यातून सुटका कशी होणार?"

ती म्हणाली, "तुम्ही ते मान्य करा. मी तुम्हाला शंभर हत्ती मिळवून देते."

जेव्हा त्या तेल्याने राजाची अनुज्ञा मान्य केली, तेव्हा राजाने विचार केला की हा कधीच शंभर हत्ती मिळवणार नाही, म्हणजे लावण्यसुंदरी आपल्या आता हुकमतीखाली नक्कीच येणार! एवढा विचार करून राजा म्हणाला, "तू आता शंभर हत्ती केव्हा देऊ शकतोस?" तिने सूचना दिल्याप्रमाणे त्या तेल्याने सहा महिन्यांची मुदत मागून घेतली. राजाने त्यास अनुमती दिली. तेल्याने ही गोष्ट आपल्या पत्नीला सांगितली आणि तो म्हणाल, "तू मला हा दंड देण्याची माझी क्षमता नसताना मान्य करण्यास का सांगितलेस?" तेव्हा ती त्याला म्हणाली, "हा राजा माझ्या प्रेमात पडला आहे आणि हे ढोंग करून तो माझी प्राप्ती करू इच्छितो; परंतु ही त्याची आशा फोल आहे. तो माझ्या वडिलांप्रमाणे आहे. म्हणून तुम्ही मी म्हणते त्याप्रमाणे करा आणि मी शंभर हत्ती ठरलेल्या मुदतीत मिळविते." त्याने तिच्या म्हणण्याला

संमती दर्शवली. पुढे ती म्हणाली, "मात्र माझ्या चारित्र्याचा विचार तुम्ही करू नका; कारण हा तुमच्या जीवनमरणाचा प्रश्न आहे."

नंतर ती पाचशे उमदे घोडे आणि काही रथ तसेच उत्तम पोशाखाने नटलेला व विविध प्रकारच्या अलंकारांनी सजविलेला लवाजमा घेऊन निघाली... तिच्या मनात एकच विचार होता की सर्व साहचर्याचा वास असलेला साहसांक आहे. या सर्व लवाजम्यासह ती उज्जयिनी नगरीत पोहोचली. तिने क्षिप्रा नदीकाठच्या प्रासादात मुक्काम ठोकला. तिथे आसपासच्या वृक्षराजी आणि वेली व त्यांची फुलेपाने यांमुळे उन्हाचा दाह सुसह्य होता. तिने शहरात आपल्याविषयी अशी एक अफवा प्रसृत केली की, "सर्वांना सौंदर्यात मागे टाकेल अशी एक अनुपम सुंदर गणिका कुठून तरी इथे आली आहे. ती दीनदुबळ्यांना सढळ हाताने दानधर्म करीत असून आपले दिवस आनंदात व्यतीत करीत आहे. सरदार-दरकदार आणि धनिक यांना ती मन मानेल त्याप्रमाणे काहीही करू शकते!" अशी तिने भावना निर्माण केली; तथापि तिने कुणाकडूनही काहीही स्वीकारले नाही.

जसे दिवस जाऊ लागले, तशी ही बातमी साहसांकच्या कानावार गेली. कुतूहलाच्या पोटी त्याने ही अफवा पडताळून पाहण्यासाठी आपले गुप्तहेर पाठविले. त्यांनी जेव्हा ही सत्यकथा आहे असे वर्तमान दिले, तेव्हा शिकारीला जाण्याचे निमित्त करून तो तिच्या प्रासादावरून गेला. त्या वेळी तिने जरतारी वस्त्र परिधान केले होते आणि आपल्या सर्व रूपाचा दिमाख राजाला दाखविला. तिला पाहिल्याबरोबर राजा तिच्या प्रेमात पडला आणि शिकारीहून आल्यानंतर तो मुद्दाम त्याच मार्गाने काहीतरी निमित्त करून गेला आणि आपल्या राजप्रासादात परतला. घरी आल्यानंतर त्याचे मन मदनदाहाने जळू लागले. त्याने आपला हुशार आणि प्रेमातला सहकारी मुखरक विदुषकाला तत्काळ तिच्या घरी पाठविले. तिथे गेल्यानंतर तिला भेटल्यावर आणि तिच्याशी अनेक विषयांवर गप्पागोष्टी केल्यानंतर तो अत्यंत आदराने म्हणाला, "जेव्हा राजन स्वगृही शिकारीहून परत येत होते, तेव्हा त्यांनी तुला पाहिले आणि त्यांना तू कुठली– कोणाची कोण वगैरे चौकशी करण्यासाठी मला धाडले आहे. तेव्हा कृपया मला माहिती दे..."

ती म्हणाली, "मी आपल्या महाराजांविषयी (त्यांची कीर्ती) खूप ऐकले आहे. म्हणून मी त्यांच्याकडेच आले आहे. जर त्यांनी आपल्या जीवनात माझा स्वीकार केला नाही..." (मुखरकाने आपले इष्ट कार्य झाले असे गृहीत धरले... आणि तो विचार करू लागला.) "अरे हा तर वेलीच्या अस्तित्वाशिवाय पुष्पांचा वर्षाव होय! किंवा ढगांच्या सान्निध्याशिवाय पाण्याचा वर्षाव असावा."

काही कालावधी लोटल्यानंतर राजाने तिला आणण्यासाठी मुखरकाला पाठविले. तीसुद्धा आतुर झालेले कृषक जलमेघांकडे उंच मानेने पाहतात, त्याप्रमाणे उंच मानेने

मार्गप्रतीक्षा करीत होती. तिने त्याला येताना पाहिले. जेव्हा मुखरकाने राजाची संमती तिला निवेदन केली, तेव्हा तिला अत्यानंद झाला. ती लागलीच राजाच्या प्रासादात (राजवाड्यात) गेली. जेव्हा लावण्यसुंदरी त्याच्या संगतीत सामील झाली, तेव्हा प्रेमातूर होऊन त्याने शृंगारिक विलासात तिच्याबरोबर ती रात्र आनंदात घालविली. सकाळी स्नानसंध्या व पूजा आटोपून त्याने भोजनादी कार्यक्रम पूर्ण केले आणि संतुष्ट मनाने तो विश्रांतीसाठी स्थानापन्न झाला. तेव्हा त्याने भट्टमातृगुप्त (मंत्री) याला सर्व हकीकत सांगितली. ती ऐकून घेऊन भट्टमातृगुप्त राजाला म्हणाला, "महाराज, अनेक प्रकारच्या स्वार्थी स्त्रिया या भूतलावर वावरतात. तेव्हा राजन, आपल्यासारख्यांनी लावण्यसुंदरीसारख्या गणिकांवर भरवसा ठेऊ नये. मला कलावंतिणींच्या व्यवसायाची जाण आहे." जेव्हा भट्टमातृगुप्ताने असे सांगितले, तेव्हा तो विचार करू लागला की, "मला खरे प्रेम (निसर्गत: असणारे) कोणते आणि कृत्रिम कलावंतिणीचे कोणते? यांतील फरक माहीत नाही. ठीक आहे. मला त्याच्याशी काय कर्तव्य आहे. भट्टमातृगुप्त हा पूज्य व वयस्क आहे, म्हणून आपण काहीच बोलू नये. तो नेहमीच असा शंकेखोर असतो. अशाप्रकारे त्याच्या बोलण्याकडे दुर्लक्ष करून त्याने आत्मविश्वासाने तिच्या संगतीत अनेक दिवस मजेत घालविले; परंतु भट्टमातृगुप्त पुन:पुन्हा आपल्या इशाऱ्यासंबंधी राजाला स्मरण देई. एक दिवशी तो राजाला स्मरण देत असताना, राजा त्याला म्हणाला, "मग खरे प्रेम कसे शोधून काढावयाचे? मी जेव्हा तिची परीक्षा घेतली, तेव्हा तिने स्वत:चे रक्षण करण्याचासुद्धा यत्न केला नाही. उलट तिच्या माझ्यावरील प्रेमाची सर्व चिन्हे स्पष्ट दृग्गोचर होतात. मला तिच्यात किंचितसुद्धा नाखुशी वा तिटकारा आढळला नाही. ती स्वप्नातसुद्धा दुसऱ्या कुणाचा विचार करीत असेल, असेही मला दिसले नाही." हे सर्व जेव्हा राजाने भट्टमातृगुप्ताला वदविले, तेव्हा तो पुन्हा राजाला म्हणाला, "राजन, तुम्ही तिची परीक्षा गावंढळ (आडदांड) पद्धतींनी घ्यावी." मग तिची परीक्षा घेण्याकरिता त्याने नखे, केस कापणे किंवा दात तोडणे अशा अत्यंत क्रूर पद्धतींनी तिचा उपहास केला, परंतु ती अधिकाधिक दयाळू आणि समाधानीच भासू लागली. त्याने हे सर्व भट्टमातृगुप्ताला सांगितले आणि तो म्हणाला, "तू नेहमी तिला तुच्छ लेखून हा सर्व कलावंतिणींचा खेळ आहे, कलावंतिणीच फक्त असे करू शकतात वगैरे म्हणतोस, पण तिची अशी एकही कृती कलावंतिणीच्या व्यवसायाला शोभेल अशी नाही." तेव्हा त्याला भट्टमातृगुप्त पुन्हा म्हणाला, "ती अत्यंत धूर्त कलावंतीण आहे. तिने महाराजांच्या मनात सभ्यतेचे एक मोहजाल निर्माण केले आहे. तेव्हा माझी आता खातरी झाली आहे की, हा सर्व कलावंतिणीच्याच व्यवसायाचा भाग आहे."

काही दिवसांनी तिला दुसरीकडून भट्टमातृगुप्त आपल्याविषयी काय म्हणतो हे समजले. हे उमजल्यामुळे ती त्याच्याकडे नेहमीच आदरयुक्त भीतीने पाहू लागली.

एक दिवशी अचानक तिच्या ध्यानी आले की आता खूप दिवस झाले आणि आपण दिलेला सहा महिन्यांचा काळ संपून जाईल. असा विचार करत ती राजा आणि भट्टमातृगुप्त जिथे गप्पा मारत बसले होते तिथे आली आणि म्हणाली, "राजन, तुमच्या गुणांची कीर्ती ऐकून, तुमच्या प्रांजळ प्रेमापोटी मी इतक्या दूरवरून इथे आले आणि तुम्ही दाखविलेली कृपा हेच जर त्याचे फलित असेल; कारण हे सद्गृहस्थ सतत म्हणतात की, 'हा कलावंतिणींच्या व्यवसायाचाच एक भाग आहे.' तर मग तसेच असू द्या. हीच तर माझ्या निस्सीम प्रेमाची परतफेड. बस तर आपण आणि आपल्या मर्जीतले प्रियमित्र भट्टमातृगुप्त दोघेही या मुद्यावर एकाच सुरात बोलता आहात." महाराज एकदम खवळले, "तुला ही खोटी खबर कुणी सांगितली? भट्टमातृगुप्त तसा आहे की मी?" हे ऐकल्यावर तिने किंचित स्मित केले आणि क्षणभर ती तिथे उभी राहिली आणि नंतर शयनगृहात गेली. तिथे पडलेला राजाचा सुरा तिने हातात घेतला आणि शिर धडापासून वेगळे केले (मान तोडून टाकली.) संशयाने भयभीत झालेल्या अंत:करणाने विक्रमार्क तिथे घुसला आणि त्याने तिथे तिचे धडावेगळे शिर पाहिले. जशी वीज पडल्यावर धक्का बसावा, किंवा ज्वालात गुरफुटून जावे किंवा जहर विषारी सर्पाने फुत्कार करावा अशा दारुण अवस्थेत तो काही क्षण उभा राहिला. नंतर थोडा विचार करून त्याने भट्टमातृगुप्ताला शयनगृहात पाचारण केले आणि म्हणाला, "तू कलावंतिणींच्या व्यवसायाचा अंत पाहिलास ना?" तो म्हणाला, "होय, पाहिला. दुसरं मी काय सांगणार? परंतु हीसुद्धा कलावंतिणीच्या व्यवसायाचीच क्लृप्ती आहे."

राजा संतप्त झाला होता. भट्टमातृगुप्ताकडे दुर्लक्ष करून त्याने नोकरांना (सेवकांना) तिला जशी होती, तशीच उचलण्यास सांगितले आणि तो तिला घेऊन आशापुरा देवतेच्या मंदिरात आला. विक्रमादित्याने आपला सर्व लवाजमा मंदिराबाहेर पाठविला आणि स्वत: शिर कापून ते देवतेस वाहण्यास सज्ज झाला. त्या क्षणीच आशापुरा देवता प्रसन्न होऊन तिने त्याचा हात पकडला आणि म्हणाली, "पुत्रा ए पुत्रा! एवढा उतवळा होऊ नको (एवढा अविचारी बनू नको.) तू काही सामान्य जन नाहीस. तू दुसऱ्यांच्या केवळ दययेसाठी स्वत:ची नाहक हत्या का करीत आहेस."

तो उत्तरला, "हे जगदंबे, क्षमा कर! तू माझ्या हाताला कृती करावयाची आज्ञा दे. मी तुला स्वेच्छेनुसार आज माझे दान देईन." तेव्हा देवी म्हणाली, "मी तुझ्या विलक्षण पराक्रमाने मोहित झाले आहे. तेव्हा बोल, तुझी कोणती इच्छा मी तृप्त करू!"

विक्रमार्क देवीला म्हणाला, "जगदंबे! लावण्यसुंदरीला जीवनदान दे." आणि देवीने तिला पुन्हा जिवंत केले.

आनंदात विक्रमार्क तिला घेऊन राजप्रासादावर परतला. जिकडे तिकडे आनंदोत्सव साजरा करण्यात आला आणि सर्व नागरिकही संतुष्ट झाले. अशाप्रकारे त्या दोघांनी

एकमेकांना आसक्त होऊन सुखात काही दिवस व्यतीत केले.

आणि मग एके दिवशी, दिवस संपण्याच्या वेळी जेवण झाल्यानंतर जेव्हा कमळांचा सहृद (रवी) पश्चिम दिशेला हळूहळू अस्तमान होत होता, त्यासमयी विक्रमार्क हस्तिदंती सज्जात लावण्यसुंदरीबरोबर बसला होता, त्या वेळी त्याने गजाधिपती रिपुदलन (मुख्य हत्ती) यास खुशीत फिरताना पाहिले, त्या वेळी हा हत्ती आपल्या चार पायांनी पृथ्वीचा फेरफटका करून जणू ती व्यापत होता.

त्याला पाहून, क्षणभर थांबून राजा आनंदोत्सवाने लावण्यसुंदरीला म्हणाला, ''प्रिय लावण्यसुंदरी, तू काहीही माग! तिला तो जेव्हा असे विनंतीवजा आदराने पुनःपुन्हा म्हणू लागला, तेव्हा ती म्हणाली, ''जे-जे तुमचं आहे ते सर्व माझं आहेच, तेव्हा यापेक्षा अधिक मी काय मागू? परंतु जर आपल्याला मला उपकृत करावयाचे असेलच तर मला बालपणापासून हत्तीबद्दल फार मोह आहे. तेव्हा अशा प्रकारचे मला शंभर हत्ती द्यावेत.'' तेव्हा नृपती म्हणाला, ''हे काहीच नाही, यापेक्षा तुला आणखी इच्छा असेल ते माग.''

एवढे म्हणून त्याने तिला शंभर हत्ती देऊ केले. ती म्हणाली, ''आपण शंभर हत्ती लावण्यसुंदरीला दिले, असे जाहीर करावे.'' राजाने सांगितल्याप्रमाणे जाहीर केले.

दोन-तीन दिवस गेल्यानंतर लावण्यसुंदरी हात जोडून नम्रपणे राजास म्हणाली, ''महाराज, आता मला तुमची रजा घेऊ दे. मी एक गणिका आहे. आमचा व्यवसाय असाच असतो.''

(हे ऐकून विक्रमादित्य राजा आश्चर्यचकित झाला आणि त्याने पृच्छा केली, हे सर्व तू कशासाठी केलेस. लावण्यसुंदरीने सर्व वृत्तान्त निवेदन केला. राजाने तिला जाण्यास अनुज्ञा दिली. ती हत्ती घेऊन घुडाकडे आली. त्यानंतर त्यांनी सुखाने संसार केला.)

***

कुट्टनीला बनविलेली कथा

अधिक सांगावयाचे म्हणजे, हे मुली, प्रत्येकाने धूर्त व्यक्तीपासून सावध असावे....

एका ब्राह्मणास उतारवयात दोन मुलगे झाले. ते वयात आल्यानंतर त्यांना परप्रदेशात जाण्याची तीव्र इच्छा झाली. जेव्हा त्यांनी प्रवासाचे प्रस्थान ठेवले, त्या वेळी वसंतऋतू संपून कडक ग्रीष्मऋतूला प्रारंभ झाला होता आणि रणरणत्या उन्हाने

सर्व सृष्टी म्लान झाली होती.

अशा उन्हाळ्यात प्रवास करीत ते विंध्य पर्वतराजीच्या निबिड अरण्यात येऊन पोहोचले. सुरुवातीस त्यांच्याकडे प्रवासास आवश्यक ती सामग्री होती. त्यांनी ज्या जंगलात सात रात्री कशाबशा काढल्या. पुढे तहान-भुकेने ते व्याकूळ होऊन कसेबसे गोड व स्वच्छ पाणी असलेल्या एका सरोवराच्या काठी आले. तेथे एक भव्य वटवृक्ष होता. त्याखाली ते विश्रांतीसाठी थांबले. जेव्हा रात्र पडली तेव्हा त्यांनी हिंस्र श्वापदांच्या भीतिपोटी अग्नी पेटवला आणि आळीपाळीने अर्धा तास जागून रात्र संपण्याची वाट पाहू लागले.

रात्रीच्या तिसऱ्या प्रहरी, सोमदत्त मध्यंतरात इकडे-तिकडे फिरून आणि काही वेळ बसून होता, तेव्हा त्याच्या कानावर कबुतरांच्या जोडप्याचे संभाषण पडले.

(श्रुताश्रुतन्याय?)

त्या जोडप्यातील मादी म्हणाली, "महाराज, जो जन्माला येतो, त्याला मृत्यू हा अटळ असतो. म्हणून जर मृत्यू दुसऱ्याला सहकार्य देऊन भव्यदिव्य मार्गांनी आला, तर तो खचितच आनंददायी ठरेल! या इथे बसलेली दोन दुःखी (दारुण) ब्राह्मण मुले तहान-भुकेने व्याकूळ झाली असून त्यांनी आपला आश्रय घेतला आहे. ती इथेच मृत्यूमुखी पडतील. मग आपल्या जीवनाचे सार्थक ते कोणते? म्हणून त्यांचे जीव वाचविण्यासाठी आपण आपला त्याग करू या! (जीवदान देऊ या!)" हे श्रवण करून दुसऱ्या नर कबुतराने उत्तर दिले, "तू ठीक सांगितलेस, प्रिये! तू खरोखरीच मला अत्यंत प्रिय आहेस. मग आपण तुझ्या म्हणण्याप्रमाणे करू या. या दोघांपैकी जो मला खाईल तो राजा होईल आणि जो तुझे भक्षण करील, त्याला रोज पाचशे सुवर्णमुद्रा प्राप्त होतील. आपल्या जन्माच्या वेळी उत्तंक ऋषींनी हे भाकीत वर्तविले आहे." एवढे म्हणून त्या दोघांनी एकाच वेळी पेटलेल्या त्या अग्नीत स्वतःला झोकून दिले.

हे सर्व संभाषण ऐकून आणि सर्व दृश्य आश्चर्याने पाहत सोमदत्ताने त्यांना अग्नीतून बाहेर काढले. नंतर त्याने आपल्या ज्येष्ठ बंधूस जागे केले आणि त्याला या कबुतरांविषयीची सर्व हकीकत निवेदन केली आणि त्याला नर कबुतर खावयास दिले व आपण कबुतराची मादी गिळंकृत केली. ती खाऊन झाल्यावर तो पुन्हा झोपी गेला. जेव्हा सकाळी तो उठला, तेव्हा त्याच्या बाजूला पाचशे सुवर्ण मुद्रा आढळल्या. दोघांचीही आता या बाबतीत खातरी झाली. सोने घेऊन त्यांनी इच्छेप्रमाणे प्रवासास प्रारंभ केला.

जसा ते प्रवास करू लागले, तसा त्यांपैकी एकास खूप तहान लागली आणि पाण्याच्या शोधार्थ तो दुसऱ्या दिशेला गेला. दुसऱ्याने मात्र योग्य तो मार्ग चोखाळला आणि तो खूप दूरवर गेला. दोघांनी भिन्न मार्ग निवडल्यामुळे साहजिकच दोघांत ताटातूट झाली आणि विभक्त होऊन दोघे भिन्न मार्गाला लागले.

पूर्वभाकित केलेल्या कथेप्रमाणे ज्येष्ठ ब्राह्मण मुलगा मगध देशाचा राजा झाला. दुसरा भटकत कांची नगरीत येऊन पोहोचला. आपल्या वैभवाने तिन्ही विश्वांना मागे टाकेल असे वैभवशाली नगर होते. त्या नगरात मकरद्रंष्ट्रा नावाची एक कुट्टिणी (धूर्ता) राहत होती. तिला कर्पूरिका नावाची मुलगी होती. जे कामातुर पुरुष तिच्या दृष्टिक्षेपाच्या जाळ्यात अडकत, त्यांना तिला पाहिल्यानंतर एक पाऊलही पुढे जाण्याची इच्छा होत नसे. साहजिकच त्याने तिच्याबरोबर कामक्रीडेत काही दिवस घालविले. प्रत्येक दिवशी तो तिला अगणित सुवर्णमुद्रा देत असे. एकही भिक्षुक त्याच्या जवळून विन्मुख परतलेला नव्हता किंवा त्याची संपत्ती सतत धन देऊनही कधी खंडित झाली नाही. त्याची अनश्वर वैभवशाली संपन्नता पाहून मकरदंष्ट्रा आपल्या कन्येस म्हणाली, "मुली कर्पूरिके, हा पुरुष संपत्तीत नहात आहे; परंतु याच्या संपत्तीचे साधन (उगमस्थान) ज्ञात नाही." तेव्हा कर्पूरिका म्हणाली, "आई, मलाही त्याच्या संपत्तीचा उगम ठाऊक नाही." हे ऐकून मकरदंष्ट्रा म्हणाली, "हे कमनशिबी तिरस्करणीय कर्पूरिके! तू माझी मुलगी शोभत नाहीस! माझ्या पोटी जन्माला आलेली मुलगी अशी कशी वरवर पाहणारी झाली? म्हणून यापुढे तू त्याला अशा उद्योगात गुंतवून ठेव की, संतुष्ट होऊन तो आपल्या संपत्तीचे उगमस्थळ आपोआपच तुला निवेदन करेल." याप्रमाणे तिने त्याला सर्व प्रकारची सेवा सुरू केली आणि गोड संभाषणाद्वारे आपलासा केला. तेव्हा त्याने तिला या कबुतराच्या मादीची सर्व कथा निवेदन केली. कर्पूरिकेने ती कथा आपल्या आईला-धूर्ताला सांगितली. हे कळताच तिला नवजीवन मिळाल्याचा आनंद झाला. जणू तिला हा मोठा खजिना नव्हे, तर अधिराज्यच मिळाले. मग त्याला वामक औषध देण्यात आले. त्यामुळे त्याने उलटी केली... उलटी करताना त्याच्या पोटातून कबुतराची ती मादी बाहेर फेकली गेली. मत्सराच्या पोटी धूर्तने ती त्याच्या तोंडातून बाहेर येताच लाळेसह अधाशीपणे गिळून टाकली. त्यामुळे त्याला प्राप्त होणाऱ्या सुवर्णमुद्रा यापुढे कायमच्या बंद झाल्या आणि धूर्ताकडे त्यांचा ओघ लागला. तो निष्कांचन झालेला पाहून मकरन्द्रष्ट्राने काहीतरी खोटे निमित्त करून त्या ब्राह्मणाला घराबाहेर काढले. सर्वस्व गेल्यामुळे केवळ जीवन कंठण्याव्यतिरिक्त अन्य मार्ग त्याला उरला नाही. आपण ही गोष्ट तिच्यासमोर का प्रकट केली, याचा त्याला पश्चात्ताप झाला. अखेर त्याने या नगरीला कायमचा रामराम ठोकला.

इकडेतिकडे भटकत असताना त्याला काही प्रवाशांकडून कोणीतरी परदेशस्थ विष्णुदत्त नावाचा इसम मगधचा राजा झाल्याचे समजले. आणि तो अत्यंत परोपकारी आणि धर्मशील आहे, हे ऐकल्याबरोबर त्याला कबुतराच्या मादीचे शब्द आठवले आणि हा माणूस दुसरा तिसरा कोणी नसून आपला भाऊच असला पाहिजे, या विचाराने तो मगध नगरीला गेला. तिथे पोहोचल्यानंतर त्याने आपले ओळखपत्र

त्याच्याकडे धाडले आणि काही दिवस तो तेथे राहिला. मग विपुल संपत्ती घेऊन तो कांची नगरीत आपल्या पराभवाचा सूड घेण्यासाठी दाखल झाला.

त्याने आल्यानंतर कर्पूरिकेच्या शेजारी राहणाऱ्या एका स्त्रीला पैसे दिले आणि तिच्या मध्यस्थीने तो पुन्हा कर्पूरिकेच्या संगतीत पूर्वीप्रमाणे आनंदात दिवस कंठू लागला. पहिल्याच दिवसापासून त्याच्यावर विश्वास ठेवून ती त्याला म्हणाली, "तू ही संपत्ती कशी मिळविलीस?" त्याने उत्तर दिले, "तुला त्याच्याशी काय कर्तव्य आहे? ती फारच मोठी कहाणी आहे." परंतु तिने दररोज विनंती केल्यामुळे तो अखेर म्हणाला, "मी श्रीपर्वतावर गेलो. तिथे मी जीव धोक्यात घालून खडतर तपश्चर्या केली आणि नंतर ही सिद्धी मिळविली."

एके दिवशी कर्पूरिका स्वत:च त्याच्याबरोबर वटवृक्षाकडे गेली आणि तिने त्याची सुबत्ता प्रत्यक्ष डोळ्यांनी पाहिली. तेव्हा तिची महत्त्वाकांक्षा आता दुपटीने वाढली आणि त्याला सर्व बाजूंनी सुखकारक गोष्टी ऐकवीत ती म्हणाली, "मी ही संपत्ती मिळविण्यासाठी अतिशय आतुर आहे. तेव्हा मी जर तुला प्रिय असेन आणि तुला माझ्याबद्दल ममता (आत्मीयता) असेल, तर मग तू हा पुढील व्यवहार मान्य कर. तो असा की, मी तुला कबुतराची मादी परत देते आणि तू तुझी सिद्धी मला देऊन टाक."

सोमदत्त म्हणाला, "हे लावण्यसुंदरी, कबुतराच्या मादीपासून मिळणारी संपत्ती फारच मर्यादित व तुटपुंजी आहे. परंतु ही संपत्ती अमर्याद, न संपणारी आहे. तेव्हा असमान गोष्टींत कसा सौदा करता येईल?"

त्यावर कर्पूरिका म्हणाली, "मग तू मी आत्तापर्यंत मिळवलेली सर्व संपत्ती घेऊन टाक आणि मगच अदलाबदल कर."

सोमदत्त म्हणाला, "हे काय आहे? मी तुझ्या प्रेमासाठी हेही करण्यास राजी आहे. ठीक आहे, तू म्हणतेस त्याप्रमाणे मला कबुतराची मादी देऊन टाक."

मग जी धूर्ता (मकरद्रंष्ट्रा) आत्तापर्यंत बाहेर उभी होती, तिला आत बोलावण्यात आले आणि तिला कबुतराची मादी ओकण्याचे औषध देऊन कृती करण्यास सांगितले. कर्पूरिकेने आपली सर्व संपत्ती कबुतराच्या मादीसह सर्व साक्षीदारांच्या समक्ष सोमदत्ताकडे सुपूर्त केली. सोमदत्तानेसुद्धा तीन वेळा तिच्या हातावर पाणी शिंपून पुढील उद्गार काढले, "मी त्रिवार सत्य कथन करतो, जी सिद्धी मी श्रीपर्वतावर प्राप्त करून घेतली आहे, ती तुझ्यात वास करो," आणि कबुतराची मादी स्वच्छ धुऊन त्याने तिला गिळंकृत केली व सर्व संपत्ती आपल्या घरी पाठविली आणि लवाजम्यास ठरल्याप्रमाणे पाच रात्री तिथे राहण्यास (थांबण्यास) आज्ञा दिली आणि स्वत: बंधूकडे निघून गेला. लवाजम्यास त्याने काही सूचना दिल्या होत्या. त्यानुसार पाच दिवस वटवृक्षाखाली धन पडणार होते. आता दुसरे दिवशी कर्पूरिका मकरद्रंष्ट्राला घेऊन त्या वटवृक्षाखाली गेली आणि कुक्कुटाप्रमाणे ओरडू लागली.

मग राजाच्या लवाजम्याने पूर्वीप्रमाणेच तत्पर सेवा दिली. अशाप्रकारे पाच दिवस लोटल्यानंतर आणि तिची किंमत पूर्ण केल्यावर कर्पूरिकेकडे कोणीच येईना, मग जरी ती कुक्कुटाप्रमाणे ओरडू लागली. तिला अशी आशा होती की, ते इकड-तिकडे कुठेतरी भटकत असतील. म्हणून ती सर्वत्र फिरू लागली; परंतु ती ज्या दिशेकडे होती तिकडे कोणीच फिरकले नाही. मग मकरद्रंष्ट्रा (धूर्ता) कु कू कु करणाऱ्या कर्पूरिकेला म्हणाली, "मुली, तू उगीच अपशब्द (शिव्या) का देत आहेस? जेव्हा त्या कबुतराच्या मादीने घरात प्रवेश केला, तेव्हाच निकाल लागला होता."

आणि मग तिच्या दासी तिला म्हणाल्या, "मालकीणबाई, तुम्ही ज्या वेळी एक वस्तू दिली आणि त्या बदल्यात दुसरी स्वीकारली, तेव्हाच दोन्ही गोष्टी नष्ट झाल्या." त्यानंतर सर्वजण निराश झाले आणि काळी तोंडे करून माघारी परत आले.

सोमदत्त आपल्या भावाकडे मगधला परत आला होताच. पुढे त्याने सुखाने जीवन व्यतीत केले.

म्हणून हे मुली, धूर्त व्यक्तींना कधीही त्रास देऊ नये. त्यांना पीडा दिल्यास त्या अशाप्रकारे वागतात की, त्या पहिली मिळवलेली संपत्तीसुद्धा नष्ट करून जातात.

***

स्त्री-प्रेमाचा आविष्कार

आता मी तुला एक उदाहरणादाखल कथा सांगते. सुरुवातीच्या ज्या कथा निवेदन केल्या, त्यांत प्रत्येकाने वाघापासून जसे जपावे, तसेच प्रेमापासून जपावे. तेव्हा ऐक.

पुण्ड्रवर्धन नावाचे एक नगर होते. तेथील सुंदर प्रासाद, उद्याने, तलाव, सरोवरे आणि श्रीमंत व थोर लोक यांमुळे अलकानगरीलाही मागे टाकील अशी त्याची कीर्ती होती. त्या नगरात वसुदत्त नावाचा एक धनाढ्य व्यापारी राहत होता. त्याला तपश्चर्या आणि देवाची प्रार्थना करून नवसाने एक मुलगा झाला. त्याचे नाव रत्नदत्त. तो एकुलता एकच मुलगा असल्यामुळे अधिक लाडवला गेला. वडिलांनी त्याला वसुभूती नावाच्या गुरुंकडे अभ्यासार्थ पाठविले. त्याला नैसर्गिक बुद्धीची देणगी असल्यामुळे तो एकपाठी होता. अल्पावधीत त्याने सर्व दर्शनांचा अभ्यास केला आणि अनेक कलांत प्रावीण्य मिळविले. तथापि हत्तींच्या प्रशिक्षणात आणि त्यांची

देखभाल वाहण्याच्या कलेत त्याने विशेष प्रावीण्य मिळविले होते. याशिवाय त्याने घोडागाडी हाताळण्याची पद्धत, अश्वांची परीक्षा, व्यापारातील कसब, जुगारातील खाचाखोचा, चित्रकलेतील नैपुण्य, वेश्याव्यवसायाचे गमक, पाने तोडण्याची कला इत्यादी बहुविध विषयांत प्रावीण्य मिळविले होते.

जेव्हा तो पौगंडावस्थेतून बाहेर आला आणि पूर्णपुरुष म्हणून वावरू लागला, तेव्हा आपल्या पिताजींना म्हणाला, "बाबा, मी तुमच्या कृपेने सर्व विद्यांत पारंगत झालो आहे. मी सर्व कलांवर स्वामित्व मिळविले आहे आणि आता मला सर्व शास्त्रांचे ज्ञानही झालेले आहे; परंतु आता तुमच्या पैशावर दिवस घालविणे मला लाजिरवाणे वाटते. तेव्हा तुम्ही मला आता माझ्या स्वतःच्या हातांनी अर्थसंचय करण्याची अनुज्ञा द्या." हे तो बोलल्यानंतर वडिलांनी त्याचे मन वळविण्याचा विविध मार्गांनी प्रयत्न केला; परंतु तो काही घरी राहिला नाही. त्याने वडिलांकडून धंद्यास प्रारंभ करण्याकरिता देऊ केलेले प्राथमिक भांडवलही स्वीकारले नाही; फक्त एक हजार सुवर्णमुद्रा घेऊन आपल्या सुबंधुनामक नोकरासह तो कामासाठी बाहेर पडला. तो आपल्या कुटुंबाचे धनसंचयाचे मार्ग निंद्य मानीत असे. म्हणून त्याने असा निश्चय केला की, सार्वभौम राजाची सेवा करून संपत्ती कमवावयाची. त्या निश्चयाने त्याने मान्यखेटचा राजा प्रतापमुकुट याच्या सेवेत रूजू होण्याचे ठरविले. त्याच्या पाठीमागून त्याचा भृत्य सुबंधू वसुनंदक नावाची तलवार घेऊन चालू लागला. मार्गावर सुबंधू रत्नदत्तला म्हणाला, "वडिलांनी एवढी मोठी रक्कम दिली असतानासुद्धा तू फक्त रस्त्यावर आपले कसेतरी जेमतेम भागेल, एवढी तुटपुंजी रक्कम घेतली आहेस. तेव्हा आपण या रकमेवर मान्यखेटपर्यंत कसे पोहोचणार? आणि आपल्या प्रवासातील खर्चाला तरी ही रक्कम पुरणार का?" तेव्हा रत्नदत्त म्हणाला, "मी ही संपत्ती आणीबाणीची वेळ आली तर उपयोगी पडावी म्हणून घेतली आहे, प्रवासातील खर्चासाठी नाही. प्रवासात मी आत्मसात केलेल्या विविध कलांचे प्रदर्शन करीन आणि मला जी शास्त्रांची माहिती आहे, त्याद्वारे मी धन मिळवीन. जुगाऱ्यांचे जुगारातील धन माझेच आहे. मी त्यावर उदरनिर्वाह करीन. मी तुला शपथपूर्वक सांगतो की, जर गणिकांनी मला पाहिले, तर त्या निश्चितपणे मला बोलावतील आणि मग त्या मला दूर लोटणार नाहीत. त्यांनी मला जर पाचारण केले नाही किंवा मला दूर लोटले, तर मी आत्मबलिदान करीन;" असे तडफदार उद्गार काढून तो सुबंधूबरोबर पुढे वाटचाल करू लागला.

अशा प्रकारे प्रवास करीत ते दोघे विदिशा नगरीत पोहोचले. त्या नगरीतील भाईलस्वामिदेवपुरा भागात लावण्यसुंदरी नावाची एक अत्यंत देखणी गणिका राहत होती. ती नित्यनियमाने देवाला अर्घ्य वाहत असे. अनुपम सौंदर्याची ती जणू खाण होती, पूर्ण तारुण्याची ती फलश्रुती होती, मदनाच्या सुखाचे ते घर होते.

ती त्या ठिकाणी ईश्वरासमोर आपली नृत्यसेवा अर्पण करण्यासाठी आली होती. त्याच क्षणी परमेश्वराचे दर्शन घेण्याच्या इच्छेने तोही तिथे दाखल झाला. एखाद्या हत्तीने प्रवेश करावा, त्याप्रमाणे ऐटीत तो प्रवेश करीत असल्याचे लावण्यसुंदरीने पाहिले. ज्याने आपल्या सौंदर्यानेच कंदर्पाचा (मदनाचा) सौंदर्यविषयक सर्व अभिमान नष्ट केला आहे, असे त्याचे अनुपम देखणेपणा होते. पहिल्या दृष्टिक्षेपातच त्याने तिच्या हृदयात मन्मथाचा बाण घेऊन प्रवेश केला. ती त्याच्या तत्काळ प्रेमात पडली आणि ग्लानी येऊन बेशुद्ध अवस्थेत भुईवर कोसळली. परंतु काही क्षणातच ती सावध झाली आणि तिने आपल्या नृत्यगुरूस आपले डोके दुखत आहे असे सांगितले होते. तेव्हा तिला स्वगृही परतण्यास अनुज्ञा द्यावी. मी तिच्याऐवजी नृत्य करते." एवढे सांगून बकुलिकेने तिला घरी धाडले. लावण्यसुंदरीऐवजी नृत्य करून बकुलिका नंतर तिच्याकडे येऊन बसली. तिने तिच्या प्रकृतीविषयी चौकशी केली आणि स्मित करून म्हणाली, "मैत्रिणी, लावण्यसुंदरी! तू नेहमी आमच्याकडे पाहून हसतेस आणि म्हणतेस तुम्ही डुकर आहात! मग आता हे काय? आम्ही अधिक सुसंस्कृत आहोत; कारण आम्ही पुरुषांची संगत, त्यांचे सौंदर्य आणि वर्तणूक पाहून स्वीकारतो. तू खरोखरीच सद्‌गुणी आहेस. त्या पुरुषाचे घर, वर्तणूक, संपत्ती, दर्जा इत्यादी काही तुला ठाऊक नसताना तू त्याला पाहताक्षणीच त्याच्या प्रेमात पडलीस आणि या परिस्थितीला (मूर्च्छा येऊन पडणे) आलीस." हे ऐकून लावण्यसुंदरी म्हणाली, "मला तू बरा टोमणा मारलास. तो माझ्या गर्वाला योग्यच आहे. तसेच माझ्या नशिबाला आणि तारुण्याच्या ऊर्मीला शोभेसा आहे. परंतु तुला हे समजले नाही की, आपण जिची थट्टामस्करी करीत आहोत आणि भेदक शब्दांनी संभावना करीत आहोत, तिची मर्मस्थळे गेली आहेत. कंप पावत आहेत. तेव्हा तुझ्या मैत्रीचे हेच फळ का? तरीसुद्धा तुला योग्य वाटेल ते तू कर!"

एवढे लावण्यसुंदरी बोलल्यानंतर, बकुलिका तिला म्हणाली, "मी जर तुझ्या इच्छेप्रमाणे वागत नसेन, तर मग माझ्या मैत्रीचा तो काय उपयोग?"

लावण्यसुंदरी म्हणाली, "तू ही गोष्ट अत्यंत साधी सोपी मानतेस; पण मैत्रिणी, ती खरोखरीच अवघड गोष्ट आहे; कारण तू त्याला पाहिल्यानंतर तू आपली इच्छा पूर्ण करून घेशील आणि मग माझा हेतू विसरून जाशील."

हे ऐकून बकुलिका म्हणाली, "त्याचे अनुपम सौंदर्य मला तसे वागावयास लावेल, तरीसुद्धा तू माझ्यावर विश्वास ठेव. मी त्याला निश्चितपणे तुझ्याकडे घेऊन येते आणि तुझ्याशी त्याचे मीलन घडवून आणीन."

असे म्हणून तिने साहसी मोहीम आखली. तिला ठाऊक होते की, या गावातील अनोळखी माणूस फक्त दोनच ठिकाणी सापडू शकेल. तो जर विद्यार्थी असेल, तर मठात आढळेल आणि राजपुत्र असेल, तर ओसाड मंदिरात असेल. म्हणून प्रथम

तिने त्याचा एका एकांत मंदिरात शोध घेतला. तिथे तिला तो झोपलेला आढळला आणि त्याच्या बाजूला त्याचा नोकर वाट पाहत बसला होता. ती त्याच्या नोकराला म्हणाली, "नशीबवान माणसाने सायंकाळी झोपणे, हे योग्य नाही. तुझा मित्र फारच नशीबवान दिसतो, तेव्हा त्याला जागा कर," नोकराने त्याला उठविले. तेव्हा ती त्याला म्हणाली, "हे अतिथी, तू कुठून आलास?" रत्नदत्ताने तत्काळ उत्तर दिले, "मी दुसऱ्या देशातून आलो आहे आणि सार्वभौम राजाच्या सेवेत सामील होण्यासाठी जात आहे."

काही क्षणानंतर बकुलिकाने रडण्यास सुरुवात केली. रत्नदत्ताने पृच्छा केली, "हे सभ्य स्त्री! तू का रडत आहेस?" ती म्हणाली, "मला एक भाऊ होता. तो अगदी तुझ्याप्रमाणे दिसे. त्याच्या स्मरणाने माझ्या डोळ्यांना पाणी आले. तूसुद्धा माझा भाऊ आहेस." रत्नदत्त म्हणाला, "हे खरे आहे, परंतु तुझा भाऊ संपत्ती उधळण्यास कारणीभूत झाला; मी मात्र तुला संकटकाळी आसरा देणारा भाऊ म्हणून राहीन!"

"मग माझ्या घरी चला. माझे अतिथी व्हा!" बकुलिका म्हणाली आणि त्यांना लावण्यसुंदरीच्या घरी ती घेऊन गेली.

लावण्यसुंदरी आपल्या घराच्या गच्चीत विषाचा प्याला घेऊन उभी होती. तिच्या मनात दोन विचार घोळत होते. आज मी एकाच वेळी दोन गोष्टींना मुकणार की माझे इप्सित साध्य करणार कुणास ठाऊक? जर बकुलिका माझ्या मित्राला तिच्या घरी घेऊन जाईल, तर मग माझा मित्र माझ्या हातातून कायमचा गमावेल आणि तोही आपल्या इच्छेनुरूप दुसरीकडे जाईल. मग मी मरून जाईन किंवा देहत्याग करीन. बकुलिकाला तिच्या स्वभावाची पूर्ण जाण होती. म्हणून तिने त्याला लावण्यसुंदरीच्या घरी नेले.

जेव्हा लावण्यसुंदरीने त्यांना आपल्या घरी येताना पाहिले, तेव्हा तिला किंचित बरे वाटले. तिने पृच्छा केली "बकुलिका, हे पाहुणे कोण?" तेव्हा बकुलिका उत्तरली, "माझे बंधू!" तिच्या शंका दूर झाल्या आणि त्याला आसन देत असताना तिच्या मनात आले की, अखेर आपण जिंकलो. तेव्हा बकुलिका म्हणाली, "स्वागत असो, बंधुराज!" तेव्हा तिने त्याला स्नान घालून सुग्रास जेवण इत्यादी देऊन त्याचे आपल्या सांपत्तिक स्थित्यनुसार आणि जिव्हाळ्याने आतिथ्य केले.

सायंकाळ उलटल्यावर मग बकुलिका आपल्या घरी गेली. तिने रत्नदत्तला आपल्या शयनघरात नेले. तिला त्याची कल्पकबुद्धी, ज्ञान, सद्‌गुण, सौंदर्य इत्यादी गुण हे शंभरपट श्रेष्ठ आहेत, याची जाण झाली. त्या एका रात्रीत ती इतकी भारावून गेली की, तिने दुसऱ्या व्यक्तीचा विचार पूर्णत: टाकून दिला आणि ती त्याच्याकडेच आकृष्ट झाली.

दुसऱ्या दिवशी सकाळी रत्नदत्त बाहेर पडला. तत्पूर्वी त्याने प्रसन्न प्रभातकाळी

बिछान्याच्या कडेला चादरीत पाचशे मुद्रा बांधून सुबंधुद्वारे लावण्यसुंदरीच्या दासीला निरोप ठेवला, "तिने मुद्रांचा शोध घ्यावा." तिथून तो फासे खेळण्यासाठी जुगारगृहात गेला.

जेव्हा सकाळी लावण्यसुंदरीला जाग आली, तेव्हा तिने दासीकडे त्याच्याविषयी चौकशी केली. त्या वेळी दासी म्हणाली, "तो कुठे गेला आहे, मला ठाऊक नाही. निघण्यापूर्वी त्याने मला बिछान्यावरील चादरीचा शोध घेण्यास बजावले आहे आणि दासीने जेव्हा शोध घेतला, त्या वेळी लावण्यसुंदरीला पाचशे सुवर्णमुद्रा चादरीच्या एका कोपऱ्यात बांधलेल्या आढळून आल्या. तेव्हा ती बोलली, "हा कल्पक हुशार माणूस फक्त सुस्वरूप नाही, पण उदारही दिसतो. कुठे सुवर्ण आणि सुवाससुद्धा एकत्र नांदतो?" ज्या वेळी बकुलिका आली तेव्हा ती म्हणाली, "प्रिय सखे, तो कुठेतरी दूरवर गेला आहे. याचा शोध घे!" बकुलिका एका घोडीवर बसली आणि आपला लवाजमा घेऊन जुगारगृहात गेली. त्याठिकाणी उच्चभ्रू श्रीमंत लोकांत धाडसाने खेळत असलेल्या रत्नदत्ताला तिने पाहिले. तिला ठाऊक होते की, खूप स्त्रिया जुगाऱ्याच्या प्रभावाखाली असतात. म्हणून ती शांतपणे ते सर्व पाहात उभी राहिली. काही वेळानंतर जेव्हा त्याची नजर तिच्याकडे गेली, तेव्हा तो म्हणाला, "भगिनी, तू किती वेळ इथे उभी आहेस?" तिने उत्तर दिले, "बराच वेळ!" "तुझ्यासारख्या स्त्रियांनी अशा ठिकाणी येण्याची ही जागा नाही," असे तो म्हणाला आणि आपल्या प्रतिस्पर्ध्याचा पराभव करून त्याने तेथील अभिरक्षकाला आपला हिशोब करण्यास सांगितले. अभिरक्षकाने पन्नास हजार द्रम्मांचा हिशोब त्याच्यापुढे सादर केला. त्या वेळी तो म्हणाला, "यांपैकी माझ्या बहिणीला तांबूल वगैरे खरीदण्यासाठी चारशे द्रम्म दे आणि सोळा हजार द्रम्म लावण्यसुंदरीकडे पाठवून दे." त्यानंतर दहा हजार द्रम्म दानधर्मात वाटून तो बकुलिकेला घेऊन लावण्यसुंदरीकडे आला.

तिच्या एकूण प्रतिष्ठेला शोभेल अशा पद्धतीने त्याने सर्व दिवस स्नान, उत्तम भोजन, विश्रांती इत्यादी सोपस्कारात घालविला. रात्री त्याच्या सहवासात मौज लुटल्यानंतर लावण्यसुंदरी लाडिकपणे त्याला म्हणाली, "आपले आगमन कुठून इथे झाले?" त्याने आपण कुठून आलो वगैरे सर्व हकीकत सांगितली आणि तो पुढे म्हणाला, "उद्या सकाळी मी इथून जाईन आणि प्रतापमुकुट राजाच्या सेवेत रुजू होईन. तुला जर संपत्ती मिळवायची असेल, तर समजून घे की मी ऐश्वर्यात लोळत आहे. ती सर्व खर्च करू शकतेस. ती सर्व संपल्यानंतर तुला इच्छेनुसार जे करावयाचे असेल ते तू कर. तुझ्यासारख्या गणिकेच्या संदर्भात तुझे शरीरच फक्त सेवायुक्त आहे, तुला दिलेली जी संपत्ती आहे, ती फार काळ टिकणारी नाही. म्हणून मी उद्याच निश्चितपणे इथून निघेन."

हे सर्व ऐकून घेऊन दुसऱ्या दिवशी ती सल्ल्याकरिता ढोण्डानामक कुट्टिनीकडे गेली आणि म्हणाली, "माते, मी तुझ्या शब्दांचे पालन करीन, परंतु तो एकदा गेला की, त्याच्याशिवाय मी एक क्षणभरही जगू शकणार नाही. म्हणून मला सांग, मी आता काय करू?" कुट्टिनीने त्याच्याबरोबर जाण्याविषयीचे तिचे मन वळविण्याचा खूप प्रयत्न केला; परंतु जेव्हा ती हे मान्य करेना, तेव्हा कुट्टिनीने विचार केला, "मग तू तसेच कर." काही अंतर तुडवून गेल्यानंतर ही नाजूक साजणी दमून जाईल आणि परत फिरेल, असा विचार करून तिने तिला जाण्यास परवानगी दिली आणि पुढे ती म्हणाली, "ठीक आहे. मीसुद्धा तुझ्याबरोबर येते."

रत्नदत्तासोबत लावण्यसुंदरी आणि कुट्टिनी चालू लागल्या. संथपणाने काही दिवस चालत ते सर्व जण पूर्णपथक नावाच्या गावी येऊन पोहोचले. गावाबाहेरील एका आम्रवृक्षाखाली लावण्यसुंदरीच्या मांडीवर डोके ठेवून रत्नदत्त झोपी गेला होता. त्या वेळी सेवक नगरीमध्ये अन्न आणण्यासाठी गेले. तेव्हा कुट्टिणीच्या हे पूर्णत: लक्षात आले की, लावण्यसुंदरीचा त्याच्याबरोबर जाण्याचा निश्चय पक्का दिसतो. तेव्हा तिने असा कट केला की, आपण राजाकडे जाऊन तक्रार नोंदवावी आणि त्याचा खून करवून घेऊन लावण्यसुंदरीला आपल्या गावी परत न्यावे. अशाप्रकारे सर्व बेत आखून फुले गोळा करण्याचे सोंग करून, ती सूरधर्मन राजाकडे गेली आणि त्याच्या कानावर तिने सर्व हकीकत घातली. ती म्हणाली, "महाराज, माझ्या ऐन यौवनकाळात, चौथे दिवशी न्हाल्यानंतर तुम्ही माझ्यासमोर समागम केलात. त्यातूनच मला गर्भधारण होऊन कन्यारत्न जन्माला आले. ती तुमचीच मुलगी असल्यामुळे सुस्वरूप आहे. सध्या ती एका ठगाच्या मोहात पडली आहे. म्हणून मी ही हकीकत सांगण्यासाठी, मुद्दाम तुमच्याकडे आले आहे. तुम्हाला जे योग्य वाटेल ते तुम्ही करू शकता?"

हे ऐकून राजाने तत्काळ आपल्या रक्षकदलातील अधिकाऱ्यांना आज्ञा केली की, "माझ्या मुलीला बनविणाऱ्या व्यक्तीला ताबडतोब अटक करा." जेव्हा अधिकारिवर्ग शिपायांना घेऊन गावाबाहेर जिथे लावण्यसुंदरी होती, त्या स्थळी गेला. तेव्हा त्याला एक अत्यंत देखणा पुरुष आपले डोके नाजूकपणे आनंदी लावण्यसुंदरीच्या मांडीवर ठेवून झोपलेला आढळला. त्याला पाहिल्याबरोबर त्या अधिकाऱ्याच्या मनात विचार आला, हे प्रेमप्रकरण दिसते. ती त्याच्या बरोबर स्वेच्छेने जात आहे. तिला त्याने फसविलेले वगैरे नाही. कुट्टिणी ही खोटारडी असावी. त्याची झोप पूर्ण होईपर्यंत वाट पाहू या. तो उठल्यानंतर चौकशी करावी. परंतु जसा या अधिकाऱ्यांना विलंब होऊ लागला तसे राजाने विचारले, "माझ्या अधिकाऱ्यांना विलंब का?" त्या वेळी कुट्टिणी म्हणाली, "महाराज मी आपणास सांगितले आहे की, तो अत्यंत लबाड माणूस आहे. त्याने बहुधा या अधिकाऱ्यांनाही बनवले असावे." त्यानंतर

राजाने आपले काही मांडलिक जहागीरदार धाडले. त्यांनी आपल्या अधिकाऱ्यांकडून सर्व माहिती घेतली. त्यांनी घेतलेला निर्णय योग्य आहे, असे समजून तेही तिथेच थांबले. "हे काय? यांनासुद्धा आता का विलंब होत आहे?" राजाने पृच्छा केली. "महाराज, त्यांनादेखील त्या लबाडाने भूलथापा देऊन बनविले असणार! म्हणून आपण स्वत:च तिकडे जावे; पण काळजी घ्यावी; कारण ज्यांना-ज्यांना तो भेटतो, त्या सर्वांना तो बनवितो." असे कुट्टिणी म्हणाली. तेव्हा सर्व आवश्यक ती तयारी करून राजा स्वत: त्या ठिकाणी गेला.

जेव्हा लावण्यसुंदरीने राजाला पाहिले, तेव्हा तिने रत्नदत्ताला उठविले आणि म्हणाली, "रत्नदत्त, तू मला म्हणाला होतास की, कडितल्लच्या (लोखंडी तीक्ष्ण हत्यार) साहाय्याने मी साठ उभ्या सैनिकांना, तीस बैठ्या सैनिकांना आणि सोळा आडव्या पडलेल्या सैनिकांबरोबर युद्ध करू शकतो? तेव्हा हीच आता वेळ आहे. मी सुरुवातीची थोडी माणसे पाहून उठविले नव्हते, पण आता तुला ज़े रुचेल ते तू कर." "तू ठीक केलेस," असे म्हणत वसुनन्दक नावाची तलवार हाती घेऊन त्याने सरळ त्या सर्वांवर जणू हे गवताच्या तृणांप्रमाणे क्षुल्लक आहेत. अशा आविर्भावात आक्रमण केले.

जेव्हा राजाने त्याचा पराक्रम आणि लावण्यसुंदरीचे त्याच्याविषयीचे प्रेम पाहिले, तेव्हा त्याच्या लक्षात आले की, तिला त्याने फसविलेले नाही; कारण जे फसले जातात ते वेगळे दिसतात आणि वागतात. ही कुट्टिणी अत्यंत अधम आणि खोटारडी आहे. तिने त्याला नष्ट करण्याचा कट रचला असावा. लावण्यसुंदरीला खऱ्या प्रेमापोटी त्याचाच सहवास हवा आहे. तेव्हा त्याला वाटले आपल्या येण्याने रत्नदत्तचा विनाकारण मृत्यू ओढवेल. म्हणून तो घरी गेला आणि त्याने आपल्या द्वारपालाला त्याला शोधण्यासाठी पाठविले व असा विचार केला, "नशीब असेल, तर हा माणूस आपल्या सैन्याचा अधिकारी होईल."

द्वारपाल रत्नदत्ताकडे गेला आणि त्याने त्यास सूरधर्मन राजाला तू हवा आहेस, असे स्पष्ट सांगितले. तो राजाकडे गेला पण पदस्पर्श करून राजाला त्याने अभिवादन केले नाही. तरीसुद्धा राजाने त्याचा यथास्थित सत्कार करून त्यास बैठक, तांबूल आदी दिले आणि आदरपूर्वक विचारले, "हे सभ्य गृहस्था! तुला कुठे जावयाचे आहे? तू कुठून इथे आलास? तू कोणत्या देशाचा स्वाभिमानी नागरिक आहेस?"

तो म्हणाला, "मी सार्वभौम राजाच्या सेवेत रुजू होण्यासाठी चाललो आहे."

"तुला जर योग्य वाटत असेल, तर काही दिवस इथे राहा!" असे सांगून राजा पुढे म्हणाला, माझ्याकडे असलेल्या अठ्ठेचाळीस खेड्यांपैकी तू निम्मी खेडी घे." इतक्या आदरपूर्वक राजाने ही खेडी देऊ केली, तरी त्याने त्यास संमती दिली नाही.

तेव्हा राजाने यथास्थित सन्मानपूर्वक त्याचे आदरातिथ्य करून त्यास जाण्यास अनुमती दिली.

तो पुन्हा लावण्यसुंदरीकडे आला. मध्यंतरीच्या काळात कुट्टिणी आली व म्हणाली, "पुत्रा, तुझे स्वागत असो, तू देखणा पुरुष असून अतिशय चाणाक्ष आहेस आणि अर्ज-विनंत्या करणाऱ्या कनवाळू लोकांचा त्राता आहेस. हा माझा प्रयत्न केवळ इतर तुझ्या गुणांबरोबर तुझा पराक्रम शोधणे हा होता आणि तू इतर सद्‌गुणांपेक्षा शौर्याच्या बाबतीत अधिक बाकबगार आहेस. मी असा जावई निवडण्यात अधिक नशीबवान ठरेन... (लावण्यसुंदरीसह रत्नदत्त मान्यखेटच्या मार्गाने जाऊ लागला आणि तिथे पोहोचल्यावर चित्रलेखा नावाच्या गणिकेच्या गृहात तो राहू लागला. पुढे लावण्यसुंदरीला सोडून नोकरीच्या शोधात त्याने चार दिवस घालवले. तिला हा विरह असह्य झाला. त्याच दिवशी चित्रलेखाबरोबर ती व्हरांड्यात बसली होती. त्या वेळी राजाच्या नजरेला ती पडली. त्याने दीर्घकाळ तिच्यावर नजर खिळवली आणि राजाच्या लक्षात आले की, ती या नगरीची रहिवासी नाही. त्याने आपले दूत तिच्याकडे धाडले, पण तिने स्पष्ट नकार दिला. तिने हा सर्व प्रकार पाहून रडण्यास सुरुवात केली. तेव्हा चित्रलेखा म्हणाली, "हे सुंदरी, तू शोक का करीत आहेस?)

"मला असे वाटते की, दोन गोष्टींनी माझा घात होणार आहे." लावण्यसुंदरी म्हणाली.

पुन्हा तिने चौकशी केली, "दूताचे काय म्हणणे आहे?" तेव्हा ती म्हणाली की तो सांगत होता (दूत म्हणाला.) "या सुंदरीला राजाने पाहिले आहे आणि राजाने मला हिला घेऊन येण्याविषयी हुकूम केला आहे. जर हिने नकार दिला तर तिचे नाक आणि कान कापून टाकण्यास सांगितले आहे व नंतर हिला ठार मारण्याचा हुकूम आहे." हे सर्व ऐकून लावण्यसुंदरीला धोक्याची कल्पना आली. चित्रलेखाने रत्नदत्त चार दिवस बाहेरगावी गेला असल्यामुळे तिला राजाकडे जाण्यास सांगितले. तिने आपला रत्नहार तिथे ठेवला आणि अत्यंत नाखुशीने त्या संध्याकाळी ती राजवाड्यावर गेली. राजाने तिच्या सहवासात आनंद लुटून भल्या पहाटे जेव्हा ती चित्रलेखेच्या घरी परतली, तेव्हा संगमक नामक दूताबरोबर तिच्याकडे एक लाख द्रम्म आणि जरतारी कपडे भेटीदाखल म्हणून पाठविले. त्यांपैकी तिने फक्त सतरा द्रम्म (सुवर्ण नाणी) ठेवून घेतली.

संगमक आश्चर्याने उद्‌गारला, "हे काय?" ती म्हणाली, "मी फक्त माझी मजुरी घेतली. हे सर्व मी एका अटीवर स्वीकारीन. जर मला राजा माझ्या इच्छेनुसार जाण्याची परवानगी देत असेल." जेव्हा संगमकाने राजाच्या कानावर ही गोष्ट घातली, तेव्हा राजाने तिची ही अट मान्य केली. तिने ही सर्व देणगी स्वीकारली

आणि ती दीनदुबळ्यांना वाटली आणि अशाप्रकारे आणखी तीन दिवस राजाच्या सान्निध्यात तिने घालविले.

अखेरच्या दिवशी राजाने तिला लोकनृत्य सादर करण्यास पाचारण केले. तिला ठाऊक होते की, हा दिवस रत्नदत्तच्या परतीचा होता. तिने अप्रतिम कपडे घातले आणि थाटमाट केला आणि आपल्या सेविकेला गजस्तंभाजवळ उभे राहण्यास सांगितले आणि रत्नदत्त येत आहे असे दिसताच रत्नजडित हार मला दाखव, अशी सूचना दिली. मग ती राजवाड्यावर गेली तेव्हा राजा म्हणाला, "आम्हाला काही लोकनृत्यांचे दर्शन घडव." ती 'ठीक आहे' असे म्हणाली आणि तिने नृत्याला आरंभ केला. नृत्य ऐन रंगात असताना ती पदलालित्यात पाठीमागे सरकली आणि तिने गजस्तंभाजवळ उभ्या असलेल्या आपल्या सेविकेवर दृष्टिक्षेप टाकला. त्यानंतर तिने राजाकडे पाहिले. तिच्या मनातील हेतू तत्काळ राजाच्या लक्षात आला. तो म्हणाला, "तू आता मुक्त आहेस." तशाच विस्कटलेल्या केशकलपासह ती घाईघाईत घरी परतली. तिच्या या वर्तणुकीमुळे राजा विस्मयचकित झाला आणि संगमकाला म्हणाला, "हा कोण असा भाग्यदाता आहे की, ज्याच्यावर तिचे नितान्त प्रेम आहे; कारण ती आम्हाला लज्जित करून तशीच निघून गेली." हे जाणून घेण्याच्या इच्छेने तोही तिच्या पाठोपाठ निघून गेला आणि खिडकीच्या जाळीमधून त्याने रत्नदत्त चित्रलेखेच्या घराकडे येत असलेला पाहिला. लावण्यसुंदरी पाण्याचा घडा घेऊन त्याचे पाय धुण्यासाठी पुढे धावली. तिला अशा चमत्कारिक अवतारात पाहून रत्नदत्त सुबन्धुला (सेवक) म्हणाला, "हे सभ्य गृहस्था, आपण आत्ताच घराविषयी बोलत होतो; आपल्या घरात पाणी शिरले आहे." आणि नंतर तो लावण्यसुंदरीला म्हणाला, "लावण्यसुंदरी, माझे पाय धुऊ नकोस. तू माझी आई आहेस." तिने अत्यंत सूचक प्रश्न केला, "रत्नदत्त, हे काय म्हणतोस तू?" दुसरं काय सांगणार? तू माझ्या धन्याची (राजाची) पत्नी आहेस. तेव्हा आता खूप झाले. कृपया बस."

राजा संगमकाला म्हणाला, "मित्रा, तू त्याचे शब्द प्रत्यक्ष ऐकलेस का? त्याच्या सौंदर्यावर, त्याच्या सभ्य वर्तनाने मात केली आहे. आपण आता वस्तुस्थिती प्रकटच करू या." असे म्हणून जाळीदार खिडकी सोडून त्याने प्रवेशद्वारातून आत जाण्याचा निर्णय घेतला; परंतु रत्नदत्तला राजा आत येत आहे, याची पूर्ण कल्पना होती आणि तो सावधही झाला होता. तेव्हा राजाला पाहून तो म्हणाला, "महाराज, सावधगिरीने प्रवेश करा." त्याने राजाला हातात नंगी तलवार घेऊन दम भरला. तेव्हा राजा म्हणाला, "तू तिच्याबरोबर बेफिकीरीने बोलत आहेस आणि आता हे शब्द! याचा अर्थ काय?" तू माझा शूर संरक्षक आहेस! म्हणून हे योग्य आहे. मी माझ्या प्रियेचा व पत्नीचा मालक आहे. तेव्हा तुम्ही इथे अधिक काळ वाट पाहण्यात

हशील नाही. राजाने सरळ आपल्या राजवाड्याकडे कूच करावे. मी राजाच्या सेवेत रूजू होण्यासाठीच आलो आहे. मला जशी आज्ञा मिळेल त्याप्रमाणे मी तुमच्याकडे आल्यानंतर वागेन," एवढे तो त्वेषाने बोलला. त्याच्या पराक्रमाने आणि गंभीर वर्तणुकीने खूश होऊन राजा म्हणाला, "फार छान! तू म्हणतोस त्याप्रमाणे मी करीन." आणि तो आपल्या राजवाड्याकडे निघून गेला.

त्यानंतर त्याने एका हत्तिणीसह आपल्या द्वारपालाला त्याला शोधण्यासाठी पाठविले. त्याला द्वारपालाने सन्मानाने आणले व हत्तिणीसह राजदरबारच्या शामियान्यात प्रवेश करण्यास संमती दिली. त्याला बैठक, तांबूल इत्यादी देऊन राजाने त्याचे आदरातिथ्य केले.

नंतर राजा म्हणाला, "तुला काय ठाऊक आहे?" त्याने उत्तर दिले, "सर्व शास्त्रे, सर्व कला, सर्व विज्ञाने मला ज्ञात आहेत. मी एकपाठी आहे. तेव्हा आता गंमतच पाहा! चार कथाकार कथा निवेदन करत आहेत आणि मी जुगार खेळत राहतो. जर तांबूल नसेल तर मी माझी पाळी विसरून जातो आणि जर मी कथा विसरलो तर मला काहीच माहीत नाही, असे समजा."

राजाला हा चमत्कार जाणून घेण्याची जिज्ञासा झाली आणि ठरल्याप्रमाणे त्याने तसे करण्यास अनुज्ञा दिली.

मध्यंतरी लावण्यसुंदरीने विचार केला... युद्धात कधीही पराभव माहीत नाही, सतत कर्जातून मुक्त होत राहणारा, राजाची कृपा आणि सुखे उपभोगणारा असा रत्नदत्त राजाबरोबरच्या सेवेत अनेक वर्षे अत्यंत सुखाने राहिला.

म्हणून हे मुली! ज्या गणिका पुरुषांच्या प्रेमात सर्वार्थाने मशगूल होतात, एकरूप पावतात, त्या स्वत:चा सर्वनाश करतात आणि आपल्या संपत्तीचीही धूळधाण करतात.

***

परस्परांवरील प्रेमाची कथा

अशाप्रकारे मी तुला एकतर्फी प्रेम कसे असते, याची कथा सांगितली. आता परस्परांत एकमेकांविषयी कसे प्रेम असते, याविषयी तुला सांगते.

अमरावती आणि अलका या दोन वैभवसंपन्न नगरींना मागे टाकेल, अशा सुप्रसिद्ध उरगपूर नगरीत समरसिंह नावाचा राजा राज्य करीत होता. त्याचे आधिपत्य

८४ मांडलिक संस्थानिकांवर, १२ मण्डलेश्वरांवर, ३६ राजघराण्यांवर, ७२ अरण्यातील अधिपतींवर, २४ कार्वट, २१ कोकण आणि ३६ बंदरवासीयांवर होते. या राजांपैकी ज्यांनी त्याच्या पराक्रमामुळे स्वामित्व पत्करले होते आणि सर्व संस्थानिकांना जिंकून घेतले होते, त्यांपैकी एकाकडे अशोकवती नावाची प्रसिद्ध गणिका होती. ती अतिशय श्रीमंत आणि तारुण्याने प्रफुल्लित झालेली सौंदर्यवती होती. सर्व मांडलिक राजे तिला हवी ती वस्तू देत असत आणि तिच्याकडे अत्यंत आतुरतेने व विनयाने पाहात असत. अशोकवती राजांकडून (राजपुत्रांकडून) सर्व वस्तू, धन इत्यादी स्वीकारीत असे आणि चड्डालक नावाच्या एका मांडलिक राजाला देत असे. तो तिला जिवापाड प्रिय होता आणि राजदरबारातही सर्वांचा लाडका होता. तिने जगप्रसिद्ध असा तलवारींचा नृत्य-प्रकार आत्मसात केला होता आणि त्यात प्रावीण्यही मिळविले होते.

शिशिरऋतूत रात्री कडाक्याची थंडी असते आणि घराबाहेर पडणे जवळजवळ अशक्यप्राय असते, अशा प्रसंगी समरसिंह राजा आपल्या राजमहालाच्या सुखासीन मंडपाच्या मध्यदालनात विराजमान झाला होता आणि नृत्य पाहण्याची मनीषा बाळगून आलेल्या पाहुण्यांना बसण्याची विनंती करीत होता. त्याने अशोकवतीला निरोप धाडला. तिने उत्तम पोशाख केला होता आणि नृत्याला साजेसे असे अलंकार घातले होते. दिमाखाने ती राजप्रासादात गेली. तिने स्वत:शी असा विचार केला, "जर माझ्या हृदयाच्या स्वामीने (चड्डालकाने) हे नृत्य पाहिले नाही, तर मी केलेला पोशाख आणि नृत्य निरर्थक ठरेल! आणि जर चड्डालकने हे सर्व पाहिले, तर मी परमेश्वराला पाचशे रुपये किमतीची फुले आणि कुमकुम वाहीन. वाटेवर तिने सर्व इच्छांची परिपूर्ती करणाऱ्या गणपतीसमोर हा नवस केला होता. नंतर तो तिथे निश्चित असेल असा मनाशी कयास बांधून, अत्यंत आनंदी मन:स्थितीत तिने राजवाड्यात प्रवेश करून नृत्याला प्रारंभ केला. लयबद्ध आणि ढंगात नृत्य करीत असताना तिने सर्व दिशांना दृष्टिक्षेप टाकला; परंतु तिला चड्डालक कुठेच आढळला नाही. एकाएकी तिच्या शरीरातले त्राण गेले आणि उत्साहही कमी झाला, एवढेच नव्हे तर तिचा चेहरा पांढरा पडला आणि ती जवळजवळ निस्तेज झाली. नृत्यशिक्षकांच्या तत्काळ ही गोष्ट लक्षात आली की, नृत्यातील तिचे पदलालित्य संपले आहे आणि केवळ राजाच्या भीतिपोटी ती लाजिरवाणे नृत्य सादर करीत आहे. परंतु हे नृत्य अत्यंत धोकादायक आहे आणि त्याला समतोल पदलालित्य अत्यंत आवश्यक होते, असाच तो नृत्यप्रकार होता; परंतु ती तोल न संभाळताच कशीबशी नाचत होती, त्यामुळे तिचा तोल जाऊन ती तलवारीवर पडेल, अशी भीती नृत्यशिक्षकाच्या मनात उद्भवली. त्यामुळे कदाचित एक उत्कृष्ट नृत्यांगना नाहक मृत्युमुखी पडेल. म्हणून त्याने राजाला सांगितले, "आतापर्यंत आपला प्रियतम आपले हे नृत्य

पाहील, या विश्वासाने ती अतिशय सुरेख नृत्य करीत होती; परंतु तो इथे नाही याची जाणीव झाल्यावर ती अतिशय अस्वस्थ व बेफिकीर झाली आणि केवळ लाजेखातर तिने हे नृत्य चालू ठेवले आहे. तेव्हा अशाप्रकारे समतोल ढळल्यास ती आपले शरीर तलवारीत झोकून देईल. हे सत्य मी तुमच्या कानावर घातले नाही, म्हणून कदाचित तुम्ही माझ्यावर क्रुद्ध व्हाल. तेव्हा महाराज, आपणच योग्य व न्याय्य असेल ते अवश्य करावे.'' हे ऐकून राजा मोठ्याने म्हणाला, ''हे नृत्यगुरू, आता रात्र फार झाली आहे, तेव्हा हा नृत्यप्रयोग इथेच थांबवावा.'' नंतर क्षणभर दरबारगृहात थांबून तो आपल्या शय्यागृहात गेला आणि त्याने अशोकवतीला पाचारण केले आणि म्हणाला, ''हे दुष्ट स्त्री, तुला माझी लाज वाटली नाही किंवा इथे जमलेल्या माझ्या सरदार-मांडलिकांची शरम वाटली नाही. तू अतिशय निर्लज्ज बनली आहेस. ही गणिकांची वागण्याची रीत होय! हे काय आहे?'' तेव्हा ती म्हणाली, ''महाराज, माझी चांगली ख्याती आहे. मी काय लपवू? प्रेमासाठी काहीही करण्याची माझी तयारी आहे. माझ्या बेढब नृत्यासाठी आपण मला कोणतीही शिक्षा करा किंवा मला सजवा! तुम्हाला सर्वाधिकार आहेत.'' तेव्हा राजा तिला म्हणाला, ''तुझ्या पापप्रवृत्तीमधून संपत्ती जमा होणार नाही. तेव्हा असे धाडस करण्याचा प्रयत्न करू नको.'' एवढे बोलून त्याने तिला जाण्याची अनुज्ञा दिली. त्याने गुप्तहेरांना पुढे ती काय करते आहे, हे पाहण्यासाठी धाडले. राजवाड्यातून घरी न जाता ती तडक चड्डालकाच्या घरी गेली. (राजाने त्यांचे हे प्रेमप्रकरण उद्ध्वस्त करण्यासाठी सुंदरक नावाच्या एका अत्यंत देखण्या व्यक्तीशी संपर्क साधला.) प्रथम त्याने सुंदरकाला एक सुरेख आहेर धाडला. नोकरांकडून राजाच्या आहेराचा वृत्तान्त ऐकून सुंदरक आपल्या मित्रांना म्हणाला, ''आपण कुठे आणि राजा कुठे, केवढे दोघांत महद् अंतर! आणि ही देणगी पाठविण्यामागे राजाचा हेतू तरी काय असावा? आणि हा सांगावा देणारा दूत?'' तेव्हा त्याच्या मित्रांपैकी एक जण म्हणाला, ''राजा ही व्यक्तीच उत्सुकतेचे द्योतक आहे. तेव्हा तुला बोलविण्यामागे काहीतरी निश्चित उद्देश असला पाहिजे. कुणीतरी तुझ्याविषयी राजांना बोलले असेल. म्हणून ती देणगी स्वीकार आणि निरोप घेऊन आलेल्या सेवकाचे स्वागत कर.'' तो म्हणाला, ''मी त्याप्रमाणे करीन!'' मान लवून त्याने देणगीचा स्वीकार केला आणि सेवकांकडे नम्रतेने पृच्छा केली, ''महाराजांची काय आज्ञा आहे?'' तेव्हा सेवक म्हणाला, ''महाराजांनी तुमची कीर्ती ऐकली आहे. त्यांना तुमच्याबद्दल कुतूहल आहे. म्हणून त्यांनी आपल्याला पाचारण करण्यासाठी मला मुद्दाम पाठविले आहे. तेव्हा आपण चलावे.'' हे सर्व सांगितल्यावर तो निवांतपणे त्याच्याबरोबर निघाला. त्याच्या प्रवासात त्याच्या पाठीमागून बत्तीस तरुण, श्रीमंत व देखण्या सुरसुंदरी गणिकांचा ताफा आणि तेवढ्याच त्यांची देखभाल करणाऱ्या आणि वेळ सांगणाऱ्या स्त्रिया (वेलवित्तिका) चालू लागल्या.

काही दिवसांनी या सर्व लवाजम्यासह तो उरगपूर नगरात दाखल झाला.

तो पोहोचल्यावर दुसऱ्या दिवशी शहरात सर्व दूरवर सुवार्ता प्रसृत झाली. त्याचा देखणेपणा व तारुण्य यांचे हेतुपुरस्सर राजाने निरीक्षण केले. त्याने राजाला लवून मुजरा केला आणि राजानेही त्याच्याशी बातचित केली. त्याला पान-सुपारी (तांबूल) दिली आणि आपल्याजवळ अत्यंत सन्मानाने नि आदराने राजाने बसवून घेतले. थोडा वेळ गेल्यावर तो तरुण (सुंदरक) म्हणाला, "आता वेळ आली आहे, मी काय करावे, अशी आपली अपेक्षा आहे. ते कृपया मला कळू देत."

स्मित करीत राजा म्हणाला, "तुला सर्व प्रकरण माहीत आहे. तेव्हा तुला जे योग्य वाटेल ते तू कर!" "आपण निश्चिंत राहा! आपण आज्ञा दिली की मी कामास लागतो; परंतु एक गोष्ट निश्चित की मला फक्त निर्जीव शरीर मिळेल, आत्मा नाही; मग जरी मी तिच्यात माझा प्राण ओतला तरीसुद्धा! तेव्हा काय करणे आवश्यक आहे ते पाहा." एवढे बोलून त्याने नम्रपणे प्रणिपात केला व तो तिथून बाहेर पडला.

नंतर त्याने आपल्या सर्व सवंगड्यांचा ताफा राजाने दिलेल्या बंगलीत पाठविला आणि त्यामागून चार तुडितालांना पाठविले. प्रसंगाला अनुरूप पोशाख करून तो स्वत: गणिकांच्या वसतीमधून फिरू लागला. गणिकांमध्ये त्याला बोलविण्याची जणू चढा-ओढ सुरू झाली आणि प्रत्येक गणिका त्याला सर्व सुख देण्याची अभिवचने देऊ लागली; तथापि सर्वांना हुलकावण्या देत आणि अंशत: त्यांची मर्जी सांभाळीत, तो अशोकवतीच्या दारी आला. तिथे तो आपल्या लोकांबरोबर मधुरवाणीने गप्पा मारीत उभा राहिला. त्याला दुरूनच मकरद्रंष्ट्रा कुट्टिनीने पाहिले आणि तिच्या पाठीमागेच मत्तवारणक आसनावर विराजमान झालेली अशोकवती होती. तिने सौंदर्य आणि सुरूपता यांत मन्मथालाही मागे टाकेल, असा सोळा वर्षांचा देखणा तरुण पाहिला आणि ती आईला म्हणाली, "हा तरुण या गावचा दिसत नाही. तो कोणीतरी बाहेरचा असावा; परंतु त्याचे सौंदर्य, चलाखी आणि तारुण्य अनुपम आहे." पहिल्या दृष्टिक्षेपातच अशोकवती त्याच्या प्रेमात पडल्याची आईला शंका आली. खूप दिवसांनी आलेल्या या संधीचा फायदा घेऊन ती पटकन म्हणाली, "हे विश्व खरोखरीच अगाध आहे आणि कौतुकाला पात्र आहे. इथे एकाहून एक श्रेष्ठ व सुंदर, नशीबवान, आसक्तीयुक्त आणि एकमेकांकडे आकर्षित होणाऱ्या अनेक व्यक्ती आहेत. म्हणून त्याला बोलावून घे." असे म्हणता क्षणीच जिच्या मनात त्याला पाहता क्षणीच प्रचंड आकर्षण निर्माण झाले होते, तिने त्याला हाक मारली, "अहो, महाशय, आपण आत येता का?" हे ऐकून तो म्हणाला, "नक्कीच मी आत येईन," आणि अत्यंत रुबाबात व ऐटीत तो तिच्याकडे गेला. त्याला पाहिल्याबरोबर ती अवाक् झाली आणि बेहोशही झाली. तिने प्रथम स्नान केले आणि

त्यालाही न्हाऊ घातले. एकाच ठिकाणी दोघांनी फलाहार केला आणि नंतर ती त्याच्यासह शयनगृहात गेली. सुंदरकाने आपले चाकर राजाकडे पाठवून पत्तनिका (हे एक घटनांची नोंद करणारे यंत्र असून, त्यात ठशांनी नोंद केली जाते.) मागवून घेतली आणि ती आपल्या शेजारी ठेवली. नंतर त्याने आपल्या खास कल्पकतेने आणि पद्धतीनुसार तिचे मनोरंजन करण्यास, तिला रिझविण्यास प्रारंभ केला. ती रतिक्रीडेत इतकी मश्गुल झाली की तिला कळेना की हे वास्तव आहे की स्वप्न! सुंदरकाने तिला एवढी कामासक्त केली की, तिच्या शरीरावर त्याने नखक्षते उमटविली आणि संभोगाची विविध आसने करून रतिक्रीडेचा उच्चांक गाठला. तिच्या शरीरावर काही ठिकाणी नखांनी पर्णांचे रचनाबंध काढले, तर काही ठिकाणी महाभारत आणि काही ठिकाणी रामायण यांतील कथानक चित्रित केले. ही सर्व नखक्षते त्याने पत्तनिकेत नोंदविली.

जेव्हा ती या रमणीय संभोगावस्थेतून बाहेर आली, तेव्हा तिला आपण गाढ झोपेतून नुकतेच उठल्याप्रमाणे वाटले... जणू चक्कर आलेल्या अवस्थेमधून बाहेर पडलेल्या व्यक्तीप्रमाणे तिची स्थिती झाली होती. जणू कुणीतरी भानामती करावी आणि त्यातून मुक्त व्हावे असेच तिला वाटले. कोणत्या तरी औषधी वनस्पतीमुळे संभ्रम आणि मोहिनी चढावी, याप्रमाणे तिची त्याच्याबरोबरच्या शय्यासोबतीत विलक्षण अवस्था झाली होती आणि मग ती संभ्रमात पडली. "मी हे काय केले? आं – ह्या दुष्ट नशिबाच्या मायावी पाशाने माझ्यावर मात केली. नशिबात ज्या गोष्टी असतात, त्यांना चुकवून जाता येत नाही. विधिलिखिताचे उल्लंघन करता येत नाही... हा आता माझ्या सत्य प्रेमाचा शेवट होय! म्हणून नशिबाला निश्चितपणे ओलांडून जाणे शक्य नसते. त्या पापी माणसाच्या सान्निध्यात मी देहभान विसरले, ज्याचे लक्ष फक्त संपत्तीवर केंद्रित झालेले आहे." असा विचार करीत उर्वरित रात्र केव्हाच निघून गेली आणि सूर्य उगवला. सुंदरकाला तिच्या पश्चात्तापदग्ध हृदयाची जाणीव झाली होती... त्याने ती पत्तनिका राजाकडे दिली आणि म्हणाला, "महाराज, मी तुमच्या आज्ञेचे पालन केले आहे." हे ऐकून राजाला अत्यानंद झाला... त्याने चार हजार खेड्यांचे आधिपत्य सुंदरकाला देणगीदाखल दिले.

त्या प्रसंगापासून अशोकवती मात्र सतत निराशामय जीवन कंठू लागली.

राजा पत्तनिका घेऊन चड्डालकाकडे आला आणि म्हणाला, "ही उघड-पसर आणि माझी देणगी म्हणून तिचा स्वीकार कर."

त्यानंतर महात्तम टिक्कपैक म्हणाला, "हे काय आहे?" चड्डालकाने उत्तर दिले, "राजाने आमचा प्रेमसंबंध मोडण्यासाठी रचलेले हे कटकारस्थान आहे." आणि जेव्हा त्याने पत्तनिका पसरून पाहिली... त्या वेळी त्याला काय दिसले? त्याला सर्व वेगळेच दृश्य आढळले. तरीसुद्धा तो म्हणाला, "माझे सत्य प्रेम अशा

विश्वासघातकी कृत्यांनी बदलणार नाही.'' एवढे बोलून, आपल्या नशिबानुसार त्याला वाटले, हे सर्व असत्य आहे. तो अभिमानाने टिक्कपैकला म्हणाला, ''हे थोर पुरुषा तू तिथे जा आणि मी सांगतो त्याप्रमाणे कर. पुढे त्याने काय करावयाचे हे सांगितले.''

त्याने प्रत्येक योजनांवर कमानीशेजारी एक घोडेस्वार उभा केला आणि टिक्कपैकला तिथे धाडले. टिक्कपैकने पाशुपात संन्यासाचा पोशाख केला आणि तो अशोकवतीच्या घरासमोर इकडून-तिकडून फेऱ्या मारू लागला आणि आपण अशोकवतीला कसे दिसू असा अविर्भाव आणू लागला. त्याला पाहून ती आईला म्हणाली, ''हा माणूस टिक्कपैकसारखा तर दिसत नाही ना?'' आणि तिने त्याला शोधण्यासाठी सेवक धाडला. जेव्हा तो सेवक गेला आणि त्याला घेऊन आला, तेव्हा तो टिक्कपैकच आहे, याची तिला खातरी झाली. ती म्हणाली, ''टिक्कपैक हे काय चालले आहे?'' उत्तर न देताच टिक्कपैकने आक्रोश करण्यास सुरुवात केली. जेव्हा ती पुनःपुन्हा पृच्छा करू लागली, तेव्हा तो म्हणाला, ''मी पापी आहे! तेव्हा माझ्यासारख्या दुष्ट माणसाला विचारण्यात तरी काय हशील आहे?'' आणि तो स्तब्ध राहिला. तिने विनवणी करून त्याला याचे कारण विचारले. तेव्हा तो म्हणाला, ''जेव्हा येथून सैन्य रवाना झाले, तेव्हा कच्छच्या राजाबरोबर मोठे युद्ध झाले. तेव्हा सर्व मांडलिक राजे पळून गेले. त्या वेळी तो युद्धपिपासू लोकांवर मंदार पर्वताप्रमाणे तुटून पडला. त्याच्या शरीरावर सहस्र जखमा झाल्या होत्या, तरीसुद्धा त्याने त्यांचा सर्वनाश केला आणि स्वर्गातील सुरसुंदरीसमोर स्वयंवरास सज्ज राहण्यासाठी तिकडे गेला. तिथे माझे आयुष्य नष्ट करण्यासाठी मी मात्र हतबल ठरलो. माझ्यासारखा मीच दुष्ट होय! मी करंटा ही वदंता धारण केली, ज्याच्याजवळ काहीच पराक्रम नाही असा मी.''

ही बातमी अशोकवतीच्या कानावर पडताच विजेचा गोळा पडून जंगलातील रानटी हत्तीण ज्याप्रमाणे मृतवत् होऊन कोसळते, तशीच ती धाडकन खाली कोसळली. टिक्कपैकने ही बातमी तत्काळ बाहेर उभे केलेल्या कमानीजवळच्या घोडेस्वारांद्वारे चड्डालकला कळविली.

दरम्यान राजदरबारात एकदम गर्जना झाली, ती राजाच्या कानावर आली, तेव्हा त्याने तत्संबंधी पृच्छा केली. त्या वेळी द्वारपालांनी आत येऊन त्यास टिक्कपैकने चड्डालकासाठी पाठविलेली निराधार बातमी दिली. एव्हाना अशोकवतीचा हृदयविकाराने अंत झाला होता. तेव्हा सभागृहात हजर असलेल्या सुंदरकाने राजाला सांगितले, ''राजन, स्त्री-सुंदरींमधील एक मूल्यवान रत्न मी नष्ट केले आहे. तेव्हा यापुढे मला जगणे उचित वाटत नाही. तेव्हा मला आज्ञा द्या. पाणी आणि दूध यांचे मिश्रण झाल्यानंतर जी अवस्था होते, तशी त्या दोघांची होती. त्यांना अलग करणे अशक्य होते. माझ्या दुष्ट हेतूमुळे मी तिच्या मनात मोह निर्माण केला आणि अखेर तिचा

त्यात अंत झाला. म्हणून माझा शेवट करणे मला योग्य व उचित वाटते.'' राजाने त्याला परावृत्त करण्याचा आटोकाट प्रयत्न केला, तरीसुद्धा त्याने आपल्या पत्न्या व लवाजम्यासह अग्निप्रवेश केला आणि मृत्यूला कवटाळले.

मध्यंतरी चड्डालकच्या कानावर घोडेस्वारांद्वारे अशोकवतीच्या मृत्यूची वार्ता पडली. एका घोडेस्वाराला घेऊन तो अशोकवतीच्या घरी आला आणि त्याने तिची तसबीर भिंतीवर पाहिली. त्याबरोबर भ्रमिष्टासारखा बोलत आणि त्याला आलिंगन देत तो काही काळ तिथेच थांबला आणि नंतर तो स्मशानभूमीत जिथे तिच्या चितेला अग्नी दिला होता, त्या स्थळी पोहोचला. त्याने सुंदरकाच्या चितेविषयीही चौकशी केली आणि म्हणाला, ''ही माझ्या बन्धूची खरी जागा होय! त्याने अत्यंत योग्य केले!'' नंतर त्याने स्वत:साठी अशोकवतीचे अंत्यसंस्कार केलेल्या जागीच चिता रचण्यास फर्माविले आणि अग्नीत उत्स्फूर्त उडी घेतली.

ही सर्व धक्कादायक व रोमहर्षक कथा ऐकून राजाने विचार केला की, या सर्वनाशाचे कारण आपणच आहोत. तेव्हा त्याने आशापुरा देवतेसमोर स्वत:चे शिर कापून मृत्यूला कवटाळण्याचा अंतिम निर्णय घेतला. देवतेने त्याचा अद्वितीय पराक्रम पाहिला होता. तो तिन्ही विश्वांत वाखाणण्यासारखा आणि कोणत्याही राजापेक्षा वरचढ होता. म्हणून प्रसन्न होऊन ती म्हणाली, ''पुत्रा, असा अविचारी होऊ नकोस. तुझी काय कामना आहे ती सांग!'' तेव्हा राजा तिला म्हणाला, ''हे जगदंबे माते! तू जर प्रसन्न झाली असशील, तर अशोकवती, सुंदरक आणि चड्डालक यांना त्यांच्या लवाजाम्यासह जिवंत कर.'' त्या वेळी देवी प्रसन्न होऊन म्हणाली, ''तुझ्या इच्छेनुरूप होईल.'' तेव्हा तिघेही झोपेतून जागे व्हावे, त्याप्रमाणे उठले. तेव्हा राजा म्हणाला, ''मी तुमच्या प्रेमात व्यत्यय आणणार नाही आणि तुम्हाला अलगही करणार नाही.'' आणि संतुष्ट होऊन त्याने अशोकवतीला चड्डालकाच्या स्वाधीन केले. सुंदरकाने राजाचे औदार्य, पराक्रम यांची दखल घेऊन राजाची मर्जी संपादली आणि राजाने त्याच्यावर देणग्यांची खैरात केली.

देवीची कृपा पाहून राजा अतिशय संतुष्ट झाला आणि आनंदी मुद्रेने राजवाड्याकडे परतला. पुढे त्याने अत्यंत सुखात दीर्घकाळ राज्य केले.

अशाप्रकारे हे मुली! अनेक गणिका निरपेक्ष प्रेमात अडकतात आणि मग आपली संपत्ती व जीव या दोन्हीला मुकतात. म्हणून गणिका व्यवसायाचे हे मुख्य सूत्र आहे की, वाघापासून आपण चार हात दूर राहतो, तद्वतच खऱ्या प्रेमापासून दूर राहावे.

***

सर्पाविषयीची कथा

हे मुली, तुला आणखी सांगावयाचे म्हणजे, जेव्हा माणसे सर्व बाजूंनी त्रासलेली व वैतागलेली असतात, तेव्हा रागापलीकडे किंवा राग व्यक्त करण्यापलीकडे, ती काहीच करू शकत नाहीत. म्हणून मी काय सांगते ते मन देऊन ऐक.

भूमातेच्या केशसंभारातील भांगात मुकुटमण्याप्रमाणे शोभणाऱ्या अशा कौशाम्बी नगरीत श्रुतधर नावाचा एक श्रीमंत श्रोत्रिय राहत असे. त्याने सर्व विद्यांत पारंगतता मिळविली होती आणि श्रुतिस्मृतींनी घालून दिलेल्या पवित्र मार्गांनी त्याचा जीवनक्रम चालू होता. त्याला मध्यवयात मुलगा झाला. त्याचे नाव त्याने विनयधर ठेवले. बालवयातच त्याने त्यास वेदादी अध्ययनाचे पाठ दिले आणि जेव्हा तो सोळा वर्षांचा झाला, तेव्हा सर्व शास्त्रांत तो पारंगत झाला होता.

अशा एका वसंतऋतूत कालप्रिय देवाच्या वासंतिक यात्रेला चाललेला देखणा विनयधर सौंदर्य आणि संपत्ती यांबाबतीत प्रत्यक्ष मदनालाही मागे टाकेल, असा होता. तो आपल्या समवयस्क मित्रांबरोबर छानछोकी पोशाख करून देवदर्शनाला चालला होता. त्या वेळी एक गणिका अनंगवती तेथे आली. ती जणू पुष्पाच्छादित मदनाचे क्षेपणास्त्र! वा रात्रीच्या कमलपुष्पातून डोकावणारी चंद्राची कला होती! असा लोकांना भास व्हावा किंवा मधमाशांना कमलांचे सरोवर भासावे आणि सर्व आकाश तिच्या चंद्रमुखी सौंदर्याने भरून जावे, असे तिचे विलक्षण रूप होते. तिला पाहताक्षणीच त्याच्या मनात विचार आला की, जग उत्पन्न करणारा प्रजापती हा नसावा; कारण तिचे सौंदर्य प्रजापतीने निर्माण केलेल्या अन्य स्त्रियांहून खचित भिन्न होते. असा विचार करीत तो तिच्या दृष्टिपथात आला. त्याला पाहताक्षणीच एखाद्या हरिणीला प्रेमरूपी बाणाने विद्ध करावे, तशी तिची अवस्था झाली आणि तिचे शरीर प्रेमसरोवरातील एखाद्या कमलदंडाप्रमाणे थरथरू लागले. दोघांनी एकमेकांवर कटाक्ष टाकले, तेव्हा त्यांच्यातील नाजूक भावनांना अंकुर फुटले. त्याने गणिकेशी आपला परिचय करून देण्याचे काम आपला मित्र विदग्ध याच्याकडे सोपविले आणि तो स्वगृही निघून गेला. विदग्धाने तिची मैत्रीण तारलिका हिच्यामार्फत गणिकेशी ओळख करून घेतली आणि ही सर्व हकीकत विनयधरला सांगितली. विनयधराने पुन्हा त्याला तिच्याकडे वचन मागण्यासाठी धाडले. अनंगवती गणिकेच्या विलासी कामचेष्टात त्याने एक रात्र एखाद्या क्षणाप्रमाणे घालविली. अशाप्रकारे रतिक्रीडेत तिच्या सहवासात त्याने काही दिवस व्यतीत केले. हळूहळू त्याची सर्व संपत्ती-मालमत्ता खर्च झाली, तरीसुद्धा तो तिला जिवापलीकडे प्रिय होता. सर्व धनवान

गिऱ्हाइकांना बाजूला सारून ती कफल्लक विनयधरात गुंतली आहे, हे जेव्हा कुट्टनीला समजले, तेव्हा तिने स्वत:च त्याला घराबाहेर काढले; परंतु त्याने काहीतरी निमित्त शोधून पुन्हा घरात प्रवेश मिळविला. तिने पुन:पुन्हा त्याची कानउघाडणी करून त्याला घराबाहेर काढले. अनंगवती मात्र त्याला सतत कुठेतरी – मैत्रिणींकडे वा भाड्याने घेतलेल्या घरात भेटत होती. जेव्हा ही गोष्ट कुट्टनीला कळाली, तेव्हा तिने या शब्दांत तिची कानउघाडणी केली, "तू त्याला वारंवार भेटत असतेस! मी तुला वेळेवर सावध केले नाही वा समजावले नाही, असा तू नंतर मला दोष देऊ नकोस."

एकदा विनयधर आपल्या घराकडून रस्त्याने चालला असता त्याने नुकताच मारून टाकलेला विषारी साप पाहिला. तो आपले उद्दिष्ट सफल करण्यास उपयुक्त ठरेल, असा विचार करून त्याने तो आपल्या कमरपट्ट्यात दडवून ठेवला. अनंगवतीच्या घराशेजारी गेल्यानंतर त्याने अनंगवतीकडे आपल्या मित्राकरवी तिची बिदागी पाठविली आणि झोपण्यासाठी शय्यागृहात प्रवेश मिळविला. मध्यरात्री जवळच्याच शयनगृहात त्याने प्रवेश केला. त्या ठिकाणी कैफाने धुंद झालेली कुट्टिनी झोपली होती. तिच्या शरीरावर तो साप पसरला आणि आपल्या तीक्ष्ण नखांनी तिचे नाक आणि ओठ यांवर ओरखडे काढण्यास सुरुवात केली, तेव्हा कुट्टिणी किंचाळत एकदम उठली आणि ओरडली, "मला दंश झाला, मला दंश झाला," त्याने हे शब्द ऐकून प्रवेश केल्यासारखे भासवून त्या मृत सापावर पाच-सहा काठीचे वार केले. जेव्हा दासी (नोकराणी) पटकन आत घुसल्या आणि त्यांनी दिवे लावले. तेव्हा त्या सर्पाकडे पाहून तो मेठ्या धिटाईने म्हणाला, "मी तुला आता कापूनच टाकतो." तेव्हा ती म्हणाली, "काप, काप!" तेव्हा तो म्हणाला, "कुठे?" तत्काळ ती म्हणाली, "इथे, इथे!" त्याने तिचे नाक आणि ओठ विष जावे म्हणून कापले.

यामुळे मृत्यूचे भय नष्ट झाले आणि दिवस उजाडताच कुट्टिनी जिवंत राहिली, म्हणून सर्वत्र आनंदोत्सव साजरा करण्यात आला; परंतु त्या कुट्टिनीला अभिनंदनार्थ वाजवलेल्या त्या नगाऱ्यातून मृत्यूचे सूर ऐकू येत होते आणि ती दिवस-रात्र पश्चात्ताप करीत असे.

म्हणून हे मुली जेव्हा शठांना (अट्टल माणसाला) उपद्रव दिला जातो, तेव्हा ते असा बदला घेतात, ज्याचे वर्णन करणेसुद्धा अवघड आहे.

❋ ❋ ❋

मलयसुंदरीची कथा

माझ्या मते कुणाचाही अपमान करू नये. जेव्हा पुरुषांचा अपमान होतो, तेव्हा ते सूड घेण्याची संधी कधीच दवडीत नाहीत.

पांचाल देशात कान्यकुब्ज नावाची एक नगरी होती. तिथे महेंद्रपाल नावाचा राजा राज्य करीत होता. सूर्यासारख्या प्रखर तेजाच्या त्याच्या नजरेला नजर भिडविणे, हे कठीण काम होते. त्याने आपल्या पंचक्रोशीतील सर्व पराक्रमी शत्रूंना जिंकले होते. त्याच्या पदरी प्रतापसिंह नावाचा एक थोर सामंत होता. तो चाणाक्ष, श्रीमंत, आदबशीर, त्यागी, उदार, विद्वान नि दयाळू होता; परंतु दिसायला तो कुरूप आणि केसाळ आणि मूलत: बाहेरख्याली होता. राजाने त्याला त्याच्या मूळगावी पाठविले. तिथे काही दिवस राहून तो पुन्हा राजाची सेवा करण्यासाठी कान्यकुब्ज नगरीत आला.

या प्रसिद्ध नगरात ढोंढा नावाची एक प्रसिद्ध कुट्टिनी राहत असे. तिला मलयसुंदरी नावाची एक सुंदर देखणी कन्या होती. ती चाणाक्ष, सुस्वरूप आणि संपत्ती मिळविण्यासाठी सज्ज होती... प्रतापसिंह त्या रात्री तिच्याकडे आला. तो कामाने दग्ध झाला असल्यामुळे त्याने ती रात्र तिच्याबरोबर प्रणयक्रीडेत घालविली. दिवस उगवण्यापूर्वीच तो उठला. तो उठला त्या वेळी तो थोडा अस्वस्थ दिसत होता. त्याने कपडे चढविले आणि बाहेर पडण्यापूर्वी मलयसुंदरीला भेटण्यास गेला. तेव्हा त्याने मलयसुंदरीला आपल्या बहिणीच्या मुलाशी खेळताना पाहिली. तेव्हा तो तिला म्हणाला, "हा मुलगा कुणाचा?" तेव्हा ती म्हणाली, "हा माझाच आहे." "माझा" हा शब्द त्याच्या कानावर पडताच संतापाने त्याने तिच्यावर एखाद्या वाघाप्रमाणे झडप घातली आणि तिला जमिनीवर पाडून ओचकरण्यास सुरुवात केली. कपाळ, नाक, उरोभाग व गाल, हात, मांड्या या सर्वांवर नखाने जखमा केल्या आणि तिच्या केसांची एक बट (झिंज्या) तोडून तो निघून गेला. जेव्हा कुट्टिनीला आपल्या सेविकांकडून ही वार्ता कळली, तेव्हा ती फार दु:खी झाली. राजाची अत्यंत आवडती नि प्रिय तसेच दररोज मंदिरात प्रार्थना करणारी सत्‌शील अशी गणिका अशाप्रकारे दुखावली गेली, म्हणून कुट्टिनी केस सोडून शिवीगाळ करू लागली. मलयसुंदरीने त्या मुलाला बाजूला ठेवून चक्क अंथरूण गाठले आणि पांघरूण घेऊन सर्व शरीर झाकाळले. तिच्या केसांचा झुपका (बट) घेऊन रडत आणि आक्रोश करीत कुट्टिनी राजदरबारात राजाला ही बातमी देण्यास गेली. ही सर्व हकीकत ऐकून राजा अतिशय संतप्त झाला आणि म्हणाला. "ढोंढा, तुला हा इसम कोण, हे ठाऊक आहे का? आणि तो आता कुठे आहे?" तेव्हा ढोंढा उद्‌गारली,

"महाराज रात्रीच्या वेळी अनेक जण येतात नि जातात. त्यांच्यापैकी अमूकच एक ओळखणे ही बाब कठीण आहे." तेव्हा राजा तिला म्हणाला, "रक्षकांना काल रात्री तुझ्याकडे कोण-कोण झोपण्यासाठी (कामक्रीडेसाठी) आले होते. याचा शोध घेण्यास सांग." त्याच वेळी राजदरबारात हजर असलेला प्रतापसिंह ताडकन उभा राहिला आणि म्हणाला, "मी काल रात्री तिथे झोपलो होतो; परंतु कृपया राजदरबारात मलयसुंदरीला हजर राहण्याची आज्ञा व्हावी. मी तिच्या उपस्थितीत तिच्या तोंडावर सर्व वस्तुस्थिती निवेदन करीन. म्हणजे असत्य काय आहे आणि सत्य काय, याचा समोरासमोर निवाडा होईल." राजाने जेव्हा तिला दोन-तीन निरोप धाडले, तेव्हा ती आपले सर्व शरीर झाकून ओशाळलेल्या चेहऱ्याने राजदरबारात हजर झाली. ती आल्यानंतर तिला पाहून प्रतापसिंह उद्‌गारला, "जेव्हा मी तिच्याकडे गेलो, तेव्हा तिला पाहता क्षणीच पहिल्या दृष्टिक्षेपातच मी तिच्या प्रेमात पडलो. ती गोष्ट अवर्णनीय आहे. तिचे ते अनुपम सौंदर्य, लाघवी संभाषण इ...."

"त्या रात्रीची कथा अशी... सकाळी उठल्यानंतर तिने खेळत असलेला मुलगा 'माझा' म्हणून सांगितले. मला ते सहन झाले नाही आणि मग मी तिला चिडून जाऊन ओरखड्यांनी नि जखमांनी हैराण केले." हे सर्व त्याच्या तिच्याबद्दलच्या आत्यंतिक ओढीमुळे घडले होते, हे राजाने जाणले आणि मग राजाने जे न्याय्य होते तेच केले. राजा प्रतापसिंहावर बेहद्द खूश झाला आणि त्याला त्याने देणग्या दिल्या. ती मात्र सर्वत्र थट्टेचा एक विषय बनली. जेव्हा पुरुष अशाप्रकारे अपमानित होतात, तेव्हा ते अशी सजा देतात.

❋ ❋ ❋

पमराची कथा

'अधम-दुर्जन माणसांबरोबर विनाकारण शत्रुत्व निर्माण करू नये' असा सामान्य संकेत आहे.

(या कथेचा मूळ संस्कृत भाग नष्ट झाला आहे)

"म्हणून हे मुली, एखाद्या व्यक्तीने केवळ ऐकीव माहितीवर चाणाक्ष माणसाबरोबर वैर करू नये. जर माहिती सत्य आणि परिपूर्ण असेल, तरच उद्दिष्टांची परिपूर्ती होते. नाहीतर ती व्यक्ती थट्टेचा विषय बनते."

❋ ❋ ❋

मूलदेवाची कथा

अधिक सांगावयाचे म्हणजे, हे मुली! प्रेमाला नेहमीच जपले पाहिजे. ते तीन प्रकारचे असते : एक, ऐकून उत्पन्न झालेले, दोन, पहिल्या दृष्टिक्षेपात जडलेले आणि तीन, एकमेकांत संयोग झाल्यानंतर दृढावलेले, या तिन्ही प्रकारांचा त्याग गणिकेने नेहमी करावा. कारण या प्रकारांनी गृहस्थाश्रमातील कौटुंबिक जीवन व्यतीत करणाऱ्या महिलाही सामाजिक तिरस्काराच्या भक्ष्य बनतात. म्हणून अत्यंत विषारी सर्पाच्या जहर विषाप्रमाणे पहिल्या दृष्टिक्षेपातील प्रेम आणि ऐकीव सौंदर्यावरील आकर्षण, या गोष्टी शक्यतो दूरच ठेवाव्यात. तुझ्या कुतूहलाचे समाधान व्हावे, म्हणून मी तुला एक गोष्ट कथन करते. ऐक!

अवंती देशात 'उज्जयिनी' नावाचे एक नगर होते. तिथे विक्रमादित्य नावाचा एक राजा राज्य करीत होता, त्याने आपल्या पराक्रमाने सार्वभौमपद मिळविले होते. त्याची सत्कृत्ये प्रसिद्ध नि आश्चर्यकारक होती. त्या नगरीत 'मूलदेव' नावाचा एक धूर्त राहत असे. तो अत्यंत चाणाक्ष, अधम कृत्यांत तरबेज, सर्व कलांत पारंगत आणि राजाच्या अतिशय मर्जीतला होता. त्याने अतिशय हुशारांना आपल्या नादी लावले होते, तसेच चाणाक्षांना वेडे केले होते आणि बुद्धिवंतांना बनविले होते. समाजकंटकांना तो आपल्या मर्जीनुसार नाचवत असे आणि हे सर्व धंदे करून त्याने अमाप संपत्ती जमविली होती. (बऱ्यापैकी गाठोडे बांधले होते.) त्याला स्त्रियांच्या चारित्र्य व वर्तनाविषयी नेहमी संशय असे आणि म्हणून तो अविवाहितच राहिला होता.

एकदा विक्रमादित्याने त्याला विचारले, "तू लग्न का करीत नाहीस" आणि पुन्हा तोच प्रश्न केला. तेव्हा मूलदेव म्हणाला, "महाराज, स्त्रियांना खूश करणे, ही बाब फार कठीण आहे. त्यांच्या मनात अनेक वाईट वासना असतात. निसर्गत: त्या चंचल असतात आणि त्यांचं संरक्षण ही गोष्टही तशी अवघडच. त्या तत्काल तुटक बनतात (सोडून देतात.) आणि हीन कुळातील व्यक्तीवर प्रेम करू लागतात. श्रुतिस्मृती या प्राचीन ग्रंथांतून तर असे सांगितले आहे की, स्त्री ही अर्धांगी आहे. म्हणून जेव्हा एखादा माणूस व्यक्तिश: जरी पापी नसला, तरी तो पत्नीच्या दुष्ट प्रवृत्तीने पापी बनतो." यावर राजा म्हणाला, "असे नाही, स्त्री ही जीवनातील तीन ध्येयसिद्धींचे साधन आहे. ती सर्व सुखांचे निवासस्थान (माहेरघर) आहे आणि कीर्ती, संपत्ती आणि संतती यांचे मूलस्थान आहे. गृहस्थाश्रम हा सर्व पुरुषार्थांचा मुख्याधार आहे. पुरुषाला पुत्रप्राप्ती झाली नाही, तर तो पितरांच्या ऋणातून कधीच मुक्त होणार नाही. तेव्हा तू लग्न कर आणि पत्नीला घरी आण आणि स्त्रियांबद्दलची तुझी संशयीवृत्ती काढून टाक."

(राजाचे हे वक्तव्य ऐकून मूलदेवाचे काही प्रमाणात समाधान झाले आणि त्याने लग्न केले.)

जेव्हा वसंतऋतुला प्रारंभ झाला आणि उन्हाचा दाह जाणवू लागला; त्या वसंतात स्वच्छंद आणि रंगेल युवतींचे सततच्या कामक्रीडेमुळे शरीर थकून गेले. त्यामुळे दाह कमी व्हावा म्हणून त्यांनी कपडे उतरविले आणि त्या वारा घेऊ लागल्या. अशा वसंतऋतूत मूलदेवाला आपली पत्नी दत्तक नावाच्या व्यापाऱ्याबरोबर प्रेमाच्या गाढ संबंधात गुंतल्याचे आढळून आले आणि राजाची पट्टराणीसुद्धा रोज रात्री राजाचा माहूत – तिचा प्रियकर – याच्याकडे जात असून, राजाशी विश्वासघातकी वर्तन करीत असल्याचे आढळून आले. एका रात्री त्याने तिचा पाठलाग केला आणि तिला रात्री येण्यास उशीर झाला म्हणून माहूताने तिला साखळीने फोडले (मारले), हे दृश्य पाहिले. (दुसऱ्या दिवशी भ्रमनिरास झालेल्या मूलदेवाने ही सर्व हकीकत राजाच्या कानावर घातली.)

राजा आश्चर्यचकित झाला आणि त्याने मूलदेवाकडे पृच्छा केली की, "मूलदेव, हे काय चाललंय! हे खरोखरी नवलच आहे! कृपया माझे कुतूहल तू पूर्ण हकीकत निवेदन करून मला समाधानी कर." आपले दोन्ही हात जोडून मूलदेव म्हणाला, "महाराज आपण जर अभय देत असाल, तर मी आपणास सत्यकथा सांगेन. मला नंतर महाराजांकडून शिक्षा होणार नाही, असा विश्वास वाटतो." एवढे बोलून तो राणीला म्हणाला, "महाराणी, प्रियकराशिवाय अन्न गोड लागत नाही, म्हणून राजाचा माहूत बठारक याला पाचारण करावे." हे ऐकून विस्मयचकित झालेला राजा उद्गारला, "मूलदेव, हे काय चालले आहे?" तेव्हा मूलदेव म्हणाला, "महाराणींचे अंगावरील वस्त्र बाजूला करण्याची विनंती व्हावी आणि आपण काय ते पाहावे." जेव्हा राजाने स्वत: तसे केले आणि तिच्या पाठीवर साखळीने मारलेले, सुजलेले व्रण प्रत्यक्ष पाहिले, त्याच वेळी मूलदेवाने आपल्या महामूर्ख पत्नीस दुसऱ्या खुर्चीवर बसावयास सांगितले आणि तो म्हणाला, "तू सुद्धा आपला प्रियकर दत्तक व्यापारी याला बोलावून घे." आणि नंतर तो म्हणाला, "महाराज, केवळ आपली कृपा आणि इच्छा म्हणूनच मी विवाह केला. मला स्त्रियांच्या चारित्र्य-वर्तनाची चांगली कल्पना होती. म्हणूनच मी लग्न करीत नव्हतो; परंतु आपल्या आज्ञेमुळे मी लग्न करण्याचे कबूल केले आणि या महामूर्ख महिलेबरोबर विवाहबद्ध झालो. शेवटी निर्णय सारखाच झाला. त्या (स्त्रिया) पापी असतात आणि त्यांचे वर्तन दुष्ट, चंचल असते. त्यांच्यावर कोण विश्वास ठेवणार? आपल्यासारखा समंजस राजा या पृथ्वीतलावर दुसरा नाही आणि माझ्यासारखा धूर्तातला धूर्त दुसरा कुणी नाही किंवा कपालशिखाप्रमाणे सुज्ञ माणूस आढळणार नाही. जेव्हा आपल्यासारख्या मुरब्बी लोकांना त्या फसवू शकतात, तर इतर सामान्य, सरळमार्गी माणसांची काय

अवस्था होत असेल!" राजाने माहुताला अटक करण्याची आज्ञा दिली, दत्तक व्यापाऱ्याची सर्व संपत्ती जप्त केली आणि त्याला जातिबहिष्कृत केले आणि आपली पट्टराणी चिल्लमहादेवी हिचे कान-नाक कापले आणि तिला तुरुंगात डांबले व अन्न म्हणून तिला एखादा भाकरीचा तुकडा द्यावा, अशी आज्ञा केली.

म्हणून, हे मुली काही गणिकासुद्धा अत्यंत उच्च चरित्र्याच्या असतात आणि काही कौटुंबिक स्त्रिया पहिल्या दृष्टिक्षेपातच प्रेमात अडकतात आणि आपण कोणत्या माणसाबरोबर (त्याचे सामाजिक स्थान व संपत्ती) संबंध ठेवीत आहोत, याचे त्यांना भान राहत नाही. मग अन्य गणिकांविषयी काय बोलावयाचे? म्हणून तीन प्रकारच्या रागांचा त्याग करावा किंवा एकूण ते चुकवावेतच वा टाळावेत.

म्हणून, हे मुली! आपले कुटुंब वैशिकव्यवसायात जगात आजपर्यंत सूर्याप्रमाणे प्रकाशाच्या झोतात आहे, तेव्हा अशाप्रकारे धूर्ताकडून फसविले जावे, हे बरे नाही. तेव्हा तू असे वर्तन ठेव की, तुला विट लुटणार नाहीत किंवा बनविणार नाहीत, धूर्त आपल्या तंत्राने नाचविणार नाहीत. मित्र तुझ्याकडे बघून हसणार नाहीत वा तू थट्टेचा विषय होणार नाहीस, कंजूष लोक तुला उगाच उपद्रव देणार नाहीत, प्रियकर तुला भ्रष्ट करणार नाहीत, अधम माणसे तुला नष्ट करणार नाहीत आणि प्रेमी लोक तुला संतुष्ट करणार नाहीत... हुशार तुला फसविणारा नाहीत....

भारती आनंदाने नाचू लागली (ही कथा श्रवण केल्यानंतर). गोड, सौम्य, उल्हासवर्धक, सुखकारक... पृथ्वीवल्लभ, नागराज – याने ही कथा लिहिली असून... ती अगदीच नावीन्यपूर्ण, समृद्ध आणि आकर्षक असा दागिना आहे आणि भाषेचा एक उत्कृष्ट नमुना आहे. शृंगारमंजरीकथा ही वाक्‌देवीची मधुमय रसिकता वृद्धिंगत करणारी अशी लोकोत्तर कथा असून तीतून आपल्याला सरस्वतीने एक उपयुक्त उपदेश केला आहे. तिचे योग्यरीत्या ग्रहण केल्यास गणिका – विशेषत: शृंगारमंजरी आपल्या चकाकणाऱ्या कुंडलाप्रमाणे आपले नशीब उज्ज्वल करील, अशी ही वाक्‌देवीची सर्वांना भुरळ पाडणारी प्रासादिक वाणी आहे. ■

संदर्भ ग्रंथ

01. Aiyar, Ullar S. Parameshvar, Keral Sahitya Caritram, Vol. I, Trivendrum, 1957.
02. Anand, Mulk Raj, Ed. & Trans. Kamasutra of Vatsyayana, Bombay, 1985.
03. Bataille, Georges, Eroticism, London, 1962.
04. Bordy, Allisrn, Moving the whore Stigma, Bangkok,1997.
05. Comfort, Alex, The Kokashastra and Other Medieval Writing on Love, London, 1964.
06. Crihfield, Liza, The Institution of Geisha in Modern Japanese Society, Stanford, 1977.
07. De, S.K. Ancient Indian Erotics of Erotic Literature, Calcutta, 1959.
08. De. S.K.A. Note on the Sanskrit Monologue Play (Bhana), a Journal, 1926.
09. Dasgupta, S.N.A. History of Sanskrit Literature : Classical Period, Vol. I, Calcutta, 1962.
10. Detienne, Marcel, Gardons of Adonis, New Jersey, 1977.
11. Dickinson, G. L. The Greek View of life, London, 1932.
12. Dimock, E.C. The Place of the Hindu Moon, 1966.
13. Dixit, Ratnamayadevi, Woman in Sanskrit Dramas, 1964.
14. Dubois, Abbe, Hindu Manners, Customis and Ceremonies, Oxford, 1906.
15. Durant; Will, The Life of Greece, New York, 1982.
16. Durgaprasad, Pandit, Parab, K.P. Ed. & Trans. Somadevabhatta's Kahtasaritsagar, Bombay, 1930.

17. Dutta, T.K. The Humman Beast, Lahore, 1943.
18. Ellis, Albert and Abarbanel, Albert, Ed. The Encyclopaedia of Sexual Behiaviour, 2 Vols. London, 1961.
19. Ellis, Havelock, On Life and Sex, New York, 1962.
20. Godbole, N.B. Ed. Dashakumaracarit of Dandin, Bombay, 1936.
21. Himes, N.E. Medical histroy of Contraception, Baltimore. 1936.
22. Joardar, B. Prostitution in Nnneteenth and Twentieth Century, Calcutta, 1985.
23. Kapoor, Promila, The Life and World of Call Girls in India, Delhi, 1978.
24. Kothari, Prakash, Erotica, Mumbai, 2010.
25. Lannoy, Richard, The speaking Tree-a Study of Indian Culture and Society, 1971.
26. Lacrox, P. History of Prostitation, New York, 1931.
27. Marglin, F.A. Wives of the God-King : the Rituals of the Devadasis of Puri, Oxford, 1984.
28. Meyer, Johann Jakob, Sexual Life in Ancient India, 2 Vols, London, 1930.
29. Munshi, Kalpalata K. Trans. & Ed. Srngara-Manjari-Katha of Sri Bhojadeva, Bombay, 1959.
30. Moti Chandra, The World of Courtesans, New Delhi, 1976.
31. Mukharji,Santosh Kumar, Protitution in India, New Delhi, 1986.
32. Nevice, Pran, Nautch Girls of India, New Delhi, 1959.
33. Olson, Carl, Ed. The book of the Goddess : Past and Present, New York, 1983.
34. Parrinder, Geoffrey, Sex in the World's Religions, Chicago. 1980.
35. Raghavan, V. Ed. Akbarshaha's Srngaramanjari, Hyderabad, 1951.
36. Raghavan, V. Ed. Srngaraprakash of Bhoja, Bombay, 1943.

37. Richardson, Joanna, The Courtesans, London, 2000.
38. Rudrat, Kavyalankar, Bombay, 1928.
39. Saeed, Fousia, Taboo, London, 2006.
40. Sanger, William, The History of Prostitution : Its Extent, Causes and Effects Throughout the World, New Delhi, 1986.
41. Scott. G.R. History of Prostitution, London, 1940.
42. Shiragaonkar, Varsha, Eighteenth Century Deccan : Cultural History of the Peshwas, New Delhi, 2010.
43. Thomas, P. Hindu Religion, Customs and Manners, Bombay, 1960.
44. Thomas, P. Ka2ma Kalpa or the Hindu Ritual of Love, Bomaby, 1959.
45. Winternitz, Maurice, Transe History of Indian Literature, 3 Vols., New Delhi, 1985.
४६.इब्न बतुता, ट्रॅव्हलॉग, अनु. मोहम्मद हुसेन तख्लीकात, लाहोर, १९९६.
४७.कंगले, र. पं. अनु. कौटिलीयम् अर्थशास्त्रम् , मुंबई, १९८२.
४८. तुळपुळे, शं. गो. प्रवास, पुणे, १९६४.
४९.त्रिपाठी, रमाशंकर, अनु. महाकवि क्षेमेंद्र विरचिता, समयमातृका, वाराणसी, १९६७.
५०.दामोदर गुप्त, कुट्टनीमत, मुंबई, १९५१.
५१.देशपांडे, रेखा, अनु. टॅबू, पुणे, २००७.
५२.देशपांडे, सु. र. भारतीय कामशिल्प, पुणे १९८६.
५३.नाईक, पु. गो., वेश्या आणि वेश्याव्यवसाय, पुणे १९४९.
५४.पाण्ड्ये, विमलचंद्र, भारतवर्ष का सामाजिक इतिहास, १९६०.
५५.भवाळकर, तारा, लोकसाहित्यातील स्त्री-प्रतिमा, पुणे १९९२.
५६.भवाळकर, वनमाला, महाभारत में नारी, वाराणसी, १९६४.
५७.भावे, वा. कृ., पेशवेकालीन महाराष्ट्र, पुणे, १९३५.
५८.मोतीचंद्र अगरवाल, वासुदेवचरण, संपा. व अनु. शृंगार हट, मुंबई, १९६९.
५९.राजवाडे, वि. का., भारतीय विवाहसंस्थेचा इतिहास, पुणे, २००८ (दहावी आवृत्ती).
६०.राय, मन्मथ, प्राचीन भारतीय मनोरंजन, १९५७.

६१. लिंबोळे, शरणकुमार, संपा. विवाहबाह्य संबंध : नवीन दृष्टिकोन, पुणे १९९४.
६२. वाटवे, के. ना., संस्कृत नाट्यसौंदर्य, पुणे १९६३.
६३. शिरगांवकर, वर्षा, पेशव्यांचे विलासी जीवन, पुणे, २००१.
६४. सातोस्कर, बा. द., गोमंतक : प्रकृती आणि संस्कृती, खंड-१, पुणे, १९७९.

◆